உலகை மாற்றிய பெண் கணித மேதைகள்

AF765007

பேரா.சோ.மோகனா

BOOKS FOR CHILDREN

Ulakai matriya Pen Kanitha Methaikal *(in Tamil)*
Prof. S. Mohana
First Published: October, 2022
BOOKS FOR CHILDREN
imprint of Bharathi Puthakalayam
7, Elango Salai, Teynampet, Chennai - 600 018.
Email: bharathiputhakalayam@gmail.com | www.thamizhbooks.com

உலகை மாற்றிய பெண் கணித மேதைகள்

பேரா.சோ.மோகனா

முதல் பதிப்பு: அக்டோபர், 2022
வெளியீடு:

BOOKS FOR CHILDREN

புக்ஸ் ஃபார் சில்ரன் - பாரதி புத்தகாலயத்தின் ஓர் அங்கம்
7, இளங்கோ சாலை, தேனாம்பேட்டை, சென்னை - 600 018.
தொலைபேசி : 044 24332424, 24330024 | விற்பனை : 24332924
விற்பனை உரிமை

பாரதி புத்தகாலயம்

விற்பனை நிலையங்கள்
7, இளங்கோ சாலை, தேனாம்பேட்டை, சென்னை-600 018.
அருப்புக்கோட்டை: கதவுஎண் 49 A/4 மெயின் ரோடு, தெற்கு தெரு - 9994173551
ஈரோடு: 39: 39 ஸ்டேட் பாங்க் சாலை - 9245448353
கரூர்: நாரத கானசபா அருகில் (TNGEA OFFICE)- 9442706676
காரைக்குடி : 12, 2 வது தெரு, கம்பன் மணிமண்டபம் பின்புறம் - 9443406150
கும்பகோணம்: 352, ரயில் நிலையம் எதிரில் - 9443995061
குன்னூர்: N.K.N வணிக வளாகம் பெட்போர்ட்
கோவை: 77, மசக்காளிபாளையம் ரோடு, பீளமேடு - 8903707294
சிதம்பரம்: 22A / 18B தேரடி கடைத் தெரு, கீழவீதி அருகில் - 9994399347
செங்கல்பட்டு: 1 D ஜி.எஸ்.டி சாலை - 044 27426964
சேலம்: 15, வித்யாலயா சாலை சாலை
சேலம்: பாலம் 35, அத்வைத ஆஸ்ரமம் சாலை 0427 2335952
தஞ்சாவூர்: காந்திஜி வணிக வளாகம் காந்திஜி சாலை - 9655542400
திண்டுக்கல்: பேருந்து நிலையம் - 9942331105, 9976053719
திருச்சி: வெண்மணி இல்லம், கரூர் புறவழிச்சாலை - 9994289492
திருநெல்வேலி: 25கி, ராஜேந்திரநகர் - 9442149981
திருப்பூர்: 447, அவினாசி சாலை - 9486105018
திருவண்ணாமலை: முத்தம்மாள் நகர்
திருவல்லிக்கேணி: 48, தேரடி தெரு - 9444428358
திருவாரூர்: 35, நேதாஜி சாலை - 9442540543
நாகர்கோவில்: 699 கே.பி.ரோடு R.V.புரம் - 9443450111
நெய்வேலி: பேருந்து நிலையம் அருகில், - 9443659147
பழனி: பேருந்து நிலையம் அருகில் - 7010760693
பாண்டிச்சேரி : கிழக்கு கடற்கரைச்சாலை, இலாசுப்பேட்டை, 9486102777
பெரம்பூர்: 52, கூக்ஸ் ரோடு - 9444373716
மதுரை: 37A, பெரியார் பேருந்து நிலையம் - 045 22324674
மதுரை: சர்வோதயா மெயின்ரோடு
வடபழனி: பேருந்து நிலையம் எதிரில் அடையார் ஆனந்தபவன் மாடியில் - 9444476967
விருதுநகர்: 131, கச்சேரி சாலை - 0456 2245300
வேலூர்: பேஸ் III, சத்துவாச்சாரி - 9442553893

நினைத்த நூல்கள்... நினைத்த நேரத்தில்...

8778073949

thamizhbooks.com

BharathiTV | www.bookday.in

அச்சு : பிரிண்டெக், சென்னை - 600 005.

சமர்ப்பணம்

புற்று நோயால் உயிர் துறந்த பெண் விஞ்ஞானிகளுக்கு...

நல் விளைச்சலுக்கான நீர்

எந்நேரமும் புத்தகங்களோடு புழங்கும் வாழ்க்கை அமைந்தவர்கள் கொடுப்பினை மிக்கவர்கள். நூலகர்களுக்குத் தான் அப்படிப்பட்ட வாழ்க்கை அமையுமென்று நீங்கள் மொழிவது கேட்கிறது. அது தொழிற் நிமித்தம் ஊதியத்திற்காக உழைக்கும் பெருங்கடன். நான் குறிப்பிடுவது அதுவன்று. புத்தகங்களோடு விரும்பி இணங்கி வாழ்வது. வாசிப்பை அனுதினமும் துளித்துளியாய் அனுபவிப்பது. வசிப்பிடத்தையே பெரும் வாசிப்புக் களமாக உருமாற்றிக் கொள்வது. அப்படி எத்தனை பேர் நம்மில் வாழத் துணிகிறோம்? நூல்களோடியைந்து வாழ்வை உருமாற்றிக் கொண்டவர்கள் உள்ளத்தில் எப்போதும் ஒருவகை மகிழ்வலை ததும்பும். அஃது அனுபவித்தவர்களுக்குத் தான் புலப்படும். அவர்கள் துயரங்களுக்குத் துயரம் கொடுப்பவர்கள். சவால்களுக்குச் சவால் விடுப்பவர்கள். வாழ்வை அதன் போக்கில் மிக எளிதாகக் கடந்து செல்லக் கற்றவர்கள். சமூக உறவைப் பேணுபவர்களாகவும் அதை மேலும் மேலும் உயர்த்த, வலுப்படுத்த முனைந்து சிந்திப்பவர்களாவும் தங்களைத் தகவமைத்துக் கொள்பவர்கள். அப்படி இந்த வாழ்வை அணுவணுவாகக் கொண்டாடித் தீர்ப்பவர் பேராசிரியர் சோ. மோகனா. அவரை அறிந்தவர்களுக்குத் தெரியும், “வாழ்க்கையே ஒரு போர்க்களம் வாழ்ந்து தான் பார்க்கணும்” என்ற வைரமுத்துவின் கவிதை வரிகளுக்கு இலக்கணம் அவர்.

கிராமங்களில் ஒரு சொலவடை உண்டு. “ஊரறிந்த பூசாரிக்கு குடுமியெதற்கு? பேராசிரியர் சோ. மோகனா ஊரறிந்த பேராளுமை. தமிழகம் தாண்டியும் அவரின் நட்பு வேர்கள் நீள்கின்றன. எண்ணிறந்த தொடர்புகள், சேவைகள் தொடர்கின்றன. “நாளும் கிழமையும் நலிந்தோர்க்கில்லை ஞாயிற்றுக்கிழமையும் மோகனாவிற்கில்லை” என்று புதிய சொலவடை போடத் தோன்றுகிறது. அந்தளவிற்கு இடையறாப் பயணங்களின் நாயகி அவர். எப்போது பார்த்தாலும் கூட்டம், மாநாடு என்று சிட்டாய்ப் பறப்பவர். அகில இந்திய அளவிலும் சமூகம் சார்ந்த பல்வேறு அமைப்புகளில் பொறுப்பிலிருப்பவர். தமிழ்நாடு அறிவியல் இயக்கத்திலும் இடதுசாரி சிந்தனைத்

தளத்திலும் தொடர்ந்து களப்பணியாற்றி வருபவர். அது மட்டுமல்ல, தொடர்ந்து புதிய புதிய ஆக்கங்களை நூல்களாக இடைவெளியின்றி சமூகத்திற்கு வழங்கி வருபவர். அவரின் படைப்புகள் அறிவியல் வெளியீடுகளாகவும் குழந்தைகள் வெளியீடுகளாகவும் அணிவகுப்பதன் அண்மைத் தொடர்ச்சியே "உலகை மாற்றிய பெண் கணித மேதைகள்" என்ற இந்நூல். தீநுண்மியின் இக்கட்டிலிருந்து கல்வித்துறை மெல்ல மெல்ல மீண்டு வரும் இக்காலக் கட்டத்தில் குழந்தைகள் வெளியீடாக இந்நூல் மலர்வது மிகப் பொருத்தம்.

நூலின் மொத்த கட்டுரைகளும் புகழ் பெற்ற கணித அறிஞர்களை மையப்படுத்தியே சுழல்கின்றன. அதிலும் அத்தனை பேரும் பெண் கணித ஆளுமைகளாக தேர்ந்திருப்பது தனிச்சிறப்பு. மிகப்பெரிய சாதனைகள் புரிந்தும் பொதுச் சமூகத்திற்கு முறையாக கொண்டு சேர்க்கப்படாத இப்பெண் கணித ஆளுமைகளைக் கொண்டு சேர்க்க முனைப்பு காட்டும் அவரை எவ்வளவு பாராட்டினாலும் தகும். பெண்ணியக் களத்திலும் காத்திரமாக இயங்குமவர், பெண் ஆளுமைகளை முன்வைப்பதில் வியப்பென்ன? பெண்ணைப் பற்றி இன்னும் ஆண்மைய அழுக்கு மனங்களில் புதையுண்டிருக்கும் கீழ்மைத் தடுப்புகளைத் தகர்த்து 'பெண்கள் எதற்கும் சளைத்தவர்களல்லர்' என்ற உயர்ந்த மனப்பாங்கை ஏற்படுத்த விழைகிறார் பேராசிரியர். பருவத்தே பயிர் செய்யத் துடிக்குமவர் அதற்குரிய விளைநிலமாகத் தேர்ந்தெடுத்திருப்பது குழந்தைகள் மனமென்னும்போது அவர்மீது கூடுதல் மதிப்பு ஏற்படுகிறது.

2010 ஆம் ஆண்டு சர்வதேசப் பெண் விஞ்ஞானிகள் ஆண்டாக அறிவிக்கப்பட்ட தகவலுடன் தொடங்கும் கணிதவியலாளர் தியானோ பற்றிய கட்டுரை வாசிக்க வாசிக்க ஒரு துப்பறியும் நாவலுக்குச் சற்றும் குறையாத உத்வேகத்துடன் நம்மை இழுத்துச் செல்கிறது. இன்றைய இத்தாலியாகவும் அன்றைய கிரீஸ் நாடாகவும் அறியப்பட்ட குரோட்டான் நகரில் பிறந்த தியானோ, வாழ்வின் ஓட்டத்தில் கணிதவியலாளராகவும் தத்துவஞானியாகவும் அறியப்பட்ட பித்தாகரஸைச் சந்திக்கிறார். பித்தாகரசின் திறமையையும் பெருமையையும் முன்னரே அறிந்திருந்த தியானோ அவரிடம் மாணவராகச் சேர்கிறார். காலப்போக்கில் பித்தாகரஸ் உருவாக்கிய கல்வி நிறுவனத்தில் அவர் மிக முக்கியப் பங்காற்றுகிறார். அங்குச் சமத்துவம், சகோதரத்துவம், நல்லொழுக்கம் கற்பிக்கப்பட்டன. முக்கியமாக மதமாச்சரியங்கள் இல்லை. நாளடைவில் பித்தாகரசை விட 36 வயது குறைந்த

தியானோ அவரை முழு மனத்துடன் விரும்பி மணந்து கொள்கிறார். காதல் வாழ்வின் சாட்சியங்களாக ஐந்து குழந்தைகள் பிறக்கின்றனர்.

வரலாற்றை அலுப்பு தட்டாத நடையில் சுவையுடன் சொல்லிச் செல்கிறார் பேராசிரியர். அவர், பித்தாகரசின் கல்வி நிறுவனத்தை உடனிருந்தே அழித்தொழிக்கும் சைலோன் என்பவனை அறிமுகப்படுத்தும்போது நம்மையறியாமல் மனம் துன்பப்படுகிறது. சூறையாடலுக்கும் தீ நாவுகளுக்கும் இரையான பித்தாகரசின் அற்புதமான பதிவுகளைவிட பித்தாகரசும் அக்கொடூரப் பொழுதில் கொல்லப்படுகிறாரென்பதை அறியும்போது மனம் பதறுகிறது. தியானோ ஆதரவின்றி தவிக்கும் மனநிலையை அறிய முடிகிறது. ஆனால் அதற்கெல்லாம் சற்றும் சோர்ந்து போகாமல் மன வலிமையுடன் மீண்டெழுகிறார் தியானோ. தாம் பெற்ற மக்களுடன் இணைந்து அவர் பித்தாகரசின் கல்வி நிறுவனத்தைத் திரும்பவும் கட்டியெழுப்புவதும், அவரின் கையெழுத்துப் பதிவுகளை மீள்பதிப்பு செய்து பரவலாக்கியதும் தியானோவை மனத்தில் வெற்றி மகளாகக் கொண்டாடச் செய்கிறது. பக்கத்திற்குப் பக்கம் ஏராளமான புறத்தகவல்களை அள்ளியள்ளி வழங்குகிறார் ஆசிரியர். தியானோ என்ற பெயரின் சிறப்பு, அன்றைய கிரீசில் நிறைய பேர் தியானோ என்ற பெயரில் வாழ்ந்தது, கணிதவியலாளர் தியானோவின் காலம், தாலஸ், இயாம்பிலிக்கஸ் போன்ற ஆளுமைகள் கூறிய கருத்துகள்; என்று கட்டுரையைத் தகவல் களஞ்சியமாக மடைமாற்றம் செய்கிறார்.

புரட்சிக் கணிதவியலாளர் சோஃபி ஜெர்மைன் பற்றிய ஒரு கட்டுரை. அதில் பதினெட்டாம் நூற்றாண்டை புரட்சியின் நூற்றாண்டென அறிமுகம் செய்கிறார். அக்காலத்தில் பரவலாகப் பேசு பொருளாகவிருந்த பிரஞ்சுப் புரட்சியையும் அமெரிக்கப் புரட்சியையும் தொழிற் புரட்சியையும் அதற்குத் துணைக்கழைக்கிறார். பதினெட்டாம் நூற்றாண்டின் இடைக்காலத்தில் புரட்சிதேவதை என்று வருணிக்கப்பட்ட சோஃபி ஜெர்மைன் பாரிசில் பிறக்கிறார். அன்றைய பாரிசில் பெண் கணிதம் கற்க அனுமதியில்லை. அது பெரும் ஒழுக்கக் கேடாகப் பார்க்கப்பட்டது. பெற்றோரின் கட்டுப்பாடுகள் கடுமையாகவிருந்தன. ஓர் அறைக்குள் உறவினர்கள் ஆடைகளைக்கூட எடுத்துச் சென்றுவிட, ஒற்றைத் துணியைப் போர்த்திக் கொண்டு, ஒற்றை மெழுகுவர்த்தி வெளிச்சத்தில் கணிதம் கற்றார் என்பதையும் அவரின் கண்டுபிடிப்புகளை ஆண் பெயரில் வெளியிட்டாரெனவும் அறியும்போது அவரின் தியாக

வாழ்வை உணர முடிகிறது. அன்றைய பிரெஞ்சில் பெண் இரண்டாம் தரக் குடிமகளாக நடத்தப்பட்ட கொடுமையை வெளிச்சம் போட்டுக் காட்டுகிறார். இவரின் சரித்திரத்தில் கிரேக்க மேதை ஆர்க்கிமிடிஸ் பற்றிய தகவல்களும் அவர் ஜியோமிதி கோணம் பற்றி ஆழ்ந்திருந்த வேளையில் ஓர் அற்பக் காரணத்திற்காக ரோமானிய வீரனொருவனால் நெஞ்சில் கத்தியிறக்கிக் கொல்லப்பட்டாரென்பதும் அன்றைய மூர்க்கத்தனத்தின் உச்சம். அதற்குப் பிறகு சோஃபி ஜெர்மைன் ஜியோமிதி பற்றி தனது ஆய்வைச் செலுத்தியது ஆறுதல் கொள்ள வேண்டிய செய்தி.

“இதுவரை வாழ்ந்த பெண் கணிதவியலாளர்களில் குறிப்பிடத்தக்கவரும் அற்புதமான படைப்பாற்றல் மிக்கவரும் அமலி எம்மி நொய்தர்தான்” என்று இயற்பியல் விஞ்ஞானி ஆல்பர்ட் ஐன்ஸ்டீனால் சிறப்பித்துச் சொல்லப்பட்ட பேறு பெற்றவர் அமலி. இவர் இருபதாம் நூற்றாண்டின் இணையற்ற கணிதவியலாளராக விளங்கியவர். ஜெர்மனியில் 1882 இல் பிறந்த அமலி பிறப்பால் ஒரு யூதர். அன்றைய ஜெர்மனி ஹிட்லரின் நாஜிப்படைகள் வசமிருந்தன. அவர்கள் பெண்களை அறிவார்ந்த துறைகளில் அனுமதிக்காத நிலையில் அமலி தன் படைப்புகளை மாற்றுப் பெயர்களில் வெளியிட்ட நிலைமையிருந்ததை ஆசிரியர் வலியுடன் குறிப்பிடுகிறார். அல்ஜிப்ரா தகவல்களையும் ரிங்க் தியரியையும் அவரே உருவாக்கி வெளியிட்டார். புகழ்பெற்ற நொய்தரின் தேற்றம் இன்றும் அவரின் ஆளுமையை விளக்கும் ஒன்றாக விளங்கி வருகிறது.

இப்படி ஒருவருக்கொருவர் சளைத்தவர்களல்லர் என்று நினைக்கத் தோன்றுமளவிற்கு நூல் முழுவதும் சாதனைப் பெண்களின் சரித்திரம் நிரம்பி வழிகிறது. அடுத்து அவர் ஒரு வேறுபட்ட ஆளுமையாகப் படைப்பது அக்னேசி என்னும் கணிதவியலாளரை. படிப்பதினாலேயே நோயுற்றதாக மருத்துவர்களால் குற்றம் சாட்டப்பட்டவர் மரியா கெய்தனா அக்னேசியெனில் அவரின் கற்குமார்வத்தை என்னவென்பது? பல்வேறு ஆளுமைகளைப் பற்றி இன்னும் பக்கம் பக்கமாக எழுதுவதற்குரிய அற்புதத் தகவல்களைத் தன்னகத்தே கொண்ட நூலாம்படையை நிறுவியிருக்கிறார் பேராசிரியர் சோ. மோகனா. அவர் இது போன்ற ஆளுமைகளை எங்கே கண்டறிகிறார்? இப்படி நறுக்குத் தெறித்தாற் போல் எப்படி எழுதுகிறார்? அதை நயமாகக் குழந்தைகளுக்குச் சொல்லும் கலையை எங்கே கற்றாரென்பது வியப்பாகவிருக்கிறது. நீரோடை போன்ற அவரின் எளிய தமிழ்நடை தடையற்ற வாசிப்புக்குத் தளம்

அமைத்துக் கொடுக்கிறது. குழந்தையைப் பேரன்பின் நிமித்தம் வாஞ்சையுடன் வாரியணைக்கும் தாய்மையைப் போல அவரின் எழுத்துகள் நம்மை ஆரத் தழுவி ஆழ்மனத்துள் படுத்துக் கொள்கின்றன.

கணிதம் தான் அனைத்திற்கும் ஆதியென்று பேராசிரியர் தரும் தகவல்கள் பொருத்தமுடன் கையாளப்பட்டுள்ளன. கணிதத்தை ‘அறிவியலின் மகாராணி’ என்று மகுடம் சூட்டுகிறார். மனிதன், முதலில் அறிந்துகொள்ள முயன்றது கணிதம்தான் என்கிறார். சூரியன் உதிப்பது தொடங்கி இரவு பகல் கணிப்பது, வீட்டை நிர்மாணிப்பது, உயிர் உருவாக்கத்திற்கான காலம் கணக்கிடுவது, மாதவிடாய் நாட்களை அறிந்து கொள்வது, மகப்பேறு காலத்தை உறுதிப்படுத்துவது என்று அன்றாட வாழ்க்கையோடு அவர் கணிதத்தைப் பொருத்தித் தரும் செய்திகள் நம்மையறியாமல் நம்மைத் தலையாட்டச் செய்கின்றன. ஆப்பிரிக்காவே மனித இனத்தின் தொட்டிலெனவும் மாந்தனின் முதல் தொழில் மீன் பிடித் தொழிலெனவும், முதல் காலண்டர் பாறை எழுத்துகளேயெனவும் பதியச் செய்து, நாம் பயன்படுத்தும் கணிதம் (mathematics) என்ற சொல்லின் பிறப்பிடம் கிரேக்கம் என்பதையும் ஆசிரியர் நிறுவுகிறார். மட்டுமன்றி, முதல் கணிதக் கருவியால் எழுத்துரு பதிக்கப்பட்ட இஷாங்கோ என்ற எலும்பைப் பற்றி அவர் தரும் தரவுகள் இதுவரை அறியாதவை. மிகப் புதுமையானவை. மனங்கொள்ளத் தக்கவை.

பேராசிரியர் சோ. மோகனா குழந்தை மனம் கொண்டவர். சிறிய மலரின் வாசனையைக் கூடக் குழந்தையின் குதூகலத்துடன் நுகர்ந்து களிப்பவர். குழந்தைகளைக் கொண்டாடித் திளைப்பவர். தம் வாழ்வின் ஒரு பகுதியைக் குழந்தைகளுக்காக அர்ப்பணித்திருப்பவர். ஏழைக் குழந்தைகளைத் தன்னாலியன்ற அளவு தோளில் சுமந்து கரையேற்றியவர். கல்விசார்ந்த குழந்தைகளின் களச் செயல்பாடுகளில் இன்றும் முன்னணியில் நிற்பவர். “இல்லம் தேடிக் கல்வி” என்ற இன்றைய தமிழ்நாடு அரசின் செயல் திட்டத்தில் எந்தப் பிரதிபலனும் கருதாது தன்னைக் கரைத்துக் கொண்டு உழைப்பதை அருகிருந்து பார்க்கிறோம். அவரின் உழைப்பு விழலுக்கு இறைத்த நீரல்ல. நல் விளைச்சலுக்கான நீர். அதையள்ளிப் பருகினால் அறிவுத்தாகம் தீருமென்பது உறுதி. பேராசிரியர் இன்னும் பல நூல்களைப் படைக்க நெஞ்சார்ந்த வாழ்த்துகள்.

மீனாசுந்தர்

முனைவர் பேராசிரியர், தமிழ்த்துறை

அருள்மிகு பழநியாண்டவர் கலை- பண்பாட்டுக் கல்லூரி, பழநி- 624601.

ஏராளமான அறிஞர்களை பேரா. மோகனாவின் எழுத்தில் சந்திக்கக் காத்திருக்கிறோம்

பெண்களின் சாதனைகள் காலம் காலமாய் மறைக்கப்பட்டே வந்துள்ளன அல்லது மங்கிய ஒளியிலேயே வெளிவந்துள்ளன.

சாதனைப் பெண்களை உலகிற்குவெளிச்சமிடுவதே மிகப்பெரிய சாதனையாகும். ஒடுக்குமுறைச் சமூகத்தில் ஒரு பெண் சிந்தனை பெறுவதையே அங்கீகரிப்பதில்லை. கட்டுப்பாடுகளின் இடுக்குகளுக்குள் கல்விபெறுவதும் சிந்தனை விரிவதும் சாதாரணச் செயலல்ல.

இந்த சூழலில், மனித குலத்தின் அடுத்த நகர்வுக்கு புதிய கண்டுபிடிப்புகளை பெண் விஞ்ஞானிகள் அளித்திருக்கிறார்கள் என்பது எத்தகைய சாதனை. மறைக்கப்பட்ட இந்த பெண் விஞ்ஞானிகளை, குறிப்பாக; கணித மேதைகளைக் கண்டெடுத்து உலகத்திற்கு வெளிச்சமிடுவது என்பதே சாதனை அல்லவா?

இதனை சாதிக்கும் வல்லமை இரும்புப் பெண்மணி பேரா. மோகனா போன்றோரால் மட்டுமே முடியும்

கணித விஞ்ஞானிகளின் வாழ்க்கையினை வெறும் செய்திகளாகத் தராமல் ஆதிக்கத்திற்கு எதிரான போராட்ட வரலாற்றினைப் பதிவு செய்திருப்பதுதான் இந்தப் புத்தகத்தின் வெற்றி.

- இந்தப் புத்தகத்தில் 14 பெண் விஞ்ஞானிகளின் வரலாற்றினைத் தொகுத்து அளித்துள்ளார். நிறைய தேடல்களின் கால்தடங்களைப் பார்க்க முடிகிறது.
- கிரேக்கர்களில் மேல்தட்டில் இருந்தவர்கள் மட்டுமே விஞ்ஞானிகளாக வந்துள்ளனர். விஞ்ஞானிகளின் மனைவியோ அல்லது சகோதரிகளோதான் விஞ்ஞானிகளாக முன்னேற முடிந்துள்ளது.
- முதல் கணிதப் பதிவு இயந்திரம் கண்டுபிடித்தது ஒரு பெண் விஞ்ஞானிதான்.

- ஹைபேஷா தனது தந்தை தியோனுடன் இணைந்து 415 ஆம் ஆண்டில் கூம்புகள் பற்றிய 13 புத்தகங்கள் எழுதியவர். ஆனாலும் அவர் துகிலுரியப்பட்டு. நடுத்தெருவில் இழுத்துச் செல்லப்பட்டு, தோல்கள் சுரண்டப்பட்டுக் கொல்லப்பட்டார் என்ற செய்தி நெஞ்சைப் பதறவைக்கிறது.
- டோரதி ஜீன் ஜான்சன் வாகன் ஓர் அமெரிக்கக் கணிதவியலாளர் மற்றும் மனிதக் கணினி. ஒரு சாதாரணப் பெண்ணாக குடும்பங்களைப் பார்த்துக் கொண்டும் குழந்தைகளைக் கவனித்துக் கொண்டும் ஆய்வுகளில் ஈடுபட்டனர் என்பதுதான் சுவாரசியமான செய்தி.
- வாழ்க்கை எதிர்காலத்தில் இயந்திரக் கணினிகள் எதிர்காலமாக இருக்கப் போகிறது என்பதை முழுமையாக உணர்ந்த டோரதி வேகன், பெண்களை மாற்றத்திற்குத் தயார்படுத்துவதற்காக நிரலாக்க மொழிகள் மற்றும் பிற கருத்துகளை அவர்களுக்குக் கற்பித்தார்.
- டோரதி வாகன் லாங்லி ஆராய்ச்சி மையத்தில் ஆப்பிரிக்க அமெரிக்கர்களை மட்டுமே உள்ளடக்கிய .NACA க்காக கறுப்பினப் பெண்களுக்குத் தனியாகவே உணவறை மற்றும் குளியலறைக் கட்டுப்பாடுகளுடன் பணி செய்தார்..
- 2019 இல், வாகனுக்கு அமெரிக்க காங்கிரஸின் தங்கப் பதக்கம் வழங்கப்பட்டது. மேலும் 2019 ஆம் ஆண்டில், சந்திரனின் வெகு தொலைவில் உள்ள வாகன் பள்ளம் அவரது நினைவாக பெயரிடப்பட்டது.
- எமிலி தனது வாழ்க்கையை அறிவியலுக்காக அர்ப்பணித்த பெண்மணி. கணிதம் மற்றும் அறிவியல் பற்றிய கருத்துகளைப் பற்றி ஆண்களுடன் விவாதிக்க ஒரு பெண் என்ற உரிமைக்காக அவர் போராடி இருக்கிறார். அனுமதி மறுக்கப்பட்டபோது ஆண்போல் வேடமிட்டுச் சென்றுள்ளார். அவர் பெண் என்பதால் லூவ்ரில் உள்ள கிங்ஸ் லைப்ரரியில் உட்காரக்கூட, அவர் எப்போதும் மறுக்கப்பட்டுள்ளார் என்பது வலி நிறைந்த பதிவு.
- எமிலியும் வால்டேரும் கூட்டாக 'நியூட்டனின் தத்துவத்தின் கூறுகள்' என்ற புத்தகத்தை எழுதினார்கள், இது நியூட்டனின்

வானியல் மற்றும் ஒளியியலை பரந்துபட்ட பிரெஞ்சு வாசகர்களுக்கு தெளிவான முறையில் விளக்கியது. ஆனால், இந்தப் புத்தகத்தில் வால்டேரின் பெயர் மட்டுமே இருந்தது; எமிலியின் பெயர் இடம் பெறவில்லை.

- எமிலி டு சேட்லெட், தனது மூன்று குழந்தைகளுக்குத் தாயாகவும் குடும்பப் பணி செய்து கொண்டே தான் தனது விஞ்ஞானப் பணிகளைச் செய்தார். எமிலி கருவுற்று இருந்தபோதுதான் ஐசக் நியூட்டனின் பிரின்சிபியா கணிதத்தை பிரெஞ்சு மொழியில் மொழிபெயர்த்தார்

- பித்தாகோரசின் மனைவி தியானோவும் ஒரு கணிதவியலாளர். கணிதம் பற்றிய வரலாற்றைப் புத்தகமாகக் கொண்டு வந்தவரும் இவரே..

- கேத்தரின் ஜான்சன் ஒரு முன்னோடி கணிதவியலாளர். பூமியிலும் வானத்திலும் மனித குலத்தின் எதிர்காலத்தை வடிவமைத்தவர். மனிதக் கணினியாக மதிக்கப்படுபவர். ஆனால், 15 ஆண்டுகளுக்கு முன்பு வரை கறுப்பின விஞ்ஞானி என்பதால் அவரது சாதனைகள் அங்கீகரிக்கப்படவில்லை என்பது அதிர்ச்சியாக உள்ளது. வானியலிலும் தேர்ச்சி பெற்ற கேத்தரின் ஜான்சன், பல போராட்டங்களைச் சந்தித்துதான் முன்னேற முடிந்தது என்பதை அவரது வரலாற்றினை முழுமையாகப் படிக்கும் போது அறிய முடியும்.

- மரியா கெய்தானா அக்னேசி கணிதம் மற்றும் தத்துவத்துறையில் பெறும் பங்காற்றினார். ஏழு மொழிகளில் விற்பன்னர். Differential calculus குறித்த முதல் புத்தகத்தை எழுதியவரும் இவரே. 12 வயதிலேயே கடுமையான நோயினால் அவதியுற்றும் தனது ஆய்வுகளைக் கைவிடவில்லை.

- வில்லியமினா பாட்டன் ஸ்டீவன்ஸ் சிறந்த வானவியலாளர். குதிரைத் தலை நெபுலாவைக் கண்டுபிடித்தவர். விண்மீன்களின் நிறமாலைகளின் வகைப்பாடு குறித்த பணியில் மிகவும் பிரபலமானவர். தனது வானியல் வாழ்க்கையில் 59 வாயு நெபுலாக்களையும் 310 க்கு

மேற்பட்ட மாறி விண்மீன்களையும் 10 நோவாக்களையும் கண்டுபிடித்தார்.

- வானியலும் கணிதமும் ஒன்றோடு ஒன்று பின்னிப் பிணைந்தவை. வானியலில் நிபுணத்துவம் பெற கணிதத்தில் தேர்ச்சி மிகஅவசியம். கணித வல்லுநர்கள் வானியலிலும் மின்னுவதை உணரலாம்.
- ஒரு சாதனையாளர் என்ன சாதித்தார் என்பதைவிட அதனை எப்படிச் சாதித்தார் என்பது முக்கியம். விஞ்ஞானிகளுக்கு குறிப்பாக, பெண் விஞ்ஞானிகளுக்கு இது மிக மிகப் பொருந்தும்.. மிகப்பெரிய ஆளுமைகளாக வலிமை பெற்ற விஞ்ஞானிகளே மனித குலம் உச்சி முகர்ந்த சாதனைகளைச் செய்ய இயலும்.
- இந்த ஆளுமைகளை புத்தகத்தின் அனைத்துப் பக்கங்களிலும் காணலாம்.
- அறிவியல், கணிதம். வானவியலில் ஆர்வம் கொண்ட யாவரும் படிக்க வேண்டியது இந்நூல். குறிப்பாக மாணவர்கள் இந்தப் புத்தகத்தை தேர்ச்சி கொள்வது அவசியம்.
- இன்னும் ஏராளமான அறிஞர்களை பேரா. மோகனா அவர்களது எழுத்தில் சந்திக்கக் காத்திருக்கிறோம்.

வாழ்த்துகளுடன்,

கு.செந்தமிழ் செல்வன்
மாநில செயற்குழு உறுப்பினர்,(CPI(M)
தமிழ்நாடு அறிவியல் இயக்கம்
கைபேசி: 9443032436

வேலூர்,
16.01.2022

உள்ளே...

1

அறிவியலின் மகாராணி

அறிவியலின் மகாராணி என்றால் அது கணிதத்தை மட்டுமே குறிக்கும். கணிதம் இன்றி ஒரு செயல்பாடும் செய்ய முடியாது. எதைச் செய்தாலும், அதன் பின்னணியில் கணிதம் இருக்கும். மனிதன் முதலில் அறிந்து கொள்ள முயன்றது கணிதவியல் முறைதான். சூரியன் எப்போது உதிக்கிறது, இரவு எப்போது வரும், எவ்வளவு வேகத்தில் கல் வீசி, விலங்கைக் கொல்லலாம், குடும்பத்தில் எத்தனை பேர்? எத்தனை விலங்குகள் துரத்தின, குடும்பத்திற்கு எத்தனை விலங்குகள் வேண்டும் என்பதெல்லாம் கணிதம் தொடர்பான தகவல்கள்தானே.! அதன்பின், வீடு கட்டும்போதும், எவ்வளவு நீளம், எவ்வளவு உயரம் என்றெல்லாம் தெரிய வேண்டியிருந்தது. மனிதகுல நாகரிகத்துக்கு முன்பே, உயிர் உருவாக்கத்திற்கான காலம் கணிக்க, மாதவிடாய்

நாட்கள் கணிக்க, மகப்பேறு காலம் அறிய கணிதம் தேவை ஏற்பட்டது. இவையும் கணிதம்தான். எனவே, கணிதத்தின் பிதாமகனான எண்கள் உருவானதும், எண்ணிக்கை வந்ததும், சுவையான கதையே.

மனித இனப் பதிவுகளும், பொருள்களும்.

மனிதன் ஆதிகாலத்தில், கற்காலத்தில் பயன்படுத்திய கற்கருவிகள், ஈட்டி, கோடரி, பானைகள், எலும்பு ஊசி, எலும்புத் தூண்டில், பொத்தான்கள், செருப்பு இவற்றை ஒட்டுமொத்தமாக, தொல் பொருட்கள் என்கிறோம். மனிதன் ஆதிகாலத்தில், தான் வாழ்ந்த குகைகளில் இவற்றை ஓவியமாக வரைந்து வைத்திருக்கிறான். அவர்கள் பயன்படுத்திய பொருட்கள் அந்த மலைக்குகைகளில் கிடைக்கின்றன. பாறைகளில் அவனது/அவளது உற்று நோக்கல்கள், வான்பட வரைவு போன்றவை பதிவு செய்யப்பட்டுள்ளன.

ஆப்பிரிக்காவே முதல் மனிதத் தொட்டில்

ஆப்பிரிக்காதான் மனித இனத்தின் தொட்டில் எனக் கருதப்படுகிறது. மனிதன் முதன் முதலில் தங்கி வாழ்ந்த இடமும் இதுதான். தென்னாப்பிரிக்காவின் தென் முனையில் அமைந்துள்ளன பிலோம்போஸ் குகைகள் (Blombos Caves). இங்கேதான் மனிதன் கூட்டாக வாழ்ந்த துவக்ககால நாகரிகத்தின், மிக, மிகப் பழைய, ஆதிகாலப் பொருட்கள் காணப்படுகின்றன. அங்கே செம்பழுப்பு நிற சுண்ணாம்புப் பாறைகளில் செதுக்கப்பட்ட துண்டுகள் கிடைத்தன. இவைதாம், உலகில் மனிதனால் முதலில் கலைவடிவமாக செதுக்கப்பட்டவை எனக் கருதப்படுகிறது. காலம் சுமார் 75,000 ஆண்டுகள். இவற்றுடன் 80,000 வயதுடைய சில எலும்புச் சாதனங்களும் கிடைத்தன. மேலும் இங்கே, எலும்புக் கருவியால், துளையிடப்பட்டு, அணிகலன்களாக அணிந்த நத்தையின்

கூடுகளும்கூட கிடைத்துள்ளன. இவைதாம், மனித இனம், முதன் முதல் பயன்படுத்திய நகைகள்.

முதல் தொழில் மீன் பிடிப்பு

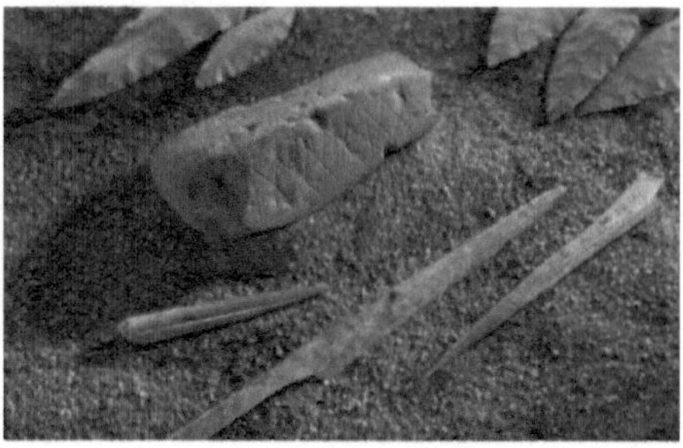

ஆனால், 2009 ஆம் ஆண்டு கிடைத்த தகவலின்படி, இந்தக் கலைப்பொருட்கள் செய்ய அவன் தீயைப் பயன்படுத்தி இருக்கிறான் என்பதும், இங்கு கிடைத்த பொருட்களின் வயது, அறிவியலாளர்கள் முன்பு கருதியதைவிட, இன்னும் அதிகமாக இருக்கவேண்டும் என்பதும், தெரியவருகிறது. இதே இடத்திலேயே, மனித இனம் மீன் பிடிப்பை சுமார், 1,40,000 ஆண்டுகளுக்குமுன் கண்டுபிடித்ததும் தெரிகிறது. அவர்கள் முதன்முதலில் எலும்பினால் ஆன தூண்டிலைப் பயன்படுத்தி இருக்கின்றனர் என்பதும் அறியப்படுகிறது.

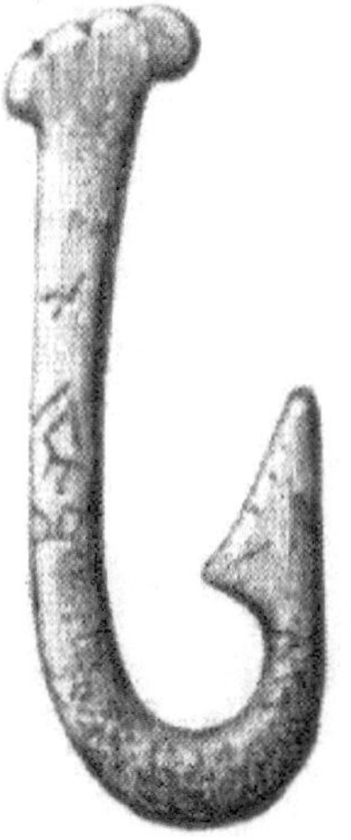

முதல் காலண்டர் பாறை.

அது மட்டுமல்ல. ஆப்பிரிக்காவில், மனிதன் தான் உருவாக்கிய காலண்டரை, ஒற்றைப் பாறைகளில் வடித்திருக்கிறான். அவை அங்கு ஏராளமாக விரவிக் கிடக்கின்றன. அங்கு கிடைத்த பொருட்களிலிருந்து, மனிதன் அங்கே, சுமார் 2,00,000 ஆண்டுகளுக்கு முன்பே தங்கி வாழ்ந்திருக்கவேண்டும் என்பதும் தெரிகிறது. சுமார் 6 ஆண்டுகால ஆராய்ச்சி மூலம் கிடைத்த தகவல்கள் இவை.

கணிதத்தின் பொருள் என்ன?

இன்று நாம் உச்சரிக்கும் கணிதம் (Mathematics) என்ற வார்த்தையே கூட கிரேக்கத்திலிருந்து வந்ததுதான். அதன் பொருள் என்ன தெரியுமா? methamaa என்ற கிரேக்க சொல்லுக்கு, அறிவு,படிப்பு, கற்றல் என்ற பொருளாகும். இது அளவு,வெளி, அமைப்பு மற்றும் மாற்றம் போன்றவற்றைப்

படிப்பதாகும். கணிதம் புதிய புதிய வழி முறைகள் கண்டறிந்து அதற்கான இலக்கணம் வகுப்பதாகும். கணிதவியலாளர்கள், கணிதத்தின் நிரூபணம் மூலம் ஒரு விஷயம் உண்மையா, பொய்யா என்பதைச் சொல்லிவிடுவார்கள். அறிவியலின் ராணியான கணிதத்தில் பல விற்பன்னர்கள் இருக்கிறார்கள். இதில் இருபதாம் நூற்றாண்டுவரை, பெண்களுக்கு பெரும்பாலும் இடம் தரப்படவில்லை என்பதே உண்மையும்கூட.

முதல் கணிதப் பதிவு.

கணிதத்தின் பரிணாமம் என்பதே அதனுடைய காரண காரியமான உண்மைகளைத் தேடுவதைத் தொடர்ந்து அதிகரித்துக் கொண்டிருப்பதே. இது விலங்குகளைப் பங்கு போடுவதிலிருந்து துவங்கி இருக்கக் கூடும் என நம்பப்படுகிறது. இதுதான் எண்கள் உருவாகக் காரணி. இரண்டு ஆடுகளும், இரண்டு மாடுகளும் சேர்ந்தால் என்ன கணக்கு/எண்ணிக்கை என்பது இன்று நமக்குத் தெரியும். ஆனால் ஆதிகால மனிதனுக்கு குகைகளில் வாழ்ந்தவனுக்கு எப்படி இதனைப் புரிந்துகொண்டிருக்க முடியும். இதன் விளைவாக உருவாகி விளைந்ததே கணிதம். அதுமட்டுமா? வரலாற்றுக்குமுன் வாழ்ந்த மனித சமுதாயத்திற்கு,சூரியன் எப்போது உதித்தது, மறைந்தது, எப்போது மழைவரும், காற்றடிக்கும் என்பதை அறியவும், நாட்கள், காலம், ஆண்டுகள் அறிய தகவல் வேண்டி இருந்தது. அதைவிட முக்கியமாக, உடலில் மாற்றம் ஏற்பட்டு கரு உருவானவுடன், அது பிறக்கும் காலம் தெரிய வேண்டி இருந்தது. எனவே, அதற்கு முக்கியமாக, சந்திரனின் வளர்பிறை மற்றும் தேய்பிறைக் குறிப்புகளே உதவின.மேலும் கணிதத்தின் முதல் உருவாக்கம் கோடுகள் போட்டு எண்ணுவதிலிருந்தே

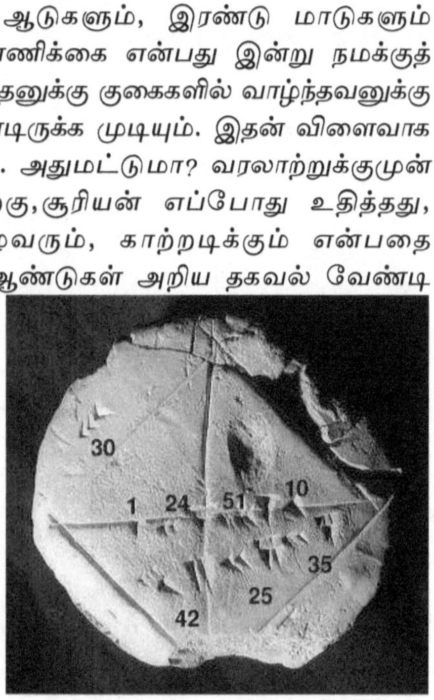

துவங்கியது என்பதும்கூட பதிவுகள்மூலம் தெரிய வருகிறது. இதனைச் செய்தது ஒரு பெண்தான் என்று பழங்கால சான்றுகள் நிரூபிக்கின்றன.

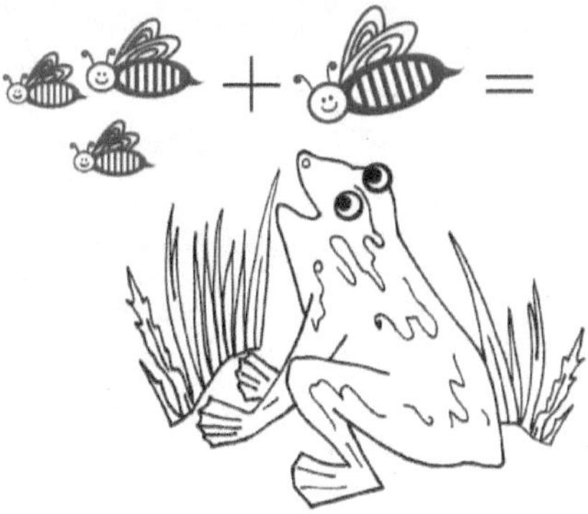

சரித்திரம் மற்றும் கணிதம் பேசும் எலும்பு.

வரலாற்றில், அதுவும் ஐரோப்பியர்கள் தொடர்பான சரித்திரத்தில், ஆப்பிரிக்க எகிப்தியக் கணிதம் அடியோடு மறுக்கப்பட்டது. அல்லது வரலாறும், கணிதமும் அவற்றின் அடிப்படைத் தன்மைகளிலிருந்தே ஒதுக்கப்பட்டன. ஆனால் பதிவு செய்யப்பட்ட வரலாற்றின் முகம் வேறு விதமாக இருக்கிறதே..! மத்திய நிலநடுக்கோட்டு ஆப்பிரிக்காவின் மலைப்பகுதியில் உள்ள, உகாண்டா மற்றும் சைரே நாடுகளுக்கிடையில் உள்ளது எட்வர்ட் (Lake Edward) என்னும் ஏரி.இதன் நீர்வள ஆதாரம் நைல் நதி. இதன் கரைகளில் தற்போது குறைவான மக்கள் வசிக்கும் பகுதியாக இருந்தாலும், சுமார் 25,000 ஆண்டுகளுக்கு முன் இங்கு மீன் பிடித்து, விவசாயம் செய்த சமூகம் வாழ்ந்தது. அங்கு நிகழ்ந்த எரிமலை வெடிப்பு அப்படியே அந்த மக்களை விழுங்கிவிட்டது. அவர்களின் அனைத்துப் பொருட்களையும் எரிமலை கபளீகரம் செய்துவிட்டது. 1960 களில் பெல்ஜியத்திலிருந்து வந்த ஜீன் டி பிராகூர்ட் (Belgian Jean de Heinzelin de Braucourt) என்ற விஞ்ஞானியின் குழு புதைவுற்ற எரிமலைக் குழம்பிலிருந்து, அந்த இடத்திலிருந்து சில பொருட்களை எடுத்துள்ளனர். அதில் கணிதத்தின் வரலாறு

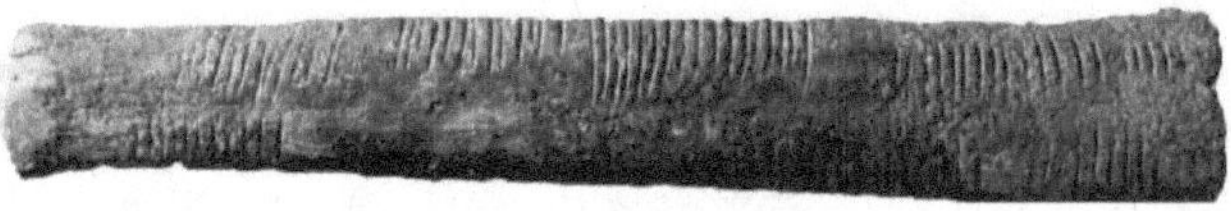

இஷாங்கோ எலும்பு

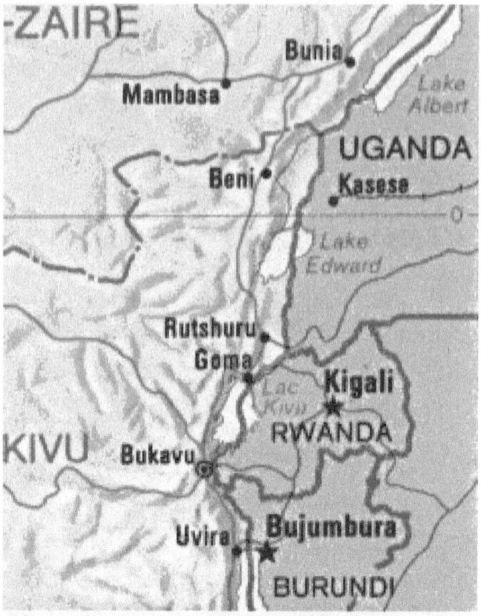

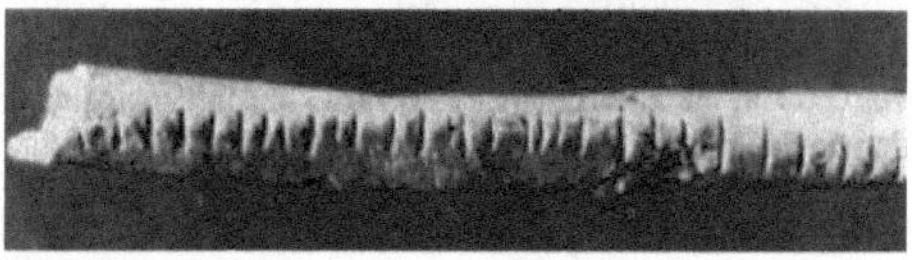

பேசும் மிக முக்கியமான பொருட்கள் காணப்படுகின்றன. அதில் ஒன்றுதான் இஷாங்கோ எலும்பு (Ishango bone) எனப்படும் ஒரு பபூன் குரங்கின் முன்னங்கால் எலும்பு. அதுதான் உலகத்தின் மிகப் பழமையான இரண்டாவது கணிதப் பதிவாகக் கிடைத்துள்ளது. இதுதான் உலகின் மிகப் பழமையான முக்கிய எண்கள் (Prime Numbers) என்றும் கூட சிலர் சொல்கின்றனர். அதனை நுண்ணோக்கி மூலம் ஆராய்ந்ததில், அதில் 6 மாத கால சந்திர காலண்டர் குறியீடு செய்யப்பட்டிருப்பது தெரிந்தது.

முதல் கணிதக் கருவி பெண்ணாலா?

இஷாங்கோ எலும்பு பழைய கற்காலத்தின் முற்பகுதியைச் சேர்ந்தது என்று தெரியவருகிறது. எலும்பு கரும்பழுப்பு நிறத்தில் உள்ளது. மேலும் இதன் ஒரு முனையில் ஒரு படிகக்கல் பொருத்தப்பட்டுள்ளது. அதன்மூலம்தான் இந்த எலும்பின் மேல் எழுதப்பட்டு இருக்கலாம் என்றும் நம்பப்படுகிறது. இதுதான் உலகில் பதிவு செய்யப்பட்ட முதல் கோட்டுக்கணக்கு டாலி குச்சி (Tally stick) என்றும் சொல்லப்படுகிறது. இதில் மூன்று வரிசைக் கோடுகள் பதிவு செய்யப்பட்டுள்ளன. இவைதாம் முதல் கணிதப் பதிவுகள் என்றும் தெரிய் வருகிறது. துவக்க காலத்தில் இதன் வயதை கி.மு 9,500-6,500 என்று கணக்கிட்டனர். பிறகு சுமார் பத்தாண்டுகளுக்கு முன் கார்பன் மூலம் இந்த எலும்பினை ஆராய்ந்து, இதன் வயது சுமார் 20,000 ஆண்டுகள் என்று அறிவியல்பூர்வமாக நிரூபணம் செய்யப்பட்டுள்ளது. இதன்

அருகில் உள்ள சுவாசிலாந்தில் கிடைத்த மற்றொரு எலும்பின் பெயர் லேம்போம்போ எலும்பு (*Lembombo Bone in Swaziland*). இதன் வயது 43,000 ஆண்டுகளுக்கு முற்பட்டது என்றும் சொல்லப்படுகிறது. இதுதான் உலகின் முதல் கணிதப் பதிவு. இதனை ஒரு பெண்தான் தான் கருவுற்ற காலத்தின் நாட்களை அறிய உருவாக்கிப் பயன்படுத்தி இருக்கவேண்டும் என்றும் சொல்லப்படுகிறது.

கணிதத்தின் பிதாமகள் பெண்

இறுதியில் இஷாங்கோ எலும்பினை ஆராய்ந்த கிளாடியோ என்ற விஞ்ஞானி, இதனை உருவாக்கியது ஒரு பெண் என்றும், அவள் தன் மாதவிடாய் பற்றிய குறிப்புகளைப் பதிவு செய்ய சந்திரனின் பிறைகளைப் பயன்படுத்தி இருக்கிறாள் என்றும் தெரிவித்தார். அந்தக்கால நேரப் பதிவு, சந்திரனின் பிறைநிலைகள் கொண்டு உருவாக்கப் படவில்லை, மேலும் உயிர்கள் உருவாகக் காரணமான, பெண்களின் மாதவிடாய் சுழற்சிக்கும், சந்திர பிறை நிலைகளுக்கும்தான் தொடர்புபடுத்தினர் . எனவே, பெண்கள்தான், கணிதவியலின் பிதாமகர்கள் மற்றும் தாய் என்று கருதப்படுகிறது. இதனைப் பற்றி, வரலாற்றியலாளர்கள் பிளினியும், மார்க்கோபோலோவும் கூட குறிப்பிடுகின்றனர். இப்போது இந்த இஷாங்கோ எலும்பு, பெல்ஜியத்திலுள்ள அருங்காட்சியத்தில், பொதுமக்கள் பார்வைக்காக வைக்கப்பட்டு இருக்கிறது.

பெண்கள் கணிதவியலாளர்கள்

இருபதாம் நூற்றாண்டுக்குமுன், குறிப்பிட்ட மிகச் சில பெண்களே கணிதத்தில் திறமை பெற்றிருந்தனர். அவர்களும் கணிதமேதைகளின் மனைவியாகவோ, மகளாகவோ அன்றி சகோதரியாகவோ இருப்பார்கள். அது மட்டுமல்ல; அவர்கள்

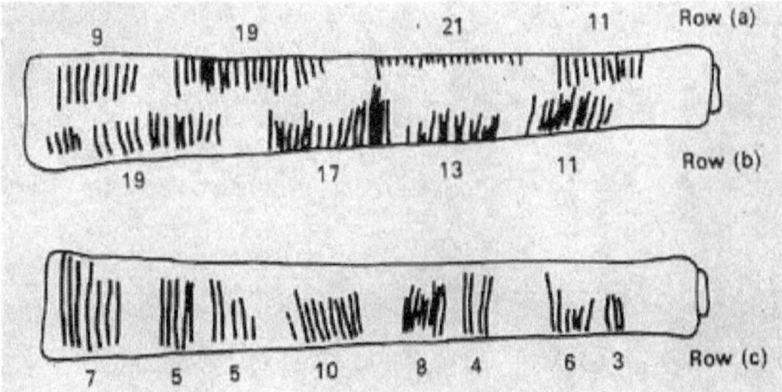

மேல்தட்டு வர்க்கத்தினராகத்தான் இருப்பார்கள். பெரும்பாலும் அவர்கள் கிரேக்கத்தைச் சேர்ந்தவர்களாக இருக்கின்றனர். ஏனெனில் கிரேக்க நாடுதான் அறிவியல் தொடர்பான அனைத்தையும் பதிவு செய்து வைத்திருக்கின்றது . அப்படிப்பட்ட பெண்களில் 10 முக்கியமான பெண் கணிதவியலாளர்கள் இருக்கின்றனர்.

தியானோ

அவர்களில் மிக முக்கியமானவரும் முதன்மையானவரும் பித்தாகரஸ் தேற்றத்தின் உரிமையாளரான, கணிதவியலாளர் பித்தாகரசின் மாணவியும், பின்னர் மனைவியுமான தியானோ ஆவார். தங்க விகிதத்தை உருவாக்கியவர் தியானோதான். இவர்தான் பித்தாகரசையும், அவரது கணிதப் பள்ளியையும், அறிவியலின் எதிரிகள் எரித்து துவம்சம் செய்த பின்னும் கூட., கணிதத்தையும் அதன் மாணவர்களையும், பித்தாகரசின் மகள் மற்றும் மகனையும் காப்பாற்றியவர். பித்தாகரசின் மாணாக்கர்களுடன் இணைத்து பித்தாகரஸ் பள்ளியை நடத்தினார். மேலும் அங்கு வெளியான அனைத்து கணித சூத்திர விதிகளுக்கும், பித்தாகரசின் பெயரைச் சூட்டினார். தியானாவே பித்தாகரசின் வாழ்க்கைச் சரிதத்தையும் எழுதியுள்ளார். ஆனால் துரதிருஷ்டவசமாக அதுவும் காணாமல் போய்விட்டது.

கிரீசின் பெண் கணித மேதைகள்.

பழங்காலக் கணிதம் பற்றி சில சுவையான தகவல்கள் கிடைத்துள்ளன. அதுவும்

முக்கியமாக கிரீசில் வாழ்ந்த 330 கணிதவியலாளர்களில் 12% பேர் பெண்களாம். அவர்களில் பெரும்பாலோர் பித்தாகரசின் மாணவர்களாம். இதில் 25% பேர் பித்தாகரசின் மாணாக்கர்கள். அதுவும் பெரும்பாலோர், இன்றைய துருக்கி எனப்படும் பழங்கால இயோனா என்ற கடற்கரையை ஒட்டிய இடத்தில் வாழ்ந்த ஆதிவாசிகளின் பரம்பரையைச் சேர்ந்தவர்கள்தாம். இந்த சமுதாயக் கலாச்சாரத்தில் பெண்கள் சுதந்திரமானவர்களாகவும், பலசாலிகளாகவும் இருந்தனராம். சில பெண் கணிதவியலாளர்கள். இந்தக் காலத்தை "ஏதென்ஸின் பொற்காலம்" என்றும் அழைக்கின்றனர். இந்த பெண் கணிதவியலாளர்களில் முதல் பெண் என்பவர் கணிதமேதை அய்த்ரா (Aythra) என்று அழைக்கப்படுகிறார். அய்த்ரா என்ற சொல்லுக்கு தூய்மை/தெளிவு என்று பொருளாம். இந்தப் பெண்களின் பட்டியலில் கடைசியில் வந்து இணைபவர், கொடூரமாக மத வெறியர்களால் கிழித்து எறியப்பட்ட ஹைபேஷா என்ற பெண் கணிதவியலாளரும், வானவியலாளரும் ஆவார்.ஆண்கள் அவரது அதீத திறமையை முன்னிட்டே தவிர்க்க முடியாமல் குறைவாக மதிப்பிட்டே பதிவு செய்தனர்.

டாமோவின் இரத்தங்கள், கணிதம்.

கிரேக்கத்தில் குரோடோன் நகரில் வாழ்ந்த கணிதமேதை பித்தாகரஸ் மற்றும் தியானோவின் மகள்களில் ஒருவர் டாமோ (Damo. 535 BC-475 BC). அவர் குரோட்டோனில் பிறந்தவர். அவரது பெற்றோர் இருவரும் தத்துவமேதைகள் மற்றும் கணிதத்தில் விற்பன்னர்கள். அவரது சகோதரிகள் அரிக்நாட், மையா. சகோதரர் டேலாஜெஸ்.டாமோ குரோட்டோனிலேயே படித்து, வரும் மாணாக்கர்களுக்கு அங்கேயே கல்வியும் போதித்தார். டாமோ அவரது திறமையால், அவரது தத்துவம், கணிதத்திறமை, அவரது பொறுப்பான

Empedocles

செயல்பாடு இவற்றால் பெருமை பெற்றார். பித்தாகரஸ் இறப்புக்கு முன்னரே, பித்தாகரஸ் தனது மகள் டாமோவின் திறமை மற்றும் பொறுப்பை நம்பி தனது கையெழுத்துப் பிரதிகளை எல்லாம், டாமோவிடம் கொடுத்துப் பத்திரமாக வைத்திருக்கச் சொன்னார். இதனை பின்னர் தன் மகளான பிடலே (Bitale) மூலம் பத்திரமாக வைத்திருந்து பதிவும் செய்து தந்தார். குரோட்டோனில் பித்தாகரசின் பள்ளி மூடப்பட்டபோது, டாமோ ஏதென்ஸ் நகருக்கு இடம் பெயர்ந்தார். அங்கும் டாமோ தத்துவம் மற்றும் கணிதம் போதித்தார். பித்தாகரசுக்குப் பின் டாமோ மற்றும் டேலாஜெஸ் தான் கணித ஆசிரியராக இருந்தனர் என்றும், கி.மு 5ஆம் நூற்றாண்டில் வாழ்ந்த எம்பீடொக்லெஸ் (Empedocles.) என்ற தத்துவஞானிக்கு கல்வியும், கணிதமும் போதித்தனர் என்றும் தெரியவருகிறது.

பித்தாகரஸ் பள்ளியில் பெண்கள்.

பழங்கால கிரீசில் பித்தாகரஸ் காலத்தில் வாழ்ந்த பெண் கணிதவியலாளர்கள் ஏராளமாக உள்ளனர். அவர்களில் சிலர் முக்கியமானவர்கள். பித்தாகரசின் ஆசிரியரும், அவரை உருவாக்கியவருமாகிய, தெமிச்டோக்லையா (Themistocleia) ஒருவர். இவர் கி.மு. 6-ஆம் நூற்றாண்டில் வாழ்ந்தார். இவரை பித்தாகரசுக்கு ரொம்பவும் பிடிக்கும். அவரின் சீடராகவும் இருந்தார். அதனாலேயே பித்தாகரஸ் தன் பள்ளியில் பெண்களுக்குச் சுதந்திரமும், படிக்கும், போதிக்கும் வாய்ப்பும்

மற்றும் ஆராய்ச்சியும் வழங்கப்பட்டது என்றும் சொல்லப்படுகிறது. பித்தாகரசின் மாமியாரான டைனோ (Deino, 6th century B.C.) பித்தாகரசின் மாணவராகவும், பள்ளியில் போதகராகவும் இருந்தார். எலோரிஸ்(Eloris), பின்டைஸ் (Phintys)மற்றும் மெலிசா (Melissa) ஆகிய பெண்களும் பித்தாகரசின் மாணவர்களே.

கணிதப் போதகர்கள் பெண்கள்.

டைமிச்சா (Tymicha) என்ற பெண் ஸ்பார்டாவிலிருந்து கணிதம் பயில மற்றும் போதிக்க பித்தாகரசிடம் வந்தவர். அவர் பித்தாகரசின் பள்ளிக்கு நிறைய அர்ப்பணிப்புகளைத் தந்துள்ளார் என அயம்ப்ளிசூஸ் (Iamblichus) என்ற வரலாற்றியலாளர் தெரிவிக்கிறார். ஆனால் அவர் கருவுற்றிருந்த போதும் கூட பித்தாகரஸ் பள்ளியின் ரகசியங்களைச் சொல்லுமாறு சைராகுயூசின் கொடூரனான டையோநிசியசால் (Dionysius) நிர்பந்திக்கப்பட்டார். ஆனாலும் கூட பித்தாகரசைக் காட்டிக் கொடுக்காமல், தன் பல்லாலேயே தன் நாக்கைக் கடித்து வெட்டிக்கொண்டார்.அதன் பின் இறந்தார். இருப்பினும் அந்தக் கொடூரன் பித்தாகரசின் நிறைய மாணவர்களையும், ஆசிரியர்களையும் கொலை செய்தான். அது மட்டுமல்ல; தாலமைஸ், லைசிஸ், ரைடாக்கோ, ஊக்கேலோ, எக்கலோ, க்கிலோனுஸ், க்ரதீஸிலையா என ஏராளமான பெண்கள் பித்தாகரஸ் பள்ளியில் பணியாற்றி கணிதம் போதித்துள்ளனர். சாக்ரடீசின் ஆசிரியரான டையோடிமா (Diotima, 6th-5th cenury B.C.)வும் பித்தாகரஸ் கணிதக் கூடத்தில் பணியாற்றிய பெண் கணிதமேதை. பிளாட்டோ என்ற தத்துவஞானியின் தாயான பெரிக்தியோன் (Periktione)என்பவரும் பித்தாகரஸ் பள்ளியில் பணியாற்றியவர்தான். எனவே, பதிவு செய்யப்பட்ட பெண் கணிதமேதைகள் குறைவாக இருந்தாலும், ஏராளமான பெண்கள் கல்விக்கும், கணிதத்திற்கும் தங்களின் அர்ப்பணிப்பைச் செய்துள்ளனர் என்பது தெரியவந்துள்ளது.

□

2

பெண் கணிதவியலாளர் தியானோ கி.மு.546

2010, சர்வதேச பெண் விஞ்ஞானிகள் ஆண்டு!

பெண் விஞ்ஞானிகளை சிறப்பிக்கும் பொருட்டு, 2010ஆம் ஆண்டு பெண் விஞ்ஞானிகள் ஆண்டு என அறிவிக்கப்பட்டது. சுமேரியர்கள்தான் முதன் முதலில் கி.மு. 7,000 களில் எழுத்துகளைப் பயன்படுத்தியவர்கள் என்றும் சொல்லப்படுகிறது. அந்தந்தக் கால கட்டத்தில், அறிவியலில் சிறந்தவர்கள் பலர் வாழ்ந்திருப்பார்கள். பலரின் பெயர்கள் பதிவு செய்யப்பட்டு இருக்கும். சிலரின் பெயர்கள் பல்வேறு காரணங்களால் பதிவு செய்யாமல் விடுபட்டிருக்கக் கூடும். அப்படி விடுபட்டவற்றில், சில பெண்களைப் பற்றிய கல்வி, அவர்களின் திறமைகள், போன்றவையும்கூட இருந்தன. கி.மு. 3,700 களிலிருந்தே பெண்களைப்பற்றிய பதிவுகள் மிகக் குறைவாகவே உள்ளன. நாகரிக காலம் என்று சொல்லப்படும் இந்தக் காலத்திலேயே பெண்களின் படிப்பும் திறமையும் ஒதுக்கப்படுகிறது, எனில் சுமார் 5,000 ஆண்டுகளுக்கு முந்தைய பெண்களின் நிலையை எண்ணிப் பாருங்கள்! உலகம் மறந்த, உலகத்தால் இருட்டடிப்பு செய்யப்பட்ட, மறைக்கப்பட்ட பெண் விஞ்ஞானிகள் ஏராளம் பேர் உள்ளனர். அவர்களில் ஒரு சிலரைப் பற்றிய தரவுகள்

எப்படியோ கசிந்து நமக்குக் கிடைத்துள்ளன என்றால் மகிழ்வு தானே!

குரோட்டோனின் தியானோ

இத்தாலி கடற்கரையில் குரோட்டோன் என்ற ஊர் உள்ளது. எப்போது குழந்தை பிறந்தாலும், அதனை மக்கள் கொண்டாடுவது இயல்புதானே. அதுவும் அரசனின் மகவு என்றால் கேட்கவும் வேண்டுமா? அப்படி ஒரு பெண் மகவு கி.மு. 546ல், அன்றைய கிரீஸ் நாட்டில் (இன்றைய இத்தாலி) தென்கடற்கரை ஓர நகரமான குரோட்டோனில் பிறந்தது. அந்தப் பெண் மகவு இந்த உலகில் பல ஆயிரம் ஆண்டுகள் பேசுபொருளாக இருக்கப்போகிறது என்ற அரிய உண்மை அன்றைக்கு அந்தக் குழந்தையின் பெற்றோருக்குத் தெரிந்திருக்க வாய்ப்பே இல்லை. அந்தப் பெண் செல்லத்துக்கு செல்லமாக தியானோ என்று பெயர் சூட்டினார்கள். அந்தக் காலத்தில் தியானோ என்ற பெயர் வைப்பது ரொம்ப பிரபலமான வழக்கமாக இருந்தது. (நம்ம ஊரில் திரைக்கலைஞர்கள் பெயர்களை வைப்பதில்லையா? அது போல்தான்). அந்தக் காலத்தில் தியானோ என்று பெயருள்ள இருவர் பற்றி குறிப்பிடப்பட்டுள்ளது. நம் கதையின் நாயகி தியானோ முதல் தியானோதான். இரண்டாவது தியானோ இவருக்குப் பின்னர் கிரேக்கத்தில் கி.மு. 500 களில் வாழ்ந்தவர்.அவரும்கூட பின்னாளில் பித்தாகரஸ் கல்வி நிறுவனத்தில் இருந்தவர் என்றும் குறிப்பிடப்பட்டுள்ளது. கிரேக்க புராணக் கதையின்படி, ஏதெனா நகரின் பெண் ராஜகுருவின் பெயரும் கூட தியானோதான். இவர் திராசியன் அரசரின் பெண்; அன்டேனாரின் மனைவியும் கூட.

தியானோவின் பிறப்பு: கருத்து மோதல்

அன்று நிலவிய ஒரு கருத்துப்படி, தியானோ என்பவர் கிரேக்கத்தின் கிரேட் (Crete) பகுதியிலிருந்து வந்தவர் என்றும், இவரது தந்தை பைதொனாக்ஸ் (Pythonax) என்றும் சொல்லப்படுகிறது. இன்னொரு தகவல் வேறு விஷயத்தைப் பேசுகிறது: தியானோ புரோண்டினசின் (Brontinus) மகள் என்றும், குரோட்டோன் நகரிலிருந்து வந்தவர் என்றும் கூறப்படுகிறது. எது எப்படி இருந்தாலும் தியானோ ஒரு கணிதவியலாளர் என்பதில் யாருக்கும் மாற்றுக் கருத்து இல்லை. இந்த தியானோ என்ற பெண் விஞ்ஞானி கி.மு. 6 ஆம் நூற்றாண்டில் வாழ்ந்தவர் என்பது பதிவுகள் மூலம் தெளிவாகவே அறியப்படுகிறது. தியானோவுக்கு நல்ல கல்வி ஞானம் இருந்தது. இது அவரது தந்தையின் மூலம் தரப்பட்டது. தியானோவின் குழந்தைப்பருவம் மற்றும் இளமைக்காலம் பற்றி ஏதும் அறியப்படவில்லை .

முதல் கணிதவியலாளர் பித்தாகரஸ்!

பித்தாகரஸ் அந்தக் கால கிரேக்கத்தில் வாழ்ந்த தத்துவ ஞானி. கி.மு. 540 களில் கணிதத்தை வாழ்வியலோடு இணைத்து மக்களுக்கு அருமையாகப் போதித்தவர் பித்தாகரஸ்தான். மேலும் தனது வாழ்க்கையை இந்தச் சமூகத்தின் அரசியல், நீதிபோதனை மற்றும் நல்ல நெறிகளுக்காக அர்ப்பணித்துக்கொண்டார். பித்தாகரஸ்தான் பழங்காலக் கிரேக்கத்தின் அறிஞர் என்றும், முதல் கணிதவியலாளர் என்றும் போற்றப்படுகிறார். கி.மு 569 ல், இந்த உலகைக் காண வந்த பித்தாகரஸ், தனது 18 வது வயதில்

சாமோஸ் தீவை விட்டு தேசாந்திரியாகப் புறப்பட்டார். மேலும் மத்தியதரைக்கடல் பகுதி நாடுகளைச் சுற்றித் திரிந்தார். எதற்குத் தெரியுமா? அங்கு வாழும் கல்வியில் சிறந்த மேதைகளைச் சந்தித்து பல அரிய விஷயங்களைத் தெரிந்து கொள்வதற்குத்தான்.

பித்தாகரசும், தாலசும்.

பித்தாகரஸ் தன் 18-20 வயதுகளில் மிலிட்டஸ் நகரில் வாழ்ந்த தாலஸ் என்ற சிறந்த தத்துவஞானியைச் சந்தித்தார். தாலஸ் சாக்ரடீசுக்கு முன்னர் வாழ்ந்த தத்துவஞானி ஆவார். தாலஸ் பித்தாகாரசுக்கு ஏராளமான வானவியல் மற்றும் கணிதம் பற்றிய வியத்தகு தகவல்களை வாரி வழங்கினார். அவர்தான் பித்தாகரசிடம், நீ எகிப்து சென்றால் வானவியல் மற்றும் கணிதம் தொடர்பான அறிவுத்தேடல்களை அறிந்து கொள்ள முடியும் என்ற தூண்டுதலைத் தந்தவர். அதன் பின்னரே பித்தாகரஸ் கி.மு 535 ல் எகிப்து, பாபிலோன், கிரேட் மற்றும் ஸ்பார்ட்டாவுக்கும் பயணித்தார்.

பித்தாகரஸ் குரோட்டோன் வருகையும், தியானோ சந்திப்பும்

பித்தாகரஸ் கி.மு 531ல், தனது 56 வது வயதில் இத்தாலியின், (கிரேக்கத்தின்) குரோட்டோன் நகருக்கு வருகை புரிந்தார். இந்த கால கட்டத்தில்தான், தியானோ குரோட்டோன் மற்றும் சாமோஸ் நகர்களில் மக்களுக்கு கணிதம் கற்பித்துக் கொடுத்துக் கொண்டு இருந்தார். தியானோவும் ஓர் அற்புதமான கணிதவியலாளர். அது மட்டுமல்ல, இயற்பியல், மருத்துவம், குழந்தை மனநலம் மற்றும் நிர்வாகத்திறமைகளில்

கைதேர்ந்தவர். தியானோ அப்போது பித்தாகரஸ் குரோட்டோனுக்கு வந்திருந்ததைக் கேள்விப்பட்டார். பித்தாகரஸின் திறமையையும், பெருமையையும், முன்னமேயே அறிந்திருந்த காரணத்தால், தியானோ உடனேயே பித்தாகரஸைப் பார்ப்பதற்காகச் சென்றார். தியானோ பித்தாகரஸை நேரில் கண்ட பின்னர் பல அரிய கணிதத் தகவல்களை அவரிடம் விவாதித்தார். பின்னர் பித்தாகரசின் திறமை கண்டு வியந்து, அவரிடமே கணிதம் பயின்றார் தியானோ.

பித்தாகரஸின் கணித நிறுவனமும், பெண்களின் உயர்வும்

பீட்டர் கார்மன் என்ற வரலாற்றியலாளர், பித்தாகரஸ் மற்றும் தியானோ பற்றி மிக உயர்வாகக் கூறுகிறார். அதன்படி பித்தாகரஸ் மிகவும் உயரமான மனிதராகவும், கம்பீரமான தோற்றம் உடையவராகவும், மற்றவர்கள் மனத்தைக் கவரும் குரல் வளம் கொண்டவராகவும் இருந்தார் என்று விவரிக்கிறார். பித்தாகரஸ் தன்னுடன் சில உயர்குடிச் சீடர்கள் வட்டத்தை உருவாக்கி, குரோட்டோன் நகரில் ஒரு கணிதம் போதிக்கும் கல்வி நிறுவனத்தை நிர்மாணித்தார். இந்தக் கல்வி நிறுவனத்தில் கணிதம்தான் முக்கியத்துவம் தந்து கற்பிக்கப்பட்டது. இந்த நிறுவனத்தின் செயல்பாடுகள் அனைத்தும் ரகசியமாகவே இருந்தன. பித்தாகரஸின் மறைவுக்குப் பின்னரே, இவை அனைத்தும் வெளியுலகுக்குத் தெரிய வந்தன. இங்கு பெண் ஆண் இருவரையும் சமமாகப் பாவித்ததற்கான சான்றுகள் இருக்கின்றன. பித்தாகரஸ் பெண்களுக்கு அதிக மதிப்பும், மரியாதையும் தந்தார். பித்தாகரஸின் பள்ளியில் 28 பெண்கள் ஆசிரியர்களாகவும், ஆராய்ச்சியாளர்களாகவும் இருந்தனராம். அதைத் தவிர 300 மாணவர்கள் அங்கு தங்கிப் படித்தனராம். இந்தக் கணித நிறுவனத்தில் தியானோ தவிர, அரிஸ்டோகிளியா

(*Aristoclea*), என்ற பெண் கணிதவியலாளரும், பெண் மாணாக்கர்களும் இருந்தனராம். மற்ற இடங்களில் பெண்களுக்குக் கல்வியும், அரசியலும் மறுக்கப்பட்டிருந்த கால கட்டம் அது. அப்போது பெண்கள் உரிமைகள் அற்ற ஒரு பொருளாகவே/ சொத்தாகவே கருதப்பட்டார்களாம்.

பித்தாகரஸ் கல்வி நிறுவனச் சூழல்

இயாம்பிளிகஸ் (Iamblicus) என்ற வரலாற்று ஆய்வாளர் பித்தாகரஸின் கல்வி நிறுவனம் பற்றி மிகச் சிறப்பாகவே எடுத்துரைக்கிறார். அவரது கூற்றுப்படி, பித்தாகரஸின் நிறுவனத்தில் ஒழுக்கம் கறாராகக் கடைபிடிக்கப்பட்டது. அவ்விடத்தில் சைவ உணவே உண்ணப்பட்டது; பெண், ஆண் சமத்துவம் இருந்தது; ஒரு கட்டுக்கோப்பான வாழ்க்கை நிலையிலேயே அவர்கள் வாழ்ந்தனர். சமயக் கல்வியும், அனைவருக்கும் பொதுவான உணவும், உடற்பயிற்சியும், வாசிப்பும், இசையும், தத்துவக்கல்வியும் சமமாகவே சொல்லித் தரப்பட்டன. வாழ்க்கையின் முக்கிய ஆதாரமாக இசையும், கூட்டு வாழ்க்கையுமே என்று கருதப்பட்டது. அவர்கள் உறங்கும் முன்னரும், விழிக்கும்போதும், நினைவுச் சக்தியைத் தூண்டும் வகையில், கவிதைகளையும், அப்பல்லோ என்ற கிரேக்கக் கடவுளின் பாசுரங்களையும் பாடி மகிழ்ந்தனர்.

பித்தாகரஸ் கல்வி நிறுவனத்தில், பெண்-ஆண் ஆசிரியர்கள்,

மாணாக்கர்கள் அனைவரும் மதமாச்சரியம் இன்றி ஒரு கூட்டுச் சமூகமாகவே வாழ்ந்தனர். அறிவியலும் மதமும் அந்தக் காலத்தில் பிரிக்க முடியாதபடி, இரட்டையர்களாகவே இருந்தன.மேலும் இந்த நிறுவனத்தில் இயற்கைத் தத்துவத்தை அறிவு பூர்வமாகக் கற்றுத் தந்தனர்.

தம்பதியான பித்தாகரசும் தியானோவும்

தியானோ பித்தாகரசை விட 36 வயது சிறியவர். இருப்பினும் கூட தியானோவுக்கு பித்தாகரஸின் மேல் அதீத ஈடுபாடும், ஈர்ப்பும், அர்ப்பணிப்பும் கொண்டிருந்தார். எனவே பித்தாகரஸ் அவர்களையே வாழ்க்கைத் துணையாக ஏற்பது என முடிவெடுத்து, திருமணமும் செய்துகொண்டார். அதன் பின்னர் பித்தாகரஸ் மற்றும் தியானோவும் இணைந்து பித்தாகரஸின் கல்வி நிறுவனத்தைக் கருத்தோடு கவனித்து நிர்வகித்தனர். பித்தாகரஸ்- தியானோ தம்பதியருக்கு 5 குழந்தைகள் பிறந்தனர். அவர்களில், டாமோ, மைரியா மற்றும் அரிக்நோட் *(Damo, Myria and Arignote)*

என்ற பெண்மகவுகளும், மனோசார்க்ஸ் மற்றும் தெலகஸ் (Manesarchus and Telauges) என்ற இரு ஆண் குழந்தைகளும் இருந்தனர்.

பித்தாகரஸ்-முதுமை

கணித நிறுவன அழிப்பும் பித்தாகரஸ் கொலையும்

அப்போது பித்தாகரஸின் கல்வி நிறுவனம், குரோட்டோன் நகரத்தின் அரசையும், தன் கட்டுப்பாட்டுக்குள் கொண்டு வந்தது.இதனால் ஆத்திரமும், கோபமும் கொண்ட அரசு அதிகாரிகள், கல்வி நிறுவனத்தின் மேலுள்ள புகழையும், புனிதத்தையும், ஆளுமையையும் குறைத்து, அதன் மேல் வஞ்சம் தீர்க்க முடிவு எடுத்தனர். முக்கியமாக அந்தக் கல்வி நிறுவனத்தில் இணைய முடியாத, சைலோன் (Cylon) என்பவரை அங்கு நிகழ்த்த இருந்த கொடுமையான நிகழ்வின் முதன்மை சூத்திரதாரியாக உருவாக்கினர். அவரே கல்வி நிறுவனத்தை சூசகமாக குலைக்கத் திட்டமிட்டார். விளைவு? பித்தாகரசின் கல்வி நிறுவனம், சைலோன் தலைமையில் கோர தாண்டவமாடி சூறையாடி அழிக்கப்பட்டது; எரிக்கப்பட்டது. பித்தாகரஸின் ஏராளமான பதிவுகளும் தீயின் கங்குகளுக்கு இரையாயின. மாணவர்களும், ஆசிரியர்களும் கொலை செய்யப்பட்டனர். சிலர் நாடு கடத்தப்பட்டனர். இந்தச் சமயத்தில்தான் பித்தாகரசும் கொல்லப்பட்டார். பித்தாகரஸ் (கி.மு.500/495) மரணிக்கும் தறுவாயில் அவரது வயது 90 இருக்கும் என்றும் கணிக்கப்பட்டுள்ளது.

சாம்பலிலிருந்து உயிர்த்தெழுந்த பறவை தியானோ

தியானோ எதிராளிகளின் தாக்குதலிருந்து எப்படியோ தப்பிப் பிழைத்து சாதுர்யமாக உயிர் தப்பினார். கணவர் பித்தாகரஸின் இறப்புக்குப் பின்னர், சிதைந்து போன பித்தாகரஸின் கல்வி நிறுவனத்தை, மீண்டும் தனது 3 பெண்கள் உதவியுடன் திறம்பட நிர்மாணித்தார். ஆனால், பித்தாகரஸ் தனது ஆராய்ச்சி,

கண்டுபிடிப்புகள், மற்றும் பதிவுகளை, தான் உயிருடன் உள்ளபோதே, தனது மூத்த மகள் டாமோவிடம் கொடுத்துப் பத்திரமாக வைத்திருக்கச் சொல்லி இருந்தார். மகள் டாமோ, தங்கத்தைவிட மிக்க பாதுகாப்புடன் தந்தை கொடுத்த பதிவுகளைப் பாதுகாத்து வைத்திருந்தார். அதனால்தான், பித்தாகரஸ் இறப்புக்குப் பின்னர் அவற்றை முக்கியமான அடிப்படை ஆவணங்களாக, தொகுப்புகளாக உலகுக்குத் தர முடிந்துள்ளது. அதுமட்டுமின்றி, தாய் தியானோவும் மற்றும் அவரது மகவுகளும் நிறுவனத்தைத் திறம்பட செழுமையாக நடத்தினார்கள். பித்தாகரசின் மகளான டாமோ தன் தந்தையின் கையெழுத்துப் பதிவுகளை/பத்திரமாகப் பாதுகாத்து மீண்டும் பதிப்பித்து உயிர் கொடுக்க,கணிதம் பரப்பும் மையமாக பித்தாகரஸ் கல்வி நிறுவனம் திகழ்ந்தது.

தியானோ &-பித்தாகரஸ் மகள்களின் சிறப்பு

தியானோவும் அவரது மகள்களும் குரோட்டோனில் மிகச் சிறந்த மருத்துவர்களாகவும் புகழ்பெற்று விளங்கினர். டாமோ, மைய்யா மற்றும் அரிக்நோட் என்ற இவரின் பெண்கள் பித்தாகரஸ் பள்ளியைப் பெருமையுடன் நடத்த உதவினர். இவர்கள் மூவரும் தத்துவஞானிகள்தாம். பித்தாகரசின் கொள்கைகளை, கருத்துகளைப் பரப்பும் மையமாக பித்தாகரஸ் கல்வி நிறுவனம் திகழ்ந்தது. தியானோ, மற்றும் மகள் டாமோ இருவரும்தான் பித்தாகரசின் உழைப்பை உலகுக்கு வெளிப்படுத்தியவர்கள்.

இரண்டாவது மகள் மைய்யா, குழந்தைகளின் சத்து மிகுந்த உணவுத் தேவை, அவற்றுக்கிடையே உள்ள சம நிலை, மற்றும் நிறைய தகவல்கள் பற்றி பதிவு செய்துள்ளார். தியானோ. பித்தாகரசின் மூன்றாவது மகளான அரிக்னோட் சாகாவரம் பெற்ற எண்களின் இன்றியமையாமை பற்றியும், பிரபஞ்சம், சொர்க்கம், பூமி மற்றும் மதம்-சமயம் இவற்றுடன், அந்த எண்களுக்குள்ள தொடர்பு மற்றும் காரணம் பற்றியும் எழுதியுள்ளார். உலகிலுள்ள அனைத்துப் பொருள்களும் கணிதத்துடன் தொடர்பு கொண்டவை; கணிதத்தின் மூலமே இவற்றை நன்கு கணிக்க மற்றும் அறிய முடியும் என்றும் கூறியுள்ளார்.

பித்தாகரஸ் பள்ளியின் நிர்வாகி தியானோ

தியானோ மற்றும் பித்தாகரஸ் தம்பதியின் மகன்களில் ஒருவரான டேலஜெஸ்தான், பித்தாகரஸ் பள்ளி அறிவுப்பூர்வமாய் வளர்ச்சி பெற மிகவும் உதவினார். தியானோ கணிதம்,இயற்பியல், மருத்துவம், குழந்தை மனநலம் போன்றவை பற்றிய அடிப்படை புத்தகங்களை எழுதியுள்ளார். அவரே பித்தாகரசின் கல்வி நிறுவனத்தில் கணிதம் போதித்தார். அந்த நிறுவனம் பித்தாகரஸின் கொள்கைகளை உலகம் முழுதும் பரப்பும் கணிதம் மற்றும் தத்துவத்தின் மையக்கூடமாகத் திகழ்ந்தது. தியானோவின் உழைப்பும், ஒப்படைப்பு உணர்வும் இன்றி பித்தாகரசின் கருத்துகள் மத்திய தரைக்கடல் பகுதியில் பாதிப்பையும் தாக்கத்தையும் ஏற்படுத்தி இருக்க முடியாது; பித்தாகரசின் கொள்கைகள் பரவி இருக்கவும் வாய்ப்பு இல்லை என வரலாற்றுப் பதிவாளர்கள் கருத்து தெரிவிக்கின்றனர்.

திறமையின் உருவான தியானோ

தியானோவும், அவரது இரு பெண்களும் அற்புதமான, திறமைமிகு மருத்துவர்கள். பித்தாகரசின் கருத்துப்படி, மனித உடல் என்பது இந்த பிரபஞ்சத்தின் சிற்றுருவே என்பதுதான். அக்கால மருத்துவரான யூரிபொன் (Euryphon)னிடம், தியானோவும், அவரது இரண்டு பெண் மகவுகளும் குழந்தை உருவாக்கம் பற்றிக் கூறும்போது, 7 வது மாதத்துக்குப் பிறகு பிறக்கும் கரு உயிருடன் இருக்கும்; பிறந்தால் காப்பாற்றலாம் என்றும் வாதிட்டனர். இந்த நிறுவனத்தில் பலரை ஆழ்ந்த அறிவுடன், பிடிப்புடன் உருவாக்கியவர் தியானோதான். எனவே பித்தாகரசின் கணித நிறுவனம், தியானோ மற்றும் அவர்களின் இரண்டு பெண்களுக்குப் பின்னரும், சுமார் 200 ஆண்டுகள், ஆல்போல தழைத்து, அருகுபோல வேர்விட்டு, நீடித்து இருந்தது. கி.மு 3ஆம் நூற்றாண்டிலும் கூட, அந்த நிறுவனத்தில் பெண் ஆசிரியர்களும், மாணவர்களும் இருந்தனராம்.

ஆசிரியர், மாணவர் கூட்டு வாழ்க்கையும்- சதுரத்தின் பரப்பு

பித்தாகரசின் நிறுவனத்தில், ஆசிரியர்களும், மாணவர்களும் ஒரு சமூகமாக வாழ்ந்தது மட்டுமின்றி, ஒன்றாக அமர்ந்து, பல விஷயங்களை விவாதித்து அதனையே முடிவாக எழுதினாராம். அவர்கள் பித்தாகரஸ் நிறுவனத்தில் பதிவு செய்தவை அனைத்தும்

பித்தாகரசின் பெயரிலேயே வெளியிடப்பட்டன. நாம் இன்றைக்குப் படிக்கும் பித்தாகரஸ் தேற்றங்களை எழுதி, தொகுத்து, பித்தாகரஸ் தேற்றம் என்ற பெயரில் வெளியிட்டவர் தியானோதான். இதில் சதுரத்தில் பக்கங்களின் கூட்டுத்தொகை என்பது அதன் செங்கோண முக்கோணங்களின் கூட்டுத்தொகையே. பரப்பு என்பதும் அதுவே.

பித்தாகரஸ் தேற்றம் அனைத்தும் அனைவரும் கூட்டாக செயல்பட்டு எழுதியதால், யார் எந்தத் தேற்றத்தை, எந்த விஷயத்தை, எந்தத் தகவலை எழுதினார்கள் என்பதைத் தனித்தனியாகக் குறிப்பிட்டு அறியமுடியாமல் போய்விட்டது. மேலும் தியானோதான் பித்தாகரஸ் நிறுவனத்துக்கு முழுப்பொறுப்பு என்பதால், அவரின் பதிவும் அதில் அதிகமாகவே இருந்ததாம். பித்தாகரஸ் எழுதிய எந்த அசலான எழுத்தும், பதிவும், வரைவுகளும் எதுவுமே நமக்கு நேரிடையாகக் கிடைக்கவில்லை. மேலும் அவரைப்பற்றி அதிகம் எழுதிய பிளாட்டோ, மற்றும் ஹெரடோடஸ் (*Plato and Herodotus*) போன்றோர் மூலமாகத்தான் பித்தாகரஸ், தியானோ மற்றும் அவரின் பெண்களின் சாதனைகள், எழுத்துகள் மற்றும் திறமைகள் உலகுக்குத் தெரிய வருகின்றன. அந்த நிறுவனத்தில வாழ்ந்த அனைவருமே, பொதுச் சொத்தாகவே கருதப்பட்டனர்.

தியானோவின் பதிவுகள்

நமக்குக் கிடைத்திருக்கும் தரவுகளின்படி,தியானோவின் படைப்புகள், குறிப்புகள், எதனாயஸ், சூய்தாஸ், டையோஜீன்ஸ், லார்டியஸ் மற்றும் இம்பிளிகஸ் (*Athenaeus, Suidas, Diogenes, Laetius and Iamblichus*) போன்றவர்கள் மூலமே, தெரியவருகின்றன. அவைகளில், பித்தாகரசின் வாழ்க்கை வரலாறு, தங்க சராசரி தேற்றம், எண் தியரி, முதன்மை எண்கள், விண்வெளியியல், பிரபஞ்சத்தின் உருவாக்கம் பெண்களுக்கான அறிவுரை, ஒழுக்கநெறி, கடமை உணர்ச்சி, நேர்மை, பித்தாகரசின் தத்துவஞான கருத்துகள் என ஏராளமான படைப்புத் தொகுப்புகளை உருவாக்கியுள்ளார் தியானோ. சாமோஸ் கற்றுத் தந்த கணிதம், பிரபஞ்சத்தின் உருவாக்கம், பெண்களுக்கான அறிவுரை, ஒழுக்கநெறி, கடமை உணர்ச்சி, நேர்மை, பித்தாகரசின் தத்துவஞான கருத்துகள் என ஏராளமான படைப்புத் தொகுப்புகளை உருவாக்கியுள்ளார் தியானோ. ஆனால் எந்த

இடத்திலும் தியானோவின் தனிப்பட்ட வாழ்க்கை பற்றிய தகவலே இல்லை. மேலும் குரோட்டோன் நகரில் கணிதம், கற்றுத் தந்தார் சாமோஸ். தியானோ, இயற்கையில் பூக்கள் மற்றும் இலைகளில் காணப்படும் அமைப்புகளைக் கவனித்து, அதில் அடங்கிக் கிடக்கும் கணிதத்தின் தொடர்பும், உறவும் தெரிந்து கொண்டார். பின்னர் அதன் தொடர்பாக தங்க சராசரி விகிதம் (Golden mean/golden mean ratio) என்ற அற்புதமான கணிதவியல் புத்தகம் எழுதினர்.

தியானோவின் தங்க சராசரி விகிதம்!

தியானோவின் ஆவணங்களிலேயே மிகவும் முக்கியமானதும், சுவையானதும் தங்க சராசரி விகிதம் தான். அதுதான் தங்க சராசரி விகிதத்தின் மூலக்கோட்பாடு (The Principle of the Golden Mean) என்றும் கூறப்படுகிறது. இது கணித ஜியோமிதியின் பை (pie, π=3.14159....) என்பதைப் போன்றே மாறாதது. இது கூறுபடா எண் (irrational number) என்று சொல்லப்படுகிறது. இதுவும் கூட கிரேக்கத்திலும், நமது வழக்கிலும் கூட பை (pai-Phi-II) என்றே அழைக்கப்படுகிறது.

இதுதான் இயற்கை அமைப்பிலுள்ள தொடர்புகளையும், உறவுகளையும் எளிமையாக விளக்குகிறது.. இதனுடைய தசம எண் சுமாராக 1.6180 என்பதே. அதுவே, நம் அன்றாட வாழ்விலும், கணிதத்திலும் பயனுள்ளதுமான பல தகவல்களைத் தந்துள்ளது. அதற்காக உலகம் அவருக்கு நன்றி செலுத்தக் கடமைப்பட்டுள்ளது.

தியானோவின் தங்கவிகிதப் பயன்பாடு

தியானோவின் தங்க சராசரி விகிதம் என்பது கலை மற்றும் கட்டிடக்கலையில் மிகவும் பயனுள்ளதாகவே இருந்தது.. தியானோ தொகுத்துத் தந்துள்ள தங்க சராசரி விகிதத்தை அடிப்படையாக வைத்தே, எகிப்தியர்களும், கிரேக்கர்களும் பெரிய பெரிய கட்டிடங்களையும், நினைவகங்களையும் அரச மாளிகைகளையும் எழுப்பினர் என வரலாறுத் தரவுகள் சொல்கின்றன. இயற்கையில் அமைந்துள்ள செடிகளின் வளர்ச்சி அமைப்பைக் கவனிக்கும்போது, அவை, தங்க சராசரி விகிதம், மற்றும் தங்க செவ்வக அமைப்பிலேயே இருப்பதை இப்போது மக்கள் அறிகின்றனர். இயற்கை அமைப்பில் உருவான நத்தை, நாட்டிலஸ் (Nautilus) விலங்கின் ஓடு, சூரிய காந்தி மலர்

மற்றும் கள்ளியின் இலை அமைப்புகளைச் சுற்றியும். எதிர்ச் சுற்றிலும், காணப்படுவது தங்க சராசரி விகிதமே.

தங்க விகிதம்

நமது கை, முகம், உடல், இலை, செடி, மலர், மரம், மரவட்டை, சிலந்தி வலை, பூச்சியின் அமைப்பு, தேன்கூடு மற்றும் பால்வழி மண்டலம் உட்பட, அனைத்து விஷயங்களின் அமைப்பும், கணித தங்க சராசரி விகிதத்தை ஒட்டியே அமைந்துள்ளன என்றால், ஆச்சரியமான தகவல் அல்லவா? பின்னர் உருவான பைபோனாச்சி எண் அமைப்புக்கும், தங்க சராசரி விகிதத்தைச் சார்ந்த இரண்டுக்கும் நெருங்கிய தொடர்பு உண்டு.

தியானோவின் வானவியலில் கணிதமும் இசையும்..!

தியானோ, சுமார் 2,500 ஆண்டுகளுக்கு முன்பே, பிரபஞ்சம் பற்றிய கருத்தை மிகத் தெளிவாக எழுதி வைத்துள்ளார். அது தொடர்பாக தீவிர நம்பிக்கையுடன் விவாதமும் செய்தார். சூரியன், சந்திரன், சனி, வியாழன், செவ்வாய், வெள்ளி, மற்றும் புதன், பூமி, பூமியின் மையம் மற்றும் விண்மீன்கள் அடங்கிய 20 அடர்வான கோளங்கள் அடங்கியது தான் பிரபஞ்சம் என அந்தக் காலத்திலேயே கணித்தவர் தியானோ என்ற பெண் கணிதவியலாளர் தான். மேலும், சூரிய மண்டலத்தின், சந்திரன், சனி, வியாழன், செவ்வாய், வெள்ளி மற்றும் புதன் அனைத்தும் மையத்தில் உள்ள ஒரு நெருப்புப் பந்தை; அதாவது அவை சூரியனைச் சுற்றி வருகின்றன என்றும் தெரிவித்துள்ளார். விண்மீன்கள் என்பவை நகராமல் நிலையாக இருக்கின்றன என நம்பினார் தியானோ. அவரது கருத்துப்படி, இந்த மைய நெருப்புப் பந்துக்கும், அதனைச் சுற்றி வரும் கோள்களுக்கும் இடையேயுள்ள தொலைவு என்பது, இசையின் சுரவரிசைக்கு இடையேயுள்ள இடைவெளியை ஒத்த கணித பரிணாமம் கொண்டது என்ற அற்புதமான கருத்தையும் வெளியிட்டுள்ளார் தியானோ.

பித்தாகரஸ் நிறுவன செயல்பாடுகள்..!

பித்தாகரஸ் நிறுவன கணிதவியல் தேடல்கள், கண்டுபிடிப்புகள் போன்றவை எண்கணித விகிதம் மற்றும் இசைசுரங்களின் இடையேயுள்ள இடைவெளியுடன் தெளிவான தொடர்பு இருப்பதைத் தெரிவித்துள்ளனர். நிறுவனத்திலுள்ளவர்கள், மன

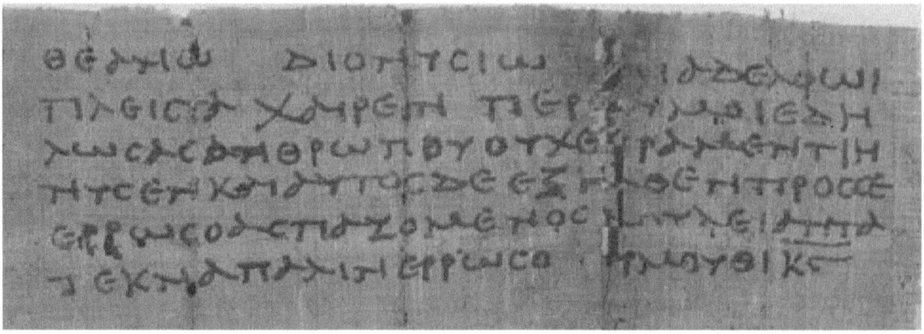

ரீதியான பாதிப்புகளை, இசை மூலம் குணப்படுத்தினாராம். இங்குள்ளவர்கள் இந்த உலகிலுள்ள பொருள்கள் யாவும், எண்ணிக்கையின் அடிப்படையிலேயே உள்ளதாக நம்பினார்கள். ஏனெனில், வானவியலும், இசையும், இறுதியில் எண்கணிதம் மற்றும் ஜியோமிதிக்குள்தான் வருகின்றன. மேலும் அவை எல்லாம், கணிதம் சார்ந்தவையே என்று பித்தாகரஸ் நிறுவனக் கணிப்புகள் சொல்வதாக அரிஸ்டாட்டில் தெரிவிக்கிறார். இன்றைய அறிவியல் தத்துவம், அணுக்கள் பற்றி என்ன சொல்கிறதோ அதன் பித்தாகரஸ் நிறுவன எண்களும் அதன் பங்கைத்தான் செய்தன. அதையே என வரலாற்றியலாளர்கள் தெரிவிக்கின்றனர். பிற்கால பிளாட்டோ, எயுடோக்சஸ் மற்றும் அரிஸ்ட்டாட்டில் (Plato, Eudoxus and Aristotle)போன்றவர்கள் தெரிவித்த பித்தாகோரியர்களின் பிரபஞ்சவியல்தான், மத்திய காலத்தில் இயற்கை தத்துவம் உருவாக அடிப்படையான காரணம் என்றும் சொல்லப்படுகிறது.

தியானோவின் கடிதங்கள்

டியோஜெனிஸ் என்ற எழுத்தாளரின் கூற்றுப்படி, தியோனாவின் எழுத்துகளும், கடிதங்களும் மிகவும் சுவையானவையாக இருந்தன என்பது பற்றிய தகவல் நமக்குத் தெரிய வந்துள்ளது. தியானோவின் கடிதங்கள் தவிர, இவரைப்பற்றி எந்த விதமான தனி வாழ்க்கைத் தகவலும் கிடைக்கவில்லை என்பது வருத்தமான விஷயம்தான். தியானோவின் கடிதங்கள், பலவும் ஒரு பெண் எப்படி வீட்டை நிர்வாகம் செய்வது என்பது பற்றியே உள்ளன. பெண்கள் எப்படி குழந்தைகளை வளர்ப்பது, எப்படி குழந்தைகளை நன்கு உருவாக்குவது, அன்பாக இருப்பது, கல்வி சொல்லித் தருவது, நடத்துவது, கணவனிடம் எவ்வாறு பண்புகளுடனும், பெருந்தன்மையுடனும், நடந்து

கொள்வது என்ற பல வகையான தகவல்களைத் தனது கடிதங்களில் பகிர்ந்துள்ளார்.

தியானோ பித்தாகரசின் சந்ததி!

தியானோவின் புத்தகங்களில் மிகவும் புகழ் பெற்றதும் கணிதத் தகவல்களைச் சுவையாகத் தந்ததும் தங்க சராசரி என்ற புத்தகமே,.அவரைப் பற்றிய குறிப்புகள் எல்லாம் எதேனாயஸ், சுய்தாஸ், டியோஜெனிஸ் மற்றும் லாண்டிஸ் போன்ற எழுத்தாளர்கள் எழுதிவைத்துள்ளனர். தியானோவின் மகன்களும், மகள்களும், ஆசிரியர்களாக, எழுத்தாளர்களாக, சமயப்பரப்புநர்களாக மற்றும் பெற்றோரின் தத்துவங்களைப் போதிப்பவர்களாக, சிறந்த மருத்துவர்களாக செயல்பட்டனர். இவர்களை உருவாக்கிய ஆசிரியர்கள் மற்றும் மாணவர்களின் தாக்கத்தால், இவர்களுக்குப் பின்னரும் கூட சுமார் 200 ஆண்டுகளுக்கு, பித்தாகரசின் பள்ளி புகழ்பெற்று விளங்கியது. தியானோ என்ற பெண்ணால்தான், இன்று நாம் பித்தாகரஸ் தேற்றங்கள், பயன்பாடுகள் பற்றித் தெரிந்து கொள்ளும் வாய்ப்பு கிட்டியுள்ளது. தியானோவின் கல்வித் திறமை, நிர்வாகத்திறன் தைரியம், கணிதத்திறன் மற்றும் சமயோசித செயல்பாடுகள் போன்றவை இன்றும் போற்றுதலுக்கு உரியன.

□

3

பித்தகோரஸ் & தியானோவின் மகள் கணிதவியலாளர் டாமோ

கி.மு.535 - கி.மு.475

டாமோ என்ற பெண் பித்தகோரியன் தத்துவவாதி. கிறித்தவ காலம் என நாம் இப்போது கணக்கிடும் காலண்டர் தேதிகளுக்கு முன் பிறந்தவர். டாமோ ஒரு தத்துவஞானி, கணிதவியலாளர், அரசியல்வாதி, ஆன்மிகத் தலைவர், மருத்துவர் மற்றும் இயற்பியலாளர் என்றும் அறியப்படுகிறார். சமோஸ் நகரைச் சேர்ந்த கணிதவியலாளர், தத்துவவாதி பித்தகோரஸ் மற்றும் குரோடோனாவின் கணிதவியலாளர் தியானோவின் மகள் டாமோ. அவர் இத்தாலியில் உள்ள குரோட்டனில், கி.மு 535 ல் பிறந்தார். தியானோவும் ஒரு பித்தகோரியன் தத்துவஞானி.

ஆரம்பகால வாழ்க்கை

டாமோவுக்கு அரிக்னோட், மியா என்ற இரு சகோதரிகளும்,, டெலாஜஸ் மற்றும் ம்னெசர்கஸ் இரு சகோதரர்களும் இருந்தனர். சகோதரர்கள் அனைவரும் பித்தகோரஸ் பள்ளியில் படித்தனர். வரலாற்றியலாளர் இஸாம்பிளிச்சலின் ஐம்ப்ளிச்சஸின்

கூற்றுப்படி, டாமோ குரோடோனியன் மெனோவை மணந்தார். அவரது சகோதரர் டெலாஜஸுடன், அவர்கள் தங்கள் தந்தையால் நிறுவப்பட்ட பித்தகோரியன் தத்துவ மற்றும் கணித தேற்ற பிரிவின் உறுப்பினர்களாக ஆனார்கள்..

பித்தகோரஸ்-டாமோ நம்பிக்கை

டாமோவின் வாழ்க்கையைப் பற்றிய குறிப்புகள் அதிகம் அறியப்படவில்லை. இருப்பினும் அவரைப் பற்றி மிகச் சில தகவல்களே கிடைத்துள்ளன. இவை டியோஜெனெஸ் லார்டியஸ், ஏதெனியஸ் மற்றும் இயம்ப்ளிச்சஸ் ஆகியோரின் படைப்புகளில் காணப்படுகின்றன. இருப்பினும் டோமோவின் வாழ்க்கையைப் பற்றி அதிகம் அறியப்படவில்லை. பித்தகோரஸுக்கு உறுப்பினர்களின் பணிக்காக ஆசிரியர் தகுதியைப் பெற்றதால், தத்துவஞானிக்குக் கூறப்பட்ட கோட்பாடுகளுக்கு டாமோ பங்களித்திருக்கலாம் என்றும் கூறப்படுகிறது. கிடைத்துள்ள வரலாற்றுத் தகவல்படி, பித்தகோரஸ் தனது எழுத்துகளை, அவர் வாழ்ந்த காலத்திலேயே டாமோவுக்குக் கொடுத்தார், மேலும் அவர் அவற்றைப் பாதுகாப்பாக வைத்திருக்கவும் அவரிடம் கூறினார். பின்னர் பித்தகோரஸ் அன்றைய தத்துவப் பிரச்சினையால் அவரது கணித நிறுவனத்திலேயே எரித்துக் கொல்லப்பட்டார். இந்த கால கட்டத்தில் டாமோதான் தந்தையின் கணிதப் பதிவுகளைப் பத்திரமாக வைத்திருந்து அன்னை தியானோவிடம் கொடுத்து,

பித்தகோரஸ் பள்ளி அமைக்க உதவினார். அவர் கிரேக்க நகரமான குரோட்டனில் உள்ள தனது தந்தையின் பள்ளியில் படித்து பின்னர் கற்பித்தார், பின்னர் ஏதென்ஸுக்குச் சென்றார், அங்கு அவர் வடிவவியலில் பித்தகோரஸின் சில படைப்புகளை வெளியிட்டார்.

பித்தகோரஸ் பள்ளியில் டாமோவும் சகோதரர்களும்

அதன்பின்னர் பித்தகோரஸ் பள்ளியில் அன்னை தியானோ மற்றும் சகோதரர்களுடன் இணைந்து கல்வி போதித்தார். டாமோவுக்கு பிரச்சினைகள் ஏற்பட்ட போதிலும், தந்தையின் கணிதப் பதிவுகளை விற்க மறுத்தார். வறுமையில் இருந்த போதிலும் அவரது தந்தையின் புனிதமான உத்தரவுகள், கணிதச் செயல்பாடுகள் தங்கத்தை விட விலைமதிப்பற்றவை என்று நம்பினார். டாமோ, தனது மகள் பிடலே மற்றும் டெலாகேஸ் மற்றும் அவரது தாயின் சகோதரருக்கு எழுத்துகளை (மெமொராண்டா ஹைபோம்னெமாட்டா) அனுப்பினார். எழுத்துகள், அதே போல் டாமோ எழுதியவை, பிழைத்ததாக தெரியவில்லை. இயாம்பிளிச்சஸின் கூற்றுப்படி, அவர் டெலாகேஸின் சகோதரி.

எண்கள் உருவாக்கம்

டாமோவின் இரண்டு சகோதரிகளும்,இரண்டு சகோதரர்களும் அனைவரும் தங்கள் தந்தை பித்தகோரஸால் நிறுவப்பட்ட பிரிவின் உறுப்பினர்களாக ஆனார்கள். பித்தகோரியனிசம் மெடெம்ப்சைகோசிஸின் கட்டளை மற்றும் பூமிக்குரிய வாழ்க்கை ஆன்மாவை சுத்தப்படுத்துவது மட்டுமே என்ற போதனைக்கு காரணம். இது மிதமான மற்றும் கணிதப் படிப்பை வலியுறுத்தியது. உலகின் வரிசை எண்களிலிருந்து உருவானது என்று நம்பினர்.

டாமோ மகத்தானவர்

டாமோ எந்தவொரு படைப்புக்காகவும் குறிப்பிடப்படவில்லை என்றாலும், பித்தகோரஸுக்குக் கூறப்பட்ட கோட்பாடுகளுக்கு அவர் பங்களித்திருக்கலாம். அவரது மகத்துவத்திற்குச் சான்றாக, அவருக்கு ஆசிரியர் தகுதி வழங்குவது பிரிவின் பாரம்பரியம். பித்தகோரஸின் எழுத்துகளின் சில உள்ளடக்கங்கள் டாமோவின் பாதுகாப்பின் மூலம் நமக்கு வருகின்றன. அவர்களின் தந்தையின் வர்ணனைகளின் அடிப்படையில், அவரது சகோதரி அரிக்னோட் மற்றும் அவரது சகோதரர் டெலாகேஸ் ஆகியோர் புனித சொற்பொழிவுகளை இயற்றினர், இது பித்தகோரியன் பாரம்பரியத்தின் வளர்ச்சிக்கு மையமாக இருந்தது, அது அடுத்த

சில நூற்றாண்டுகளுக்கு தொடர்ந்து செழித்து வந்தது. மியாவின் வீட்டில் ஏற்பட்ட தீ விபத்தில் பித்தகோரஸ் இறந்த பிறகு வர்ணனைகள் டாமோவின் பராமரிப்பில் இருந்தன.

பித்தகோரியன்கள்

பித்தகோரஸ் மற்றும் பித்தகோரியர்களின் ஆரம்பகால கணக்குகள் முதன்மையாக அவர்களின் வாழ்க்கையை மகிமைப்படுத்தவும், அன்பு செய்யவும் இருந்ததால், டாமோ தனது தந்தையின் இறப்பிற்கு முன்னர் எந்த சமூக அந்தஸ்துடன் பழகியிருப்பார் என்பது தெளிவாகத் தெரியவில்லை. ஆனால் பித்தகோரஸ் இறந்ததைத் தொடர்ந்து அவர் பெரும் துன்பத்திற்கு ஆளானார் என்பது உறுதி. குரோடோனாவிலிருந்து பித்தகோரியன்கள் வெளியேற்றப்பட்டாலும், டாமோ மிகவும் ஏழ்மையாக இருந்தபோதிலும், அவர் தனது தந்தையின் எழுத்துகளை விற்க மறுத்து தன் தந்தையின் போதனைகளை அந்நியர்களுக்குத் தெரிவிக்கத் தடை விதித்தார்.

பித்தகோரியன்கள் பெண்கள்மேல் மதிப்பு

பித்தகோரியன்ஸ் காலம் பெண்களில் ஒப்பீட்டளவில் முக்கிய பங்கைக் கொண்டிருந்தது மற்றும் அவர்களை தத்துவவாதிகளாக உருவெடுத்தது.

டாமோ இறப்பு

டாமோ கி.மு.475ஆம் ஆண்டு குரோட்டனா நகரில் உயிர் நீத்தார். அவரின் மரண தேதி பற்றி அறியவில்லை.

Ref:

1. *https://en.wikipedia.org/wiki/Damo_(philosopher)*
2. *https://memim.com/damo-philosopher.html*
3. *https://www.brooklynmuseum.org/eascfa/dinner_party/heritage_floor/damo*
4. *https://www.encyclopedia.com/women/encyclopedias-almanacs-transcripts-and-maps/damo-fl-6th-c-bce*
5. *https://worddisk.com/wiki/Damo_(philosopher)/*
6. *https://en-academic.com/dic.nsf/enwiki/11608034*

4

கிழித்தெறிந்து, கொலைசெய்யப்பட்ட முதல் கணித மேதை ஹைபேஷா..

(350/370-415)

பெண் தத்துவஞானியா?

பண்டைய காலத்தில் கிரேக்க நாடுதான் தத்துவம், அறிவியல் போன்றவற்றில் சிறந்து விளங்கியது. அக்கால உலகின் பெரும்பான்மையான தத்துவஞானிகளும், அறிஞர்களும், கிரேக்கர்களாகவே இருந்தனர். நம்மில் தத்துவஞானிகள் பெயரைக் கேட்டால், பிளேட்டோ, சாக்ரடீஸ், அரிஸ்டாட்டில், யக்ஞவல்கியர், கன்பூசியஸ் என நீண்ட தாடிவைத்த ஆண்களையே பெரும்பாலும் பட்டியலிடுகிறோம். யாரும் பெண்களின் பெயரை நினைத்துக்கூட பார்ப்பதில்லை. பெண், கேள்வி ஞானத்தில் திறமையற்றவர்கள், பகுத்தறிவாளர்களில்லை என்ற எண்ணம்தான், நம் பொதுப்புத்தியில் ஊறிப் போயுள்ளது.

மறக்கப்பட்ட கதாநாயகி!

Philosophy என்ற ஆங்கில வார்த்தைக்குத் ''தத்துவம்'' என்பதே பொருள். ''பிலாசபி'' என்பது ஒரு கிரேக்க வார்த்தை. இதற்கு அறிவை நோக்கிய காதல் என்று பொருள். அறிவை

நோக்கிய ஈர்ப்பு, உலகின் சரிபாதியான ஆண், பெண் இருவருக்குமே ஏற்படலாம். ஆனால் பொதுவாக. பெண்ணைப் பற்றிய பதிவுகள் குறைவாகவே உள்ளன. அப்படிப்பட்ட அரிதான பெண்களில் ஒருவர் தான் “ஹைபேஷா” (Hypatia) என்ற முதல் கிரேக்க பெண் தத்துவஞானி. உலகில் தெரிந்த முதல் பெண் கணித விஞ்ஞானியும், முதல் பெண் ஆசிரியரும், வல்லுநரும், வானியல் கணிப்பாளரும், தத்துவஞானியும், கணிநூல் (சோதிடம்) முன்னோடியும், பிதாமகளும் இவரேதான்!. கலாச்சாரங்களாலும், பழங்கால கிரேக்க நாகரியங்களாலும் மறக்கப்பட்ட/மறைக்கப்பட்ட கதாநாயகி, ஹைபேஷா.

ஹைபேஷாவும் அலெச்சாண்டிரியாவும்...

ஹைபேஷாவின் வாழ்க்கை அறிவியல் மேல் தீராத வேட்கை கொண்டது. ஹைபேஷா அலெக்சாண்டிரியாவில் கி.பி.350 – 370க்குள், தியோன் என்பவரின் அன்பு மகளாகப் பிறந்தார். ஆனால் இவர் பிறந்த ஆண்டு 355 ஆக இருக்கலாம் என்றும் கருதப்படுகிறது. எந்த மாதம், எந்த நாள் என்பது பற்றிய தகவல் ஏதும் இல்லை. அதுபோலவே அவரது தாய் பற்றிய தகவல் எதுவும் தெரியவில்லை. ஹைபேஷா தியோனின் ஒரே மகள் என்றும்,12 குழந்தைகளில் மூத்தவர் என்றும் பலவாறாகக் கூறப்படுகிறது. இவரின் குழந்தைப் பருவம் பற்றி ஏதும் அறியப்படவில்லை. அப்போதைய அலெக்சாண்டிரியா நகரம் ஏதென்ஸ் நகர்போல மூன்று மடங்கு பெரியது. செல்வந்தர்களும் அறிவாளிகளும் வாழ்ந்த ஆடம்பரமான, சிங்கார ஊர் அது. அழகு கொழிக்கும் நகர், தெருக்களில் பளபளக்கும் சலவைக்கற்கள் பதிக்கப்பட்டிருந்தன. அங்கே கல்லூரி இருந்தது; உலகில் பெரிய நூலகமும் அங்குதான் இருந்தது. சுமார் 5,00,000க்கு மேற்பட்ட புத்தகத் தொகுப்புகள் அங்குதான் இருந்தன என்ற பதிவும் கூட உள்ளது.. அறிவாளிகள், புலமை மிகுந்தவர்கள், வரலாற்றியலாளர்கள், மற்றும் தத்துவத்தில் கைதேர்ந்த வல்லுநர்கள் சந்தித்து, கருத்துகளைப் பரிமாறிக்கொள்ளும் இடமாக இருந்தது அலெக்சாண்டிரியா. ஹைபேஷாவின் தந்தை தியோன் அலெக்சாண்டிரியா பல்கலைக்கழகத்தின் நிர்வாக இயக்குநராகவும், ஆசிரியராகவும் பணியாற்றினார்.

ஹைபேஷா, தந்தையின் வளர்ப்பு.

இரண்டு முழுக் கிரகணங்கள் வந்தபோது, ஹைபேஷா பிறந்தார் என அவரது தந்தை தியோன் அதனைப் பதிவு செய்திருந்தார். அது கி.பி. 355 ஆக இருக்கலாம் என்றும் கணிக்கப்பட்டுள்ளது. ஏனெனில், 5ஆம் நூற்றாண்டின் சாக்ரடீஸ், "ஹைபேஷா இறக்கும்போது முதிர்ந்த பெண், 65 வயது இருக்கலாம்" என்றே குறிப்பிடுகிறார். ஹைபேஷா, கிரேக்கத்தின் மற்ற பெண்கள் போல் வளர்க்கப்படவில்லை. தியோன், மகளின் மீது பாசத்தைப் பொழிந்தார். அவர் ஒரு பேராசிரியர் மற்றும் தத்துவஞானி என்பதால், அவர் மூலம் மகளுக்கு உலகை அறிய உதவினார். கற்பித்தலின் அடிப்படை விதிகளையும் சொல்லிக் கொடுத்தார். உடல்ரீதியான ஒழுங்கு முறைகள், உடல் நலம் மற்றும் மனரீதியான கட்டுப்பாடுகளைக் கற்றுத் தந்தார். சொல்லாடலின் செப்பிடுவித்தைகளை அற்புதமாய் மகளுக்குச் சொல்லித் தந்தார். பிளேட்டோ, பித்தாகரஸ் படித்த பள்ளியில் படித்தார் ஹைபேஷா.. அங்கே பொதுவாக பெண்கள் கல்வி பயில்வதில்லை.

மனிதர்கள் போற்றும் மாமேதை..

ஹைபேஷா சொல்லாற்றலின் பேரரசி. அருகிலுள்ள மற்ற நகரங்கள் மற்றும் நாடுகளிலிருந்து, அவரின் சொல்வன்மை அறிந்து, கல்வி கற்க அவரை நாடி ஓடோடி வந்தனர். கணிதத்தை சுத்த ஆய்வு நோக்குடன் கேள்விக்கணைகளோடு தொகுத்து தன் மாணாக்கர்களுக்குக் கற்றுத்தந்தார். கணிதம் என்ற விஞ்ஞானம், அறிவியல் மற்றும் மதத்தினை இணைக்கும் அற்புதமான பாலம் என்றே ஹைபேஷா கருதினார். பார்வைக்கும், பழகுவதற்கும் இனியவர் ஹைபேஷா. ஆராய்ந்தறியும் மனப்பான்மையைக் கொடையாகக் கொண்டவர்:

அலெக்சாண்டிரியா நூலகம்

அறிவின் காதலி; பெரும்பாலான மக்களின் மனதை வெற்றிகொண்டவர்; நெஞ்சம் நெகிழ வைக்கும் வனப்பு நிறைந்தவர்; கடவுள் நம்பிக்கை இல்லாதவர். கிறித்தவ மதம் கோலோச்சத் துவங்கிய காலத்தில், ஹைபேஷாவின் புகழ் பரவியது. இவர் பாசனிசத்தைச் சேர்ந்தவர் என்றாலும், அனைத்து மக்களாலும் மதிக்கப்பட்டார்; போற்றப்பட்டார். புதிய பிளேட்டோனிசத்தின் தலைவரானார். ஆனால் ஹைபேஷாவின் சமகால ஆண் தத்துவஞானிகள் அனைவரையும் விட ஹைபேஷா மிகச்சிறந்த அறிவாளி என்று 5ஆம் நூற்றாண்டு சாக்ரடீஸ் மற்றும் 10ஆம் நூற்றாண்டு பைசாண்டின்னஸ் போன்றோரால் பாராட்டப்படுகிறார்.

தேன்மலரை.. நாடும் வண்டாய்!

ஹைபேஷா எப்போதும் தந்தை தியோனுடன் அருங்காட்சியகத்தில் இருக்கவே பிரியப்படுவார். அவருடன் இணைந்து பணி செய்ய, படிக்க, தியோனின் சக பணியாளர்களுடன் சமமாக விவாதம் செய்ய ஹைபேஷாவுக்கு கொள்ளைப் பிரியம். மூன்றாம் நூற்றாண்டின் தத்துவவாதிகளை ஹைபேஷா பின்பற்றினார். அலெக்சாண்டிரியா நகரில் ஒழுக்க ரீதியான அதிகாரம் பெற்றவர். அந்நகரில் பரந்துபட்ட செல்வாக்குடையவர். செல்வந்தர்களும் அவர்களின் குழந்தைகளும் அதிகாரிகளின் பிள்ளைகளும் ஹைபேஷாவிடம் கல்வி பயில பல நாடுகளிலிருந்து வந்தனர். ஹைபேஷாவிடம் படித்த மாணவர்களில் பெரும்பாலானோர் பின்னால் கிறித்தவத் திருச்சபையில் பெரிய பதவிகளில் பொறுப்பு ஏற்றனர்.

துணிச்சலான, நற்பண்புகளின் நாயகி

மதிப்புத் தரும்படியான அமைதியான தோற்றம் கொண்ட ஹைபேஷா மிகவும் துணிச்சல் நிறைந்தவர். பெண்கள் போல உடை உடுத்துவதை வெறுத்தவர். எப்போதும் ஆண் தத்துவஞானிகள் போலவே நீண்ட அங்கியையே அணிவார். நிறைய கிறித்துவர்களால் மதிக்கப்பட்டு மரியாதை செய்யப்படுவதுடன், நற்பண்புகளின் அடையாளமாக, கற்பொழுக்கம் நிறைந்த பெண்ணாக பார்க்கப்பட்டார். கிரேக்கத் தத்துவவாதி “கிசிடோர் ” என்பவரின் மனைவி என சொல்லப்பட்டாலும் கூட ஹைப்பேஷா, இறக்கும்வரை கன்னித்தன்மையுடன் வாழ்ந்தவர் என்றே சொல்லப்படுகிறது.

அவரின் அழகை மக்கள் ஆராதித்தனர். அவரை மணம் செய்ய தொந்தரவு செய்தவர்களிடமும் கூட பாலியலில் பெரிதாக ஏதும் இல்லை எனத் தெளிவாகக் கூறி நேர்மையாக, உறுதியாய் மறுத்தவர்.

திண்ணிய எண்ணத்தினர்.

“நினைப்பது, எண்ணுவது எல்லாம் உங்களின் உரிமை. பாதகமாக, தவறாக நினைத்தாலும் கூட பரவாயில்லை. ஒன்றுமே நினைக்காமல் இருப்பதை விட எதையாவது எண்ணுவது மேல்” என மூளையைக் கசக்கி கற்பனையை, கருத்தாலும் சொல்லாலும் போதித்தவர் ஹைபேஷா. உண்மைகளை அறிய உதவும் ஒரே கருவி கல்விதான் என பலமாக நம்பினார். அறிவியலை தர்க்கரீதியாக முறைப்படுத்தி ஆராய்ந்தறிந்தார். பொதுவாகப் பிரச்சினைகளில் தலையிடுவதன் மூலமே அறிவினைத் தேடமுடியும் என்றார்.

குருவை மிஞ்சிய கணித சிஷ்யை

ஹைபேஷா முதலில் அப்பாவுக்கு உதவியாக கணித ஆராய்ச்சியில் இறங்கினார். தாலமியின் கருத்துகளை, எழுத்துகளை பதிப்பு எடுக்கவும், திருத்தியமைக்கவும் உதவினார். தியோன் கிரேக்க இலக்கியங்களில் ஆர்வம் உள்ளவர்; எதிர்காலத்தைக் கணிக்க முடியும் என நம்பிய தத்துவவாதி. ஆனால் ஹைபேஷா அறிவியலில், எதனையும் சான்றுகள் மூலமே நிரூபிக்க முடியும் என்ற ஆழமான கருத்து கொண்டவர். எண் கணிதக் கொள்கைகளை உருவாக்கியவர். இயல் கணிதத்திலும் விற்பன்னர். தியோன் மற்றும் மகள் ஹைபேஷா இருவரும் இணைந்து எழுதிய புத்தகங்களின் அடிக்குறிப்பில் தியோன், “என் மகளும் தத்துவஞானியுமான ஹைபேஷாவால் வாசிக்கப்பட்டுத் திருத்தியமைக்கப்பட்டது” என எழுதியிருந்தார். சிறுவயதிலேயே தந்தையை விஞ்சிய அறிவாளி ஹைபேஷா. பதினாறு அடி பாய்ந்த குட்டி இவர்.

அச்சமிலாத நெஞ்சத்தின் திறமைகள்

அலெக்சாண்டிரியா நகரின் கட்டமைப்பும்,மக்களின் வாழ்விடங்களும், சமூக வகுப்பு ரீதியாகவே உருவாக்கப்பட்டிருந்தன. யூதர்கள், கிறித்தவர்கள், பாகர்கள், ஹெரடிக்ஸ் எனத் தனித்தனி சமூகமாகவே வாழ்ந்தனர். உயர்குடி மக்கள், வர்த்தகர்கள், கல்வியாளர்கள், அதிகாரிகள் நகரின் மையத்தில் வாழ்ந்தனர். அந்தக் காலகட்டத்தில், கிறித்தவர் பெரும்பாலார் ஏழைகளாக இருந்தனர்; போதுமான கல்வியறிவும் இல்லை. கிறித்தவரல்லாதோர், படித்தோராகவும் செல்வந்தர்களாகவும் இருந்தனர். ஹைபேஷா கற்றவர்களால் பெரிதும் காதலிக்கப்பட்டார். கல்வி நிறுவனத்தில், பிளேட்டோனிச முறையில் கல்வியும் , தத்துவமும் போதித்தார். பெரிய அரங்குகளின் கருத்தரங்கத்தில் பங்குகொண்டு விவாதிப்பார். அடிக்கடி பொதுமேடைகளில் ஏறி ஆணுக்கு இணையாகப் பிரசங்கம் செய்வார். ஆண்களின் கூட்டத்திடையே போகவும், தைரியமாய்ப் பேசவும் தயங்காதவர். இசையில் தன்னை மறந்து ஈடுபடுவார் ஹைபேஷா.. இவ்வளவு பெருமைகளை ஒரு பெண் பெறுவதா என பொறாமையில் அவதூறு பேசியோரும் உண்டு

கண்டுபிடிப்புகள்

சைர்ன் என்ற நகரில் வாழ்ந்தவர் சைனிசியஸ். இவர் ஹைபேஷாவின் மாணவர். இவரே பிற்காலத்தில் கி.பி.410ல் கிறித்தவ போதகர் ஆகிறார். ஆசிரியர் ஹைபேஷாவிடம் கடைசி வரை சைனியஸ் கடிதத்தொடர்பு வைத்திருந்தார். வான் பொருட்களான சூரியன், சந்திரன், விண்மீன் போன்றவை வானில் காணப்படும் கோணம் அறிய “அஸ்ட்ரோலாப் “(*Astrolabe*) என்ற வானியல் அளக்கும் கருவியினைக் கண்டுபிடித்தவர் ஹைபேஷா. திரவங்களின் அடர்த்தி, ஈர்ப்பு ஆகியவற்றின் தொடர்பு அறிய நீர்ம எடைமானியையும் (*Hydrometer*) ஹைபேஷா உருவாக்கினார். நீருக்குள் கிடக்கும் பொருட்களைக் கண்டறிய ‘‘நீர்ம நோக்கி’’யை (*Hydroscope*) ஹைபேஷா செய்தார். இதன் தகவல்கள் அறிந்த போதகர் சைன்சியஸ், ஹைபேஷாவுக்கு இவற்றை எப்படித் தயாரிப்பது என்று கேட்டுக் கடிதம் எழுதியுள்ளார். தியோனும் ஹைபேஷாவும்

இணைந்து தயாரித்த அறிவியல் கண்டுபிடிப்புகளைத் தொகுத்துப் புத்தகமாக வெளியிட்டுள்ளனர். கூம்பின் குறுக்கு வெட்டு விதிகளையே அதிகம் எழுதியுள்ளனர் என 5ஆம் நூற்றாண்டின் டமாஸ்டியச் தெரிவிக்கிறார்.

தன்னிகரற்ற கலங்கரை விளக்கம் ஹைபேஷா

ஹைபேஷா மேலும் படிக்க ஏதென்ஸ் சென்றதாகவும் சொல்லப்படுகிறது. எப்போதும் வெற்றியின் கிரீடம் அணிந்திருக்கும் ஹைபேஷா ஒவ்வோர் ஆண்டும் முதல்நிலைப் பட்டதாரிகளை உருவாக்கி அனுப்பினார். நகரின் அரசியல் தலைவர்களுடனும் வணிகர்களுடனும் அச்சமின்றித் தொடர்பு வைத்திருந்தார். சாதாரண மக்களுடன் அவ்வளவாக நெருக்கம் இல்லை. குதிரைகள் பூட்டிய நான்கு சக்கர ரதத்தினை தானே ஓட்டும் திறமை சாலி. அவரது காலத்தில் அவரைப் போல் கருத்துகளை துல்லியமாக, தெளிவாக எளிதில் புரியும்படி பாடம் போதித்தவரும், எழுதியவரும் யாருமே இல்லையாம். இவரது வகுப்பறை எப்போதும் கலகலப்பாகவே இருக்குமாம். மாணவர் வினா எழுப்ப, ஹைபேஷா விடைதர, வகுப்பறை எப்போதும் விவாத மேடையாக, கலகலப்பாகவே கலந்துரையாடல்கள் கொண்டதாகவே இருந்ததாம். அந்தக் காலத்திலேயே மாணவர்களைக் கேள்விகேட்க அனுமதித்த வித்தியாசமான வித்தகர். ஹைபேஷா. இப்போதுகூட, மாணவர்கள்

கேள்வி கேட்டால் சீறிப்பாயும் ஆசிரியர்கள் உண்டு.

நூலக நிர்வாகத் தலைமை

ஹைபேஷாவின் எழுத்துகளும், புலமையும், அறிவுத்திறனும், தத்துவஞானமும் பற்றி அவரது சீடர்களும், அவர் கால தத்துவாதிகளும் அவரைப்பற்றி எழுதியதன் மூலமே அறிய முடிகிறது. கி.பி.642ல் அலெக்சாண்டிரியா நூலகம் 5,00,000 மேற்பட்ட புத்தகங்களுடன் அரேபியர்களால் பட்டாசு கொளுத்திக் கொண்டாடப்பட்டது. புத்தகங்கள் தீநாக்குகளால் தீண்டப்பட்டு சாம்பலாயின. ஹைபேஷாவின் பெரும்பாலான ஏடுகள் இதில் எரிந்துபோயின. கி.பி.400ல் ஹைபேஷா அலெச்சாண்டிரியா நூலகத்தின் நிர்வாக இயக்குநர் பொறுப்பை முறைப்படி ஏற்றார். அதற்கான ஊதியமும் பெற்றுக்கொண்டார்.

ஹைபேஷாவின் புத்தகம்

ஹைபேஷா தன் தந்தை தியோனுடன் இணைந்து ஏராளமான புத்தகங்களை எழுதியுள்ளார். அக்காலத்தில் யாரும் தனியே புத்தகம் வெளியிட முடியாது. பொதுவாக ஹைபேஷா வானவியலை விட அதிமாக கணிதம் பற்றியே எழுதியுள்ளார். அவற்றில் சில பாண்டலின் கணிதம் பற்றிய 13 தொகுப்புகள் (கூம்பு வடிவம் தொடர்பு) "கூம்புகள்" பற்றிய மறுபதிப்பு. நீள்வட்டம், பாராபோலா (parabola), ஹைப்பர்போலா (Hyperbola) பற்றி எளிமையாக அறிந்து கொள்ளும் வழிகள் போன்றவை அவை. தாலமியின் வானியல் கொள்கைகளை விளக்கிய "வானியல் சட்ட விதிகள்''. கணிதம் மற்றும் வானவியல் தொகுப்புகள், "கோள்கள்'' நகர்வது பற்றிய தகவல் தொகுப்புகள், எலூட்டின் தனிமங்கள் பற்றிய மறுவாசிப்பு புத்தகம் போல ஏராளமான புத்தகங்களை எழுதியுள்ளார்.

ஹைபேஷா, தியோனின்– "வான்கோணம் அறியும் கருவி" பிற்கால மற்றும் மத்திய கால வானவியலாளர்களுக்கு அடிப்படை வழிகாட்டியாக விளங்கியது

இயல்கணிதம் மற்றும் எண்கணிதம், மொழியியல் மற்றும் வானியல் போன்றவற்றில் மிகவும் சிறந்து விளங்கியவர் ஹைபேஷா.

பிஷப் சைரிலின், தவறான கருத்து

ஹைபேஷாவின் சமகாலத்திலும், அவருக்குப் பின்னரும் ஐந்தாம் நூற்றாண்டில் வாழ்ந்த கிரேக்க தத்துவவாதி, சாக்ரடீஸ், ஹைபேஷா பற்றி சொல்லுவதாவது: “சைரினின் சைரில்” என்ற கிறித்தவ மதபோதகர் கி.பி.410ஆம் ஆண்டு பொறுப்பேற்றார். அப்போது “ஓரஸ்டஸ்“ என்பவர் தான் நகர ஆட்சியாளர்/ கவர்னர். ஓரஸ்டஸின் அழைப்பின் பேரில், அவருடன் அறிவுபூர்வமான விவாதம் செய்ய, அவரை அடிக்கடி சந்திப்பார் ஹைபேஷா. இதனையொட்டி சைரிலுக்கும் ஓரஸ்டஸுக்கும் கருத்து வேறுபாடுகள் உருவாயின. ஹைபோஷா, ஓரஸ்டஸீடனான நட்புக்கு, ஹைபேஷாவே தடை என சைரில் கருதினார். ஓரல்ட ஹைபேஷாவின் நட்பை, சைரில் வெறுத்தார். ஹைபேஷா வானவியல், அறிவியலை கேள்விகேட்டு போதித்தாலும், கடவுள் இல்லை என்ற கருத்தை மாணவர்களிடையே விதைத்தாலும்கூட, கிறித்தவர்களும் கூட, ஹைபேஷாவின் மேல் மரியாதையுடன் இருந்தனர். இதனைக் கண்ட சைரிலுக்கு, ஹைபேஷா மேல் வெறுப்பும், கோபமும் ஏற்பட்டன.

Hypatia Problem

A Generalized Pascal Theorem

This problem has been inspired by Hypatia's role as editor of Apollonius. Let L be any smooth, closed, convex loop with clockwise orientation in the Euclidean or Projective Plane. (Note that "convexity" is a projectively well defined concept by the Axioms of Projective Geometry.)The smoothness need only be C^1. That is to say, there must be an unambiguous tangent at every point.

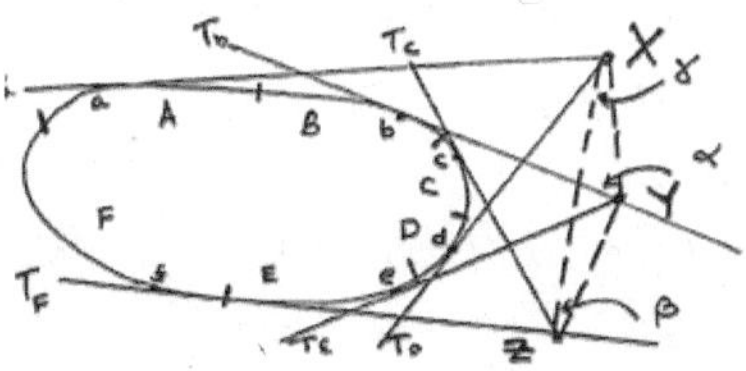

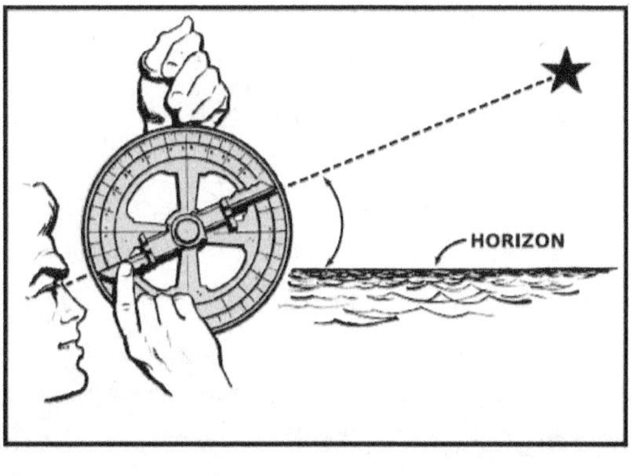

புத்தக எரிப்பு

கிறித்தவ திருச்சபையும் ஹைபேஷாவை எதிரியாகப் பாவித்தது. ஹைபேஷாவுக்கு மக்கள் மத்தியில் இருந்த மதிப்பால் கொஞ்ச காலம் அமைதியாக இருநதனர். பொதுவாகவே அப்போது சைரில், யூதர்கள், பாகனிகர்கள், மற்றும் ஹெரடிக்கர்கள் மேல் கொடூர நடவடிக்கை எடுத்தார். பழங்காலக் கட்டிடங்களை கிறித்தவ பாதிரிகள் மற்றும் துறவிகள் மூலமாக இடித்தார். அவர்கள் மூலம் கல்லூரி, நூலகங்கள், புத்தகங்கள், கிரேக்கக் கலாச்சாரம் பற்றிய தகவல்கள் அனைத்தும் சைரில் உத்தரவின்பேரில் தீக்கிரையாக்கப்பட்டன.

ஹைபேஷா மீது தாக்குதல், கொலைவெறி.

Hypatia door eenige booswichten van een wagen gerukt, en na een kerk gesleept.

கிறித்தவர்கள் சாம்பல் புதன் (Ash Wednesday) முடிந்து ஈஸ்டர் வரை பட்டினி விரதம் இருந்தனர். அப்போது அந்த நாட்களில் ஈஸ்டர் கி.பி.415 ல் மார்ச் மாதம் வந்தது. அன்று மார்ச் எட்டாம் நாள். ஹைபேஷா குதிரை பூட்டிய ரதத்தினை தானே ஓட்டிக்கொண்டு, மாலை நூலகத்திலிருந்து இல்லம் நோக்கித் திரும்பினார். பிஷப் சைரிலால் ஏவப்பட்ட, கொலைவெறி தலைக்கேறிய துறவிகள் கூட்டம் ஹைபேஷாவை நோக்கி ஓடி வருகிறது. இந்த அடியாள் கூட்டத்தின் தலைவன் பீட்டர் என்ற மாஜிஸ்ரேட். அவன் கட்டளையின் பேரில் துறவிகள் கூட்டம் ஹைபேஷாவை,கோபத்துடன் வேகமாக ரதத்திலிருந்து இழுத்து வீதியில் வீசி எறிந்தது. அடுத்து நடந்தது பற்றி சாக்ரடீசும் ஏழாம் நூற்றாண்டு ஜான்நிகியும், நேரில் கண்டவர்கள் போலவே.. அந்தக் கொடூர நிகழ்வை விவரிக்கின்றனர்.

துகிலுறியப்பட்டு, தோல் சுரண்டிக் கொல்லப்பட்ட கணித மேதை...

மாஜிஸ்டிரேட் பீட்டர் கட்டளையிட, துறவிகள் கூட்டம் ஹைபேஷாவின் ஆடையை அவிழ்த்து எறிகிறது; ஹைபேஷா துகில் உரியப்படுகிறார். அத்துடன் முடியவில்லை கொடுமை. அனைவர் கரங்களிலும் சிப்பிகளும், கற்களும், ஹைபேஷாவின் தோலை உரிக்க. ஹைபேஷாவின் தோல் உயிருடன் துள்ளத் துடிக்க, சுரண்டப்படுகிறது. ஹைபேஷாவின் கை கால்களை ஆவேசத்துடன் பிய்த்து எறிகின்றனர். உடல் சதையை எலும்பிலிருந்து உயிருடன் கதறும்போதே, கிழித்து எறிகின்றனர். கோபமாய் ஹைபேஷாவை வீதி முழுவதும் தர தரவென இழுத்து ஓடிக்கொண்டே, வீதி முழுவதும் அவரின் சதைத் துண்டுகளை வீசி இறைக்கின்றனர். மீதமுள்ள சதைத் துண்டுகளுடன், புதிதாகக் கட்டப்பட்ட "காசோரியம்" என்ற திருச்சபைக்கு துறவிகள் கூட்டம் ஓடுகிறது. "மிச்ச சொச்ச எலும்புகளையும் சதையையும்,குவித்து வைத்து "சின்ரோன்" என்ற இடத்தில் ஹைபேஷாவை எரிக்கின்றனர். ஹைபேஷாவின் சரித்திரம் முடிந்ததா?

பொறாமையால் பலியான ஹைபேஷா

பல சாதனைகளை நிகழ்த்திய, மரியாதை மிக்க முதிர்ந்த பேரழகி, தத்துவஞானி சிதைத்தொழித்து அழிக்கப்பட்டுவிட்டார் என சாக்ரடீஸ் வேதனையுடன் பதிவிடுகிறார். துறவிகள் கூட்டத்தின் வெறி, ஹைபேஷா கொலையுடன் முடியவில்லை. மற்ற பாகனிகர்கள் மேலும் விழுந்து கொத்திக் குதறி எடுக்கிறது. ஹைபேஷாவின் கொடூர கொலைக்குப் பிறகு தத்துவம் செத்துவிட்டது என்றும், பெண்ணுக்கு மதிப்பு தரும் எண்ணம் குறைந்துவிட்டது என்றும் சொல்லப்பட்டது. பின்னர் அங்கு கிரேக்க தெய்வம் "இஸிஸ்" உருவம் இடமாற்றம் செய்யப்பட்டு, மேரியின் உருவம் கொண்டுவரப்பட்டது. அநியாயமாய், அரசியல் மற்றும் அறிவியல் பொறாமைக்குப் பலியானவர் ஹைபேஷா. அந்த நாள் 415ம் ஆண்டு மார்ச் எட்டாம் நாள்.(இன்றைய சர்வதேச பெண்கள் தினம்)

இறந்தும் பேசப்படும், வாழும் ஹைபேஷா!

இறப்புக்குப்பின்னும் ஹைபேஷாவின் கதை முடியவில்லை. டமாஸ்சியஸ் என்ற பாகன் "அவமானம், அவதூறுக்கு தவறாக கொடுங்கொலை செய்யப்பட்டவர் ஹைபேஷா" என

எழுதியுள்ளார். சாக்ரடீஸ், நைஸ்போர்ஸ், பிலாஸ்டோர்ஜியஸ் என்பவர்களும் ஹைபேஷாவின் படுகொலை பற்றி எழுதியுள்ளனர். ஹைபேஷா "புனித காத்தரின்" என்ற பெயரில் வேறு உருவில் வாழ்வதாக அலெச்சாண்டிரிய மக்கள் நம்பினர். பின்னர் அவரும்கூட மாக்சண்டியஸ் என்பவரால் கொலை செய்யப்பட்டார். 18ஆம் நூற்றாண்டின் ஜாண்டோலண்டு, தாம்ஸ்வெவிஸு, ஹைபேஷா புகழை, கொலையை நினைவு கூறுகின்றனர்.

வானவியலாளர் ஹைபேஷா

கடந்த இருநூறாண்டுகளாக ஹைபேஷா வானவியலாளராக மரியாதை செய்யப்படுகிறார். 1984ஆம் ஆண்டு விண்வெளியில் செவ்வாய்க்கு அப்பால் உள்ள அஸ்டிராய்டு வளையத்தின் முக்கிய அடுக்குக்கு ஹைபேஷாவின் பெயர் சூட்டப்பட்டுள்ளது. சந்திரனின் பள்ளம் ஒன்றுக்கும் ஹைபேஷா பெயர் வைக்கப்பட்டுள்ளது. 2009ஆம் ஆண்டு வெளிவந்த அகோரா படம்.... உண்மையைப்பற்றி பேசுகிறது.

அகோரா படத்தின் நாயகி ஹைபேஷா!

ஹைபேஷாவின் வாழ்க்கை, மதக் கொந்தளிப்பு, தத்துவ ஞானிகளின் வாழ்வில் இடம்பெறும் பிரச்சினைகள், அவரது கொடூர மரணம் போன்ற பல தகவல்களைத் தொகுத்து 2009இல் 'அகோரா' என்ற திரைப்படம் தெளிவாக எடுத்து உரைக்கிறது.

□

5

பிரெஞ்சு நாட்டு கணிதவியலாளர் எமிலி டு சேட்லெட்

(1706 - 1749)

எமிலி டு சேட்லெட்

எமிலி டு சேட்லெட் என்ற பெண்ணைப் பற்றிக் கேள்விப்பட்டிருப்பீர்களா? யாருக்குமே வாய்ப்பில்லை என்றுதான் எண்ணுகிறேன். அவர் சுமார் 315 ஆண்டுகளுக்கு முன்னர் பிரெஞ்சு நாட்டில் பிறந்தவர். இவரின் பெயர் மிக மிக மிக நீளமானது . இதோ " கேப்ரியல்லி எமிலி லீ டோன்னேல்லியர் டி சேட்லெட் ப்ரேடிய்ல் மார்க்யிஸ் டுசேட்லெட் (Gabrielle Emilie Le Tonnelier de Breteuil, marquise du Chatelet). இதுதான் இவர் பெயர். வாசிக்கவே கடினமாக இருக்கிறதா? சரி. எல்லோரும் சுருக்கி அழைக்கும் பெயரான எமிலி டு சேட்லெட் என்பதையே நாமும் பயன்படுத்துவோம்.

எமிலி டு சேட்லெட் மிகச் சிறந்த கணித மேதை. பல்துறை வித்தகர். இவர் ஒரு பிரெஞ்சுக் கணிதவியலாளர், இயற்பியலாளர் மற்றும் அறிவியலின் இருண்ட காலம் முடிந்து வெளிச்சம் பாய்ச்சப்பட்டபோது உருவான அற்புதமான அறிவியல்

எழுத்தாளரும் கூட. இவருக்கு உள்ள மிகப் பெரிய பெருமை, என்பது 1687ல் வெளியிடப்பட்ட, சர் ஐசக் நியூட்டனின் படைப்பான, கணிதவியல் தத்துவத்தின் அடிப்படைகளைக்கூறும, பிரின்சிபியா மேத்தமேட்டிக்கா (Philosophiæ Naturalis Principia Mathematica) என்ற புத்தகத்தை மொழியாக்கம் செய்ததுதான். இதுதான் அவரது வாழ்நாள் சாதனையாக அறிவியல் உலகம் கருதுகிறது. ஆனால் அந்தப் புத்தகம், எமிலி டு சேட்லெட், 1749ல், இறந்த பின்னர், 1759ல் தான் வெளியிடப்பட்டது. இதுவரை வெளிவந்த பிரெஞ்சு மொழியாக்க படைப்புகளில் எமிலி டு சேட்லெட் மொழிபெயர்ப்பே சிறந்தது என பாராட்டப்படுகிறது. அவரது வர்ணனை நியூட்டனின் இயக்கவியலுக்கான பங்களிப்பை உள்ளடக்கியது. எமிலி தனது வாழ்க்கையை அறிவியலுக்காக அர்ப்பணித்த பெண்மணி. அவர் 1700 களில் வாழ்ந்தாலும், கணிதம் மற்றும் அறிவியல் பற்றிய கருத்துகளைப் பற்றி ஆண்களுடன் விவாதிக்க ஒரு பெண் என்ற உரிமைக்காக அவர் போராடி இருக்கிறார்.

பிறப்பும் - கல்வியும்

எமிலி டு சேட்லெட் (Emilie du Chatelet), 1706ஆம் ஆண்டு டிசம்பர் 17ஆம் நாள், பாரிஸில், ஒரு பிரபுத்துவ குடும்பத்தில் ஆறு ஆண் குழந்தைகளுக்கிடையே ஒரே மகளாகப் பிறந்தார். அவரது தந்தையின் பெயர், லூயிஸ் நிக்கோலஸ் லெ டோனெலியர் டி ப்ரீட்யூயில் (Louis Nicolas le Tonnelier de Breteuil). அன்னையின் பெயர், கேப்ரியல்-அன்னே டி ஃப்ரூலே(Gabrielle-Anne de Froulay). எமிலி டு சேட்லெட் தனது காலத்தில் வாழ்ந்த பெரும்பாலான பெண்கள் பெற முடியாத /நினைத்துப்பார்க்க முடியாத சிறந்த கல்வியைப் பெற்றார். அவரது தந்தை லூயிஸ் நிக்கோலஸ் லெ டோனெலியர் டி ப்ரீட்யூயில், பிரபுக்களின் உறுப்பினர். எமிலிடு சேட்லெட்

பிறந்த நேரத்தில், அவரது தந்தை பதினான்காம் லூயிஸ் மன்னரின் முதன்மைச் செயலாளராகவும், தூதர்களை அறிமுகப்படுத்தியவராகவும் இருந்தார். அவர் வியாழக்கிழமைகளில் ஒரு வாராந்திர கூட்டம் நடத்தினார். அதில் நன்கு மதிக்கப்படும் எழுத்தாளர்கள் மற்றும் விஞ்ஞானிகள் அழைக்கப்பட்டனர். மேலும் அவரது தந்தை அரச நீதிமன்றத்தில் பணியாற்றினார். இது எமிலி டு செட்லேட்டை உயர் சமூகத்தை நேசிக்கவும் கல்வியறிவு பெறவும் தூண்டியது. மொழி, எழுத்துகள், கணிதம் மற்றும் விஞ்ஞானம் உட்பட பல துறைகளில் அவர் சாதித்ததன் காரணமாக அவள் அன்றைய மேதையாக இருந்திருக்கலாம் என்று வரலாற்றாசிரியர்கள் வாதிடுகின்றனர்.

எமிலியின் குடும்ப நிலை

எமிலியின் குடும்பம் பிரெஞ்சு பிரபுத்துவ சமூகத்தின் ஒரு பகுதியாக இருந்தது, புகழ்பெற்ற விஞ்ஞானிகள் மற்றும் கணிதவியலாளர்கள் வீட்டிற்கு அடிக்கடி வருகை தந்தனர். அவள் சிறியவளாக இருந்தபோது, அவளுடைய தந்தை அவளுக்கு ஃபென்சிங் மற்றும் குதிரை சவாரி போன்ற உடல் செயல்பாடுகளில் பயிற்சியை ஏற்பாடு செய்தார், மேலும் அவள் வளர்ந்தவுடன், அவர் அவளுக்காக வீட்டிற்கு ஆசிரியர்களை அழைத்து வந்தார். அதனால் எமிலி அறிவியல், இலக்கியம் மற்றும் இசை ஆகியவற்றைக் கற்றுக்கொண்டார் . மேலும் வாள்வீச்சு மற்றும் பிற விளையாட்டுகளில் பாடங்களைக் கற்றார். சிறு வயதிலிருந்தே அவள் அறிவியலிலும் கணிதத்திலும் மிகவும் ஈர்க்கப்பட்டாள் வீட்டில் கல்வி கற்ற இளம் எமிலி தனது பன்னிரெண்டு வயதிற்குள், லத்தீன், இத்தாலியன், கிரேக்கம் மற்றும் ஜெர்மன் என ஆறு மொழிகளைப் பேசக் கற்றுக்கொண்டார். அதில் சரளமாக பேசி எழுதினார்; பின்னர் அவர் கிரேக்கம் மற்றும் லத்தீன் நாடகங்கள் மற்றும் தத்துவத்தின் பிரெஞ்சு மொழியில் மொழிபெயர்ப்புகளை வெளியிட்டார். அவளுடைய அம்மாவுக்கு, அத்தகைய ஆர்வங்கள் இளம்பெண்களுக்கு சரியானதாகக் கருதப்படவில்லை, மேலும் அவரது தாயார் அவளை ஒரு கான்வென்ட்டுக்கு அனுப்புவதாகவும் அச்சுறுத்தினார். அதிர்ஷ்டவசமாக, எமிலி டு சேட்லெட்டின் தந்தை அவளது புத்திசாலித்தனத்தை

அடையாளம் கண்டு, அவளுடைய ஆர்வங்களை ஊக்குவித்தார். அவளுக்குத் தெரிந்த முக்கிய விஞ்ஞானிகளுடன் வானியல் பற்றி விவாதிக்க ஏற்பாடு செய்தார்.

வானவியல் ஆர்வம்

எமிலியின் தந்தை லூயிஸ்-நிக்கோலஸுக்கு அறிமுகமானவர்களில் பிரெஞ்சு அகாடமி சயின்ஸின் நிரந்தரச் செயலாளர் ஃபோன்டெனெல்லும் இருந்தார். எமிலியின் தந்தை, அவளது ஆரம்பகால புத்திசாலித்தனத்தை உணர்ந்து, எமிலி 10 வயதாக இருந்தபோது, ஃபோன்டெனெல்லை அழைத்து அவளுடன் வானியல் பற்றி பேசுவதற்கு ஏற்பாடு செய்தார். எமிலிக்கு சூதாட்டத்திலும் கூட திறமை இருந்தது. எமிலி கணிதத்தில் தனது திறமையைப் பயன்படுத்தி தனக்கு நன்மை ஏற்படும்படி செய்தார். அதில் அவர் தனது வெற்றியைப் பயன்படுத்தி தனது அறிவியல் ஆய்வுகளுக்கு புத்தகங்கள் மற்றும் ஆய்வக உபகரணங்களை வாங்கினார்.

மணவாழ்க்கை

எமிலி 18 வயதை எட்டியதும், அவரைத் திருமணம் செய்து கொள்ள அவர் தந்தை கேட்டார். 1725 ஆம் ஆண்டு ஜூன் 12 ஆம் தேதி, எமிலி மார்க்விஸ் புளோரன்ட்-கிளாட் டு சாஸ்டெல்லெட்-லோமொன்ட்டை மணந்தார். அவர் ஒரு புகழ்பெற்ற இராணுவ அதிகாரி .அவரது திருமணம் எமிலிக்கு Marquise du Chastellet என்ற பட்டத்தை வழங்கியது. அவரது திருமணம் பிரபுக்களின் பல திருமணங்களைப் போலவே, சிறப்பாக ஏற்பாடு செய்யப்பட்டு நடந்தது. அவரது திருமணப் பரிசாக, அவரது தந்தை, அவரது கணவரை பர்கண்டியில் உள்ள செமுர்-என்-ஆக்சோயிஸின் ஆளுநராக நியமித்தார். திருமணமான தம்பதிகள் செப்டம்பர் 1725ன் இறுதியில் அங்கு குடிபெயர்ந்தனர். அப்போது எமிலிடுசேட்லெட்டுக்கு 19 வயதுதான். அவரது கணவருக்கு வயது 34. அவரது கணவர் இராணுவத்தில் இருந்ததால், எமிலி அடிக்கடி வெளியூர் சென்றார். ஆனால் எமிலிக்கு இது ஒரு வசதியான ஏற்பாடாக இருந்தது. ஏனென்றால், சேட்லெட் அடிக்கடி வீட்டை விட்டு விலகியிருப்பதால், கணிதம் மற்றும் அறிவியலைத் தனியாகப் படிப்பதில் ஈடுபட அவளுக்கு சுதந்திரம் கிடைத்தது.

தம்பதியருக்கு மூன்று குழந்தைகள் பிறந்தனர்: பிரான்சுவா கேப்ரியல் பாலின், லூயிஸ் மேரி புளோரன்ட் மற்றும் விக்டர்-எஸ்பிரிட். விக்டர்-எஸ்பிரிட் குறுநடை போடும் குழந்தையிலேயே, 1734 கோடையின் பிற்பகுதியில் இறந்தார், 1749 இல் எமிலி டு சேட்லெட் ஸ்டானிஸ்லாஸ்-அடெலெய்ட் டு சேட்லெட்டை (மகள்) பெற்றெடுத்தார். அவர் செப்டம்பர் 4, 1749 இல் பிறந்தார். 1751 ஆம் ஆண்டு மே 6 ஆம் தேதி லுனெவில்லில் அந்தக் குழந்தை இறந்தது.

திருமணத்திற்குப் பின்னர் கணிதம்

எமிலி டு சேட்லெட் 1733ஆம் ஆண்டு தனது 26ஆம் வயதில், தனது கணிதப் படிப்பைத் தொடர்ந்தார். ஆரம்பத்தில், அகாடமி ஆஃப் சயின்ஸின் உறுப்பினரான மோரே டி மௌபெர்டுயிஸால் இயற்கணிதம் மற்றும் கால்குலஸில் பயிற்றுவிக்கப்பட்டார். கணிதம் அவரது பலமாக இல்லாவிட்டாலும், லியோன்ஹார்ட் ஆய்லருக்கும் கற்பித்த ஜோஹன் பெர்னௌலியிடம் இருந்து மௌபர்டுயிஸ் திடமான கல்வியைப் பெற்றார். இருப்பினும், 1735ஆம் ஆண்டு வாக்கில், டு சேட்லெட் தனது கணிதப் பயிற்சிக்காக அலெக்சிஸ் கிளாராட்டிடம் திரும்பினார், அவர் Clairaut இன் சமன்பாடு மற்றும் Clairaut இன் தேற்றம் ஆகியவற்றிற்கு மிகவும் பிரபலமான ஒரு கணித வல்லுநரானார்.

பெண் என்பதால் மறுக்கப்பட்ட எமிலி

எமிலி ஒரு பெண் என்பதால் கல்வி நிறுவனங்களாலும் உயர் கல்வி பயிலும் ஆண்களாலும் நிராகரிக்கப்பட்டார். அதற்குப் பதிலாக அவள் கணிதம், அறிவியல் மற்றும் தத்துவம் கற்பிக்க ஆசிரியர்களை நியமித்தாள். எமிலி தான் கணிதத்தில் சமமாக மிகவும் மேம்பட்டு இருக்க விரும்பினார், ஆனால் கணிதம் பயிற்றுவிப்போரில் பெரும்பாலோர் ஆண்கள். அவள் பெண் என்பதால் லூவ்ரில் உள்ள கிங்ஸ் லைப்ரரியில் உட்காரகூட அவருக்கு எப்போதும் அனுமதி மறுக்கப்பட்டது. கணித ஆண் அறிஞர்கள் அறிவியல் தகவல்களைப் பயன்படுத்தாமல் இருந்தபோதும், கிராடோட் காஃபி ஹவுஸுக்குள் நுழைய அவருக்கு அனுமதி மறுக்கப்பட்டது. ஒரு நாள் அவள் ஒரு ஆண் போல் உடையணிந்தாள். அவள்

யார் என்று ஆண்களுக்குத் தெரிந்தாலும், அவர்கள் அவளை ஆண் உடையில் விவாதத்திற்கு அனுமதித்தனர்.

வால்டரின் நட்பும் அறிவியல் மொழிபெயர்ப்பும்

எமிலி பின்னர் லண்டனில் நாடுகடத்தப்பட்டுத் திரும்பிய எழுத்தாளர் வால்டருடன் நட்பு கொண்டார். அவர்களின் நட்பு மே 1733 இல் ஆர்வத்துடன் தொடங்கியது. எமிலி தனது மூன்றாவது குழந்தை பிறந்த பிறகு மீண்டும் அறிவியல் சமூகத்தில் நுழைந்தார். வால்டேருடன் நெருங்கிய நண்பரானர். அவளுடைய புத்திசாலித்தனத்தைப் பாராட்டிய மற்றும் அவளது அறிவியல் நோக்கங்களை ஊக்குவித்த ஒரு சில ஆண்களில் வால்டர் ஒருவராக இருந்தார். எமிலி டு சேட்லெட் மற்றும் வால்டேர் இருவரும் கிராமப்புறத்தில் உள்ள சேட்லெட்டின் பெரிய எஸ்டேட் வீட்டைப் புதுப்பித்தனர். மேலும். அங்கு எமிலி இயற்பியல் மற்றும் கணிதம் படித்தார்; அறிவியல் கட்டுரைகள் மற்றும் மொழிபெயர்ப்புகளை வெளியிட்டார். அந்த வீட்டில் விஞ்ஞான உபகரணங்களுக்கான பல அறைகள் மற்றும் பரிசோதனைகளுக்கான இடம் மற்றும் 20,000 க்கும் மேற்பட்ட புத்தகங்களை வைத்திருக்கும் ஒரு பெரிய நூலகம் ஒன்றை உருவாக்கினார். அந்த நூலகப் புத்தகங்களின் எண்ணிக்கை அப்போதிருந்த பல பல்கலைக்கழகங்களை விட அதிகமாக இருந்தது.

அறிவியல் கண்டுபிடிப்பு

சேட்லெட் ஒரு பெண்ணாக இருந்ததால் அறிவியல் சமூகம் மற்றும் கல்வியில் இருந்து ஒதுக்கப்பட்டதில் அவர் விரக்தியடைந்தாலும், பியர்-லூயிஸ் மௌபர்டுயிஸ் மற்றும் சாமுவேல் கோனிக் உட்பட பல புகழ்பெற்ற அறிஞர்களிடம் கணிதத்தையும் அறிவியலையும், அவர்களை தனது வீட்டிற்கு வரவழைப்பதன் மூலம் அவரால் கற்றுக்கொள்ள முடிந்தது. 1737 ஆம் ஆண்டில், பல மாதங்கள் ரகசியமாக ஆராய்ச்சி செய்த பிறகு, ஒளி, வெப்பம் மற்றும் நெருப்பின் தன்மை பற்றிய பிரெஞ்சு அறிவியல் அகாடமியால் நிதியுதவி செய்யப்பட்ட ஒரு போட்டியில் அவர் நுழைந்து பரிணமித்தார். அதில், ஒளியின் வெவ்வேறு வண்ணங்கள் வெவ்வேறு வெப்பமூட்டும் ஆற்றலைக் கொண்டு செல்வதாகவும், இப்போது அகச்சிவப்பு

கதிர்வீச்சு என்று அழைக்கப்படுவதை எதிர்பார்த்ததாகவும் அவர் பரிந்துரைத்தார். அப்போது அவர் போட்டியில் வெற்றிபெறவில்லை, ஆனால் அவரது கட்டுரை அறிவியல் இதழில் வெளியிடப்பட்டது மற்றும் அறிவியல் சமூகத்தால் நேர்மறையான வரவேற்பைப் பெற்றது. அவர் ஐசக் நியூட்டனின் பணியில் வலுவான ஆர்வத்தை வளர்த்துக் கொண்டார். இது பிரான்சில் அந்த நேரத்தில் சற்றே சர்ச்சைக்குரிய விஷயமாகவே இருந்தது. அங்கு நியூட்டனின் கருத்துக்களுக்கு மேல் கார்டீசியன் தத்துவம் விரும்பப்பட்டது. எமிலியும் வால்டேரும் கூட்டாக நியூட்டனின் தத்துவத்தின் கூறுகள் என்ற புத்தகத்தை எழுதினார்கள். இது நியூட்டனின் வானியல் மற்றும் ஒளியியலை பரந்துப்பட்ட பிரெஞ்சு வாசகர்களுக்கு தெளிவான முறையில் விளக்கியது. புத்தகத்தில் வால்டேரின் பெயர் மட்டுமே இருந்தது. ஆனால் அவர் தனது முக்கிய பங்கை ஒப்புக்கொண்டார். எமிலியின் பெயர் இல்லை.

எமிலியின் அயராப் பணி

எமிலி மற்றொரு கையெழுத்துப் பிரதியான ‘இயற்பியலின் அடிப்படைகள்’ என்ற புத்தகம் உருவாக்கத்திலும் அவர் பணியாற்றினார். அதில் அவர் அறிவியலின் தத்துவ அடிப்படையைக் கருதினார் மற்றும் முரண்பட்ட நியூட்டனின், கார்ட்டீசியன் மற்றும் லைப்னிசியன் கருத்துக்களை ஒருங்கிணைக்க முயன்றார். அறிவியலுக்கான அவரது மிக முக்கியமான பங்களிப்புகளில் ஒன்று, ஆற்றல் மற்றும் ஆற்றல் பாதுகாப்பு பற்றிய கருத்துகளை அவர் தெளிவுபடுத்தியதாகும். வில்லெமின் கிரேவ்சாண்டே முன்பு செய்த சோதனைகளைத் தொடர்ந்து, கனமான ஈயப் பந்துகளை களிமண் படுக்கையில் இறக்கினார். இரண்டு மடங்கு வேகத்தில் களிமண்ணைத் தாக்கிய பந்துகள் களிமண்ணுக்குள் நான்கு மடங்கு ஆழமாக ஊடுருவியதை அவள் காட்டினாள்; அவை மூன்று மடங்கு வேகம் கொண்டவை; ஒன்பது மடங்கு அதிக ஆழத்தை அடைந்தன. நியூட்டன் பரிந்துரைத்தபடி, ஆற்றல் mv^2 க்கு விகிதாசாரமாகும், mv அல்ல என்று இது பரிந்துரைத்தது.

எமிலி டு சேட்லெட் தனது விஞ்ஞானப் பணிகளைச் செய்துகொண்டிருந்தபோதும், தனது மூன்று குழந்தைகளுக்குத் தாயாகவும், பல அறிவியல் பார்வையாளர்களுக்கு ஒரு

தொகுப்பாளினியாகவும் தனது கடமைகளைச் செவ்வனே செய்தார்.

நியூட்டனின் பிரின்சிபியா மொழியாக்கம்

எமிலி டு சேட்லெட் 42 வயதில் தான் கருவுற்று இருப்பதை அறிந்தார்.. அந்தக் காலத்தில், இவ்வளவு வயதானபோது உருவான கருவுறுதல் மிகவும் ஆபத்தானது என்பதையும். அவர் இறந்துவிடுவார் என்பதை அறிந்த அவர், இறப்பதற்கு முன், தனது மிகப்பெரிய திட்டமான நியூட்டனின் பிரின்சிபியாவின் பிரெஞ்சு மொழிபெயர்ப்பை முடிக்க ஒரு நாளைக்கு 18 மணிநேரம் வேலை செய்யத் தொடங்கினார். அது வெறுமனே மொழிபெயர்ப்பு மட்டுமல்ல. மொழிபெயர்ப்பிற்கு மேலாக, எமிலி டு சேட்லெட் பிரின்சிபியாவில் அவரது சொந்த குறிப்புகள், எடுத்துக்காட்டுகள்.நியூட்டனின் தெளிவற்ற எழுத்தின் தெளிவுபடுத்தல்கள் மற்றும் நியூட்டனின் கோட்பாடுகளை உறுதிப்படுத்தி சோதனைகளின் எடுத்துக்காட்டுகளை உள்ளடக்கி எழுதினர். அவரது நவீன குறிப்புகளும் தெளிவான பாணியும் விரைவில் பிரெஞ்சு விஞ்ஞானிகளுக்கு நியூட்டனின் கருத்துகளைப் புரிந்து கொள்ளவும், அவற்றை உருவாக்கவும் உதவியது. மேலும் அவரது மொழிபெயர்ப்பு மற்றும் நுண்ணறிவு வர்ணனை பிரான்சில் அறிவியலை முன்னேற்ற உதவியது. ஆயினும்கூட, எமிலி டு சேட்லெட்டை வரலாறு மறந்துவிட்டது என்றே கூறலாம் மேலும் சமீபத்தில் தான் அவரது அறிவியல் சாதனைகள் வெளிச்சத்திற்கு வந்தன.

எமிலியின் விடாமுயற்சியும் உறுதியும்

எமிலி டு சேட்லெட் உறுதியான முயற்சியுடன், அவர் செப்டம்பர் 1749 இல் இறப்பதற்கு சற்று முன்பு கையெழுத்துப் பிரதியை முடிக்க வேண்டும் என்ற தனது இலக்கை அடைந்தார். அவரது முழுப் படைப்பும் அவர் இறந்து பத்து ஆண்டுகளுக்குப் பின்னரே வெளியிடப்பட்டது, அப்போது ஹாலியின் வால்மீன் மீண்டும் நியூட்டனின் இயக்கவியலில் ஒரு புதிய ஆர்வத்தை ஏற்படுத்தியது. 1745 முதல் அவர் இறக்கும்வரை சர் ஐசக் நியூட்டனின் பிரின்சிபியா கணிதத்தின் மொழிபெயர்ப்பில் இடைவிடாமல் பணியாற்றினார். இந்தப் புத்தகம். 1756 இல்

வால்டேரின் முன்னுரையுடன் மற்றும் பிரெஞ்சு கணிதவியலாளர் அலெக்சிஸ்-கிளாட் கிளாராட் வழிகாட்டுதலுடன் வெளியிடப்பட்டது. முழுப் படைப்பும் 1759 இல் எமிலியின் இறப்புக்குப் பின்னரே வால்டேரின் அறிமுக உரையுடன் வெளியிடப்பட்டது. இதுவே பல ஆண்டுகளாக பிரின்சிபியாவின் ஒரே பிரெஞ்சு மொழிபெயர்ப்பாக இருந்தது.

எமிலியின் மரணம்

எமிலி கருவுற்று இருந்தபோது ஐசக் நியூட்டனின் பிரின்சிபியா கணிதத்தை பிரெஞ்சு மொழியில் மொழிபெயர்த்தார். அவரது மகள் 1749ஆம் ஆண்டு செப்டம்பர் 4ஆம் நாள் பிறந்தார். அக்குழந்தை பிறந்து ஆறு நாட்களுக்குப் பிறகு தொற்றுநோயால் 1749, செப்டம்பர் 10 ஆம் நாள் எமிலி மரணித்தார்.

2021,டிசம்பர் 17ஆம் நாள் கூகுள் எமிலிக்கு டூடுல்ஸ் உருவாக்கி அவரின் 315வது பிறந்த நாளைக் கொண்டாடியது

எமிலி பற்றிய குறிப்புகள்

வால்டேர்தான் அவருக்கு சேட்லெட் என்ற பெயரைக் கொடுத்தார். பெரும்பாலான வரலாற்றாசிரியர்கள் இன்று அவரை அங்கீகரிக்கின்றனர். எமிலியும் வால்டேரும் நியூட்டனின் விதிகள் உட்பட கணிதத்தின் அதிசயங்களைப் பற்றி ஒன்றாக ஆராய்ச்சி செய்தனர். பிரான்சின் அரசியல் நிலைப்பாடுகளுடன் வாதிட்ட ஒரு புத்தகத்தின் காரணமாக வால்டேர் பிரான்சில் இருந்து நாடு கடத்தப்பட்டதால், வால்டேர் மற்றும் எமிலி ஆகியோர் சிரேயின் வீட்டில் பணிபுரிந்தனர். இங்கு, எமிலி மற்றும் வால்டேர் புத்தகங்களை எழுதி வெளியிட்டனர்; குறிப்பாக , எமிலி இன்ஸ்டிடியூஷன் டி பிசிக் (Institutions de physique, a physics textbook) என்ற இயற்பியல் புத்தகம் எழுதினார்.

அவருக்கு அங்கீகாரம் இல்லாமை என்பது மிகவும் சேட்லெட்டை தொந்தரவு செய்தது "அவர் மீண்டும் பணி தொடங்கினார்; பிரின்சியா வேலையை நேரடியாக மொழிபெயர்த்தார், மேலும் அனைத்து கணிதம் மற்றும் அறிவியலைப் பெறுகிறார்." இவ்வாறு இங்கிலிஸ்-ஆர்கெல்ஸ் (Inglis-Arkells) அவரைப் பற்றி எழுதுகிறார்.

பார்ட், ஜோடி(Bart, Jody)என்பவர், அறிவியலில் வெற்றிபெறும் பெண்கள் பற்றிக் குறிப்பிடும்போது, ''அப்போது, ஒழுக்கம் கோட்பாடுகள் மற்றும் நடைமுறைகள் ஏராளமாக இருந்தன'' என்கிறார். இந்தப் புத்தகம் அறிவியலுக்கு அர்ப்பணிக்கப்பட்ட வரலாற்றில் பெண்களை போற்றும் வகையில் எழுதப்பட்டுள்ளது. சமூகத்தில் பெண் என்ற தடைக்கு எதிராக அவர்கள் எவ்வாறு போராடினார்கள் என்பது இதில் அடங்கும். எமிலி டு சேட்லெட் மற்றும் பாலினத்திற்கு எதிரான அவரது போராட்டம் உள்ளிட்ட பல பெண்கள் பற்றி இதில் தெரிவிக்கப்பட்டுள்ளனர். இதனால் அவர் ஒரு கணிதவியலாளராக கருதப்பட்டார். இந்த ஆதாரம் அறிவியலின் வரலாற்றின் ஒரு நல்ல ஆதாரமாகும்.

போராட்டம்

எமிலி சேட்லெட் என்ற பெண் கணிதவியலாளராக வாழ்க்கையில் வெற்றி பெற்றார். ஆண்களால் எளிதில் அவரைப் புறந்தள்ளிவிட முயன்றாலும் அவர் கற்கும் உரிமைக்காகப் போராடி; வெற்றி பெற்றார். அவர் வளர்ந்து பணக்கார வாழ்க்கை முறையில் வாழ்ந்ததால், பதினெட்டாம் நூற்றாண்டில் பெண்கள் செய்ய நினைக்காத கல்வி மற்றும் மேலதிக கல்வியை அவர் பெறுவதற்கான வாய்ப்பை இது அளித்தது. அவர் ஒரு சிறந்த விஞ்ஞானி மற்றும் அவரது இன்றைய நாளில் சிறந்து விளங்கும் கணிதவியலாளராக அறியப்பட்டுள்ளார்.

அவர் தனது காலத்தின் பாலின விதிமுறைகளைப் புறக்கணித்த ஒரு பல்துறை வித்தகர்.

பெர்னார்ட் மாண்டெல்லின் மொழிபெயர்ப்பு புத்தகம் ஒரு அறிமுகத்தில், எழுதியது; "டு சேட்லெட் "ஒரு பெண் எழுத்தாளராக தனது நிலைக்கும் மொழிபெயர்ப்பாளராக தனது செயல்பாட்டிற்கும் உள்ள தொடர்பை வலியுறுத்தினார். கல்வி மற்றும் சமூகக் காரணங்களை மேற்கோள் காட்டி, பொது அறிவுசார் வாழ்வில் ஈடுபட விரும்பும் பெண்கள் எதிர்கொள்ளும் சிரமங்களை முன்மாதிரியாக தனது முன்னுரையில் தெரிவிக்கிறார், என்கிறார். பெண்கள் அறிவியலில் பணிபுரிவதிலிருந்தும் தங்கள் சொந்தப் படைப்புகளை வெளியிடுவதிலிருந்தும் ஒதுக்கப்பட்டிருப்பதைக் கண்டு வருத்தம் தெரிவித்த அவர்,

பக்கவாட்டு வழியாக அந்தத் துறைகளில் நுழைவதற்கு மொழிபெயர்ப்பு ஒரு வழியாகும் என்றார்.

இன்றும் பயன்படும் எமிலியின் மொழிபெயர்ப்பு:

எமிலியின் பிரின்சிபியா மேத்தமேட்டிகா மொழிபெயர்ப்பு இன்றும் பயன்படுத்தப்படுகிறது. அவர் காலத்தில் அவருடைய வேலை பாராட்டப்படவில்லை என்பது அவருக்குத் தெரியும். அவர் இறந்து 10 ஆண்டுகளுக்குப் பிறகு, இன்று அவர் பெண்கள் மற்றும் பெண்களுக்கு ஒரு முன்மாதிரியாக அங்கீகரிக்கப்படுகிறார். நியூட்டனின் ஆய்வுகள் மற்றும் கணிதத்தில் அவரது பணிக்காக எமிலி டு சேட்லெட்டை இன்னும் உலகம் முழுவதும் கொண்டாடுகிறது.

சவால்களை முறியடித்த எமிலி

எமிலி டு சேட்லெட், ஒரு திறமையான விஞ்ஞானி மற்றும் அறிவுஜீவி. பெண்கள் விஞ்ஞானிகளாக முடியாமல் இருந்த சவால்களை முறியடித்து, அவர் தன்னைப் பயிற்றுவித்து, இயற்பியலில் சோதனைகளை மேற்கொண்டார், மேலும் நியூட்டனின் பிரின்சிபியாவின் மொழிபெயர்ப்பு மற்றும் வர்ணனையை முடித்தார். இது 1756 இல் வால்டேரின் முன்னுரையுடன் மற்றும் பிரெஞ்சு கணிதவியலாளர் அலெக்சிஸ்-கிளாட் கிளாராட் வழிகாட்டுதலுடன் வெளியிடப்பட்டது. முழுப் படைப்பும் 1759 இல் வெளிவந்தது; மற்றும் பல ஆண்டுகளாக பிரின்சிபியாவின் ஒரே பிரெஞ்சு மொழிபெயர்ப்பாக இருந்தது.

6

கணிதக் கையேட்டின் பிதாமகள் மரியா கெய்தனா அக்னேசி

(1718 - 1799)

கணித விஞ்ஞானி மரியா கெய்தனா அக்னேசி

மரியா கெய்தனா அக்னேசி (*Maria Gaetana Agnesi*) ஓர் இத்தாலிய கணிதவியலாளர். கணிதம் மற்றும் தத்துவத் துறையில் அற்புதமான பங்களிப்புகளைச் செய்தார். அவர் ஒருங்கிணைந்த மற்றும் வேறுபட்ட நுண்கணிதவியல் (*Differential calculus*) முதல் புத்தகத்தை எழுதினார். கணித கையேட்டை எழுதிய முதல் பெண்மணி அவர். போலோக்னா பல்கலைக்கழகத்தில் பேராசிரியராக நியமிக்கப்பட்ட முதல் பெண்ணும் அவரே. மேற்கத்திய உலகில் கணிதத்தில் முதல் சாதனை படைத்த முதல் பெண்மணியாகக் கருதப்படுகிறார். அவர் ஒரு கணித மேதை மட்டுமல்ல, மக்களுக்கு உதவுவதிலும், விசுவாசத்தை நிலைநிறுத்துவதிலும் தனது பங்கைச் செய்த ஒரு கனிவான மற்றும் மதப் பெண்மணி என்பதையும் நிரூபித்தார்.

அக்னேசியின் துவக்ககால வாழ்க்கை

மரியா கெய்தனா அக்னேசி 1718ஆம் ஆண்டு, மே மாதம் 16ஆம் நாள் இத்தாலியின் மிலன் நகரில் ஒரு பணக்காரக் குடும்பத்தில் பிறந்தார். அவரது தந்தை, பியட்ரோ அக்னேசி,

போலோக்னா பல்கலைக்கழகத்தில் கணிதப் பேராசிரியர். பியட்ரோ அக்னேசி லட்சிய வாழ்க்கையும் வாழ்ந்தார். மேலும் அவரது குடும்பத்தை மிலனீஸ் பிரபுக்களின் வரிசையில் உயர்த்த விரும்பினார். இதை அடைய, அவர் அன்னா ஃபோர்டுனாட்டா ப்ரிவியோ என்ற பெண்ணை மணந்தார். அவரது தாயார் இறந்த பின்னர், மரியா அந்த பெரிய குடும்பத்தின் மூத்த குழந்தையாக வீட்டைக் கவனித்துக்கொள்ள, பொது வாழ்க்கைக்குச் செல்லாமல், வீட்டை நிர்வகிக்க வீட்டிலேயே இருந்தார். அவரது தாயின் மரணம் மரியா அக்னேசி பொது வாழ்க்கையிலிருந்து விடுபடுவதற்கான காரணம் காட்டியது.

மரியா பல்மொழி வித்தகர்

மரியா அவர் வாழ்க்கையின் துவக்கத்தில் அசாதாரண நுண்ணறிவின் அறிகுறிகளைக் காட்டினார். மேலும் அவர் ‘ஒரு குழந்தை அதிசயமாக’ அங்கீகரிக்கப்பட்டார். மரியாவுக்கு 6 வயதாகும் முன்பே அவர் இத்தாலி மற்றும் பிரஞ்சு மொழிகளைக் கற்றுப் பேசினார். இளம் மரியாவுக்கு 11 வயதாகும்போது, அவர் இத்தாலிய மற்றும் பிரஞ்சு மொழிகளில் மட்டுமல்ல, லத்தீன், ஜெர்மன், கிரேக்கம், ஹீப்ரு மற்றும் ஸ்பானிஷ் மொழிகளையும் பேச முடிந்தது. இதனால் மரியா "ஏழு மொழி விற்பன்னர்/ உரையாளர்" என்று பாராட்டப்பட்டார்; புத்திசாலித்தனமான குழந்தையாக இருந்தார், அவர் தனது இளைய சகோதரர்களுக்கு கல்வி கற்பதற்கு தன்னால் இயன்றவரை உதவி செய்தார்.

மரியா 9 வயதாக இருந்தபோது, லத்தீன் மொழியில் ஒரு மணி நேரம் உரையாற்றினார். அதன்மூலம் பிரபலமான பேச்சாளர்களை மிகவும் ஈர்த்தார்; அவர்களை ஆச்சரியப்படுத்தினார். இந்த உரையாடல் ஒரு மணி நேரம் நீடித்தது. பெண்கள் கல்வி பெறுவதற்கான பெண்களின் உரிமை குறித்தும் அவர் பேசினார்.

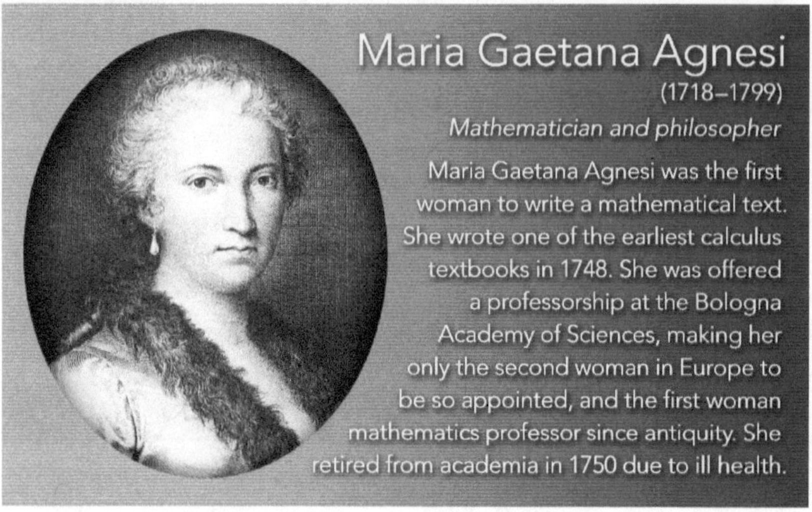

வியாதியும், கல்வியும்

மரியா 12 வயதை எட்டியபோது, அவர் யாராலும் அடையாளம் காண முடியாத ஒரு நோயால் பாதிக்கப்பட்டார். இருப்பினும், டாக்டர்கள் அவரது அதிகப்படியான படிப்பு மற்றும் வாசிப்புதான் வியாதிக்கு ஒரு காரணம் என்று சுட்டிக்காட்டின ர். எனவே அவர் மிகவும் சுறுசுறுப்பாகவும் குதிரைச் சவாரிகளில் செல்லவும் நடனமாடவும் அறிவுறுத்தப்பட்டார். நடனம் மற்றும் குதிரை சவாரி மரியாவுக்கு சரிப்பட்டு வரவில்லை. அவர் இன்னும் மன உளைச்சலால் அவதிப்பட்டார், அதனால் எல்லாவற்றையும் மிதமாகப் பயிற்சி செய்யும்படி அவரிடம் கூறப்பட்டது. இந்த காலகட்டத்தில் அக்னேசியின் தாய் இறந்து வீட்டார். மரியாவின் தந்தை அதன் பிறகு இரண்டு முறை மறுமணம் செய்து கொண்டார். அவருக்கு மரியாவையும் சேர்த்து, 21 குழந்தைகள். இவர்களில் மரியாதான் மூத்தவர். எனவே வீட்டையும் எல்லா சகோதர சகோதரிகளையும் மரியாவே கவனித்துக்கொண்டார்.

கணிதத்திற்கான பங்களிப்பு

மரியா அக்னேசி தனது உடன்பிறப்புகள் 21 குழந்தைகளில் மூத்தவர். கணிதத்தில் மரியா தனது ஆராய்ச்சியைத் தொடர வேண்டுமென்றால், அவள் அனைத்து தொண்டு வேலைகளையும்

செய்ய வேண்டும் என்ற நிபந்தனையுடன் அவளுடைய தந்தை மரியாவை கணிதம் படிக்க வைக்க ஒப்புக்கொண்டார். ஆனால் அவரது கணிதச் செயல்பாடு மற்றும் பாடங்களுக்கு மேலதிகமாக, அவரது உடன்பிறப்புகளுக்கு கற்பிப்பதே அவரது பொறுப்பாகிவிட்டது. இந்த பணியில் அவரை, ஒரு கான்வென்ட்டிற்குள் நுழைவது, என்ற அவரது சொந்த இலக்கிலிருந்து அவளைத் தடுத்து நிறுத்தியது. ஏனெனில் மரியா ஆழ்ந்து மதத்தில் ஈடுபட வேண்டியதாகி விட்டது. அவரது தந்தை கான்வென்ட்டுக்குள் நுழைய வேண்டும் என்ற விருப்பத்தை வழங்க மறுத்தார். மரியா அக்னேசி கிட்டத்தட்ட சமூகத்துடனான அனைத்து தொடர்புகளையும் தவிர்த்து, கணித ஆய்வுக்கு தன்னை முழுமையாக அர்ப்பணித்தார்.

கணிதத்தில் அக்னேசியின் ஆரம்பகால வேலை

14 வயதில் பெரும்பாலான இளைஞர்கள் பள்ளி மற்றும் வீட்டுப்பாடங்களைத் தவிர்த்து மற்றவற்றில் மிகவும் உற்சாகமாக இருப்பார்கள். ஆனால் நினைவில் கொள்ளுங்கள், அக்னேசி ஓர் அதிசயமானவர், எனவே அவர் ஏற்கனவே வடிவியல் மற்றும் பாலிஸ்டிக்ஸ் படித்து வந்ததில் ஆச்சரியமில்லை. அவருடைய மனமும் கண்டுபிடிப்புகளும் மிகவும் சுவாரஸ்யமாக இருந்தன. அக்னேசியின் 15 வயதிற்குள், அவளது தந்தை போலோக்னாவில் மிகவும் கற்றறிந்த ஆண்களின் வட்டத்தை தனது வீட்டில் தவறாமல் கூட்டி, விவாதித்தார். அதற்குமுன்பு மரியா மிகவும் சுருக்கமான தத்துவ கேள்விகளில் தொடர்ச்சியான ஆய்வறிக்கைகளைப் படித்து அறிந்தார். அதனால் மரியா அக்னேசி அவர்களுடன் விவாதித்தார். அவர் சொல்வதை மற்றவர்கள் கேட்க முடிந்தது. இந்தச் சந்திப்புகள் பதிவு

செய்யப்பட்டன, அவற்றை சார்லஸ் டி ப்ரோஸ் (Charles de Brosse) எழுதிய 'இத்தாலிக்கான கடிதங்கள்' என்ற தலைப்பில் இத்தாலியில் காணலாம். அவருடைய தந்தை எழுதிய முன்மொழிவுகள் தத்துவவியலிலும் அவை பதிவு செய்யப்பட்டன. பியட்ரோ அக்னேசியின் இந்த படைப்பு 1738 இல் வெளியிடப்பட்டது. இது மரியா கெய்தனா அக்னேசி செய்து முடித்த கணக்கு பதிவு. இந்த இறுதிகட்ட செயல்பாட்டில், அவர் 190 ஆய்வறிக்கைகளை கொடுத்தார். அக்னேசி புத்திசாலியாக இருந்தார்; ஆனால் மிகவும் கூச்ச சுபாவமுள்ளவர். உண்மையில் அவரது கணக்கு செயல்பாடு காட்சிக்கு வைக்கப்படுவதை அவர் விரும்பவில்லை. ஒரு குழுவின் முன் பேசவும் விரும்பவில்லை. என்பதும் குறிப்பிடத்தக்கது.

மரியாவின் கால்குலஸ் குரு ராமிரோ ராம்பினெல்லி

மரியா 1739 ஆம் ஆண்டில், மார்க்விஸ் குயில்லூம் டி எல் ஹெப்பிட்டலின் ட்ரெயிட் அனாலிடிக் டெஸ் பிரிவுகளின் கூற்றுக்களைப் படித்த பிறகு, , 1740 ஆம் ஆண்டில் ஆலிவேட்டன் துறவியான ராமிரோ ராம்பினெல்லி (Ramiro Rampinelli)என்பவரால் கணிதத் துறையில் முழுமையாக அறிமுகப்படுத்தப்பட்டார். ராமிரோ ராம்பினெல்லி என்பவர்தான் அந்தக்காலத்தில் மிகவும் பேசப்பட்ட இத்தாலிய கணிதவியலாளர்களில் ஒருவர். எனவே அவரிடம், மரியா Differential மற்றும் ஒருங்கிணைந்த கால்குலஸ் கற்றுக்கொண்டார்.

ஹைபேஷாவுக்குப் பின்னர் சிறந்த கணிதவியலாளர் அக்னேசி

அக்னேசி தத்துவஞானிகளால் மிகவும் போற்றப்பட்டார்; அவரது குடும்பத்தினர் செல்வந்தர்களில் ஒருவராகக் காணப்பட்டதாலும் அவர் திருமணத்தில் ஆர்வம் காட்டவில்லை; பெரும்பாலான பெண்கள் திருமணம் செய்யும் நேரத்தில். அவர் திருமணம் செய்ய விரும்பவில்லை. அவரது படைப்புகள்பற்றிக் குறிப்பிடப்படுவது முக்கியம். 5 ஆம் நூற்றாண்டில் வாழ்ந்த ஹைபேஷாவுக்குப் பிறகு, உலகுக்குத் தெரிந்த முக்கியமான பெண் கணிதவியலாளர் அக்னேசி என்று டிர்க் ஜான் ஸ்ட்ரூக்(Dirk Jan Struik) கூறியுள்ளார்.

அக்னேசியின் மிக மதிப்புமிக்க படைப்பு

பிரிட்டானிக்காவின் கூற்றுப்படி, மரியா அக்னேசி "மேற்கத்திய உலகில் கணிதத்தில் புகழ்பெற்ற முதல் பெண்மணியாக கருதப்படுகிறார்". அவரது உழைப்பின் மிக மதிப்புமிக்க விளைவாக 1748 ஆம் ஆண்டில் மிலனில் வெளியிடப்பட்ட இத்தாலிய இளைஞர்களின் பயன்பாட்டிற்கான பகுப்பாய்வு நிறுவனங்கள் மற்றும் "யூலரின் படைப்புகளுக்கு சிறந்த அறிமுகமாக கருதப்பட்டது". இந்த வேலையின் குறிக்கோள், அக்னேசியின் கூற்றுப்படி, எண்ணற்ற கால்குலஸின் வெவ்வேறு முடிவுகள் மற்றும் கோட்பாடுகளின் முறையான விளக்கத்தை அளிப்பதாகும். இந்தக் கட்டுரையில், இயற்கணிதத்துடன் கணிதப் பகுப்பாய்வை ஒருங்கிணைப்பதில் அவர் பணியாற்றினார். முதல் தொகுதி வரையறுக்கப்பட்ட அளவுகளின் பகுப்பாய்வையும், இரண்டாவதாக எண்ணற்ற பகுப்பாய்வுகளையும் சொல்லுகிறது.

தங்க மாலை மற்றும் தங்கப்பதக்கம் பெற்ற மரியா அக்னேசி

பி. டி. அன்டெல்மியின் இரண்டாவது தொகுதியின் பிரெஞ்சு மொழிபெயர்ப்பு, சார்லஸ் போஸூட் (1730-1814) சேர்த்தலுடன், 1775 இல் பாரிஸில் வெளியிடப்பட்டது; பகுப்பாய்வு நிறுவனங்கள், கேம்பிரிட்ஜில் கணிதவியல் பேராசிரியரான ஜான் கொல்சன் (1680–1760) எழுதிய முழு ஆங்கில மொழிபெயர்ப்பு, ஜான் ஹெலின்ஸால் ஆய்வு செய்யப்பட்டது. 1801 இல் பரோன் மசெரஸில் வெளியிடப்பட்டது. இந்த வேலை பேரரசி மரியா தெரேசாவுக்கு அர்ப்பணிக்கப்பட்டது, அவர் ஒரு வைர மோதிரம், ஒரு தனிப்பட்ட கடிதம் மற்றும் ஒரு வைர மற்றும் படிக பொருள் என பலவற்றைப் பரிசாக அக்னேசிக்கு நன்றியுடன் கொடுத்தார்.போப் பெனடிக்ட் XIV உட்பட பலர் அவருக்கு பாராட்டுக் கடிதத்தை எழுதி அவருக்கு தங்க மாலை மற்றும் தங்கப் பதக்கத்தை அனுப்பினர். இந்தப் படைப்பை எழுதும்போது, அக்னேசிக்கு இரண்டு புகழ்பெற்ற கணிதவியலாளர்கள் அறிவுறுத்தப்பட்டனர் மற்றும் உதவினர்: அவர்கள் முன்னாள் ஆசிரியர் ராமிரோ ராம்பினெல்லி மற்றும் ஜாகோபோ ரிக்காட்டி ஆகும்.

வெளியிடப்படாத படைப்பு - பேராசிரியர் பதவி

மரியா அக்னேசியின் படைப்பு கையெழுத்துப் பிரதியில் பார்த்தவர்களால் மிகவும் பாராட்டப்பட்டாலும், ஒருபோதும் அச்சில் வெளியிடப்படவில்லை. பிற்கால வாழ்க்கை 1750 ஆம் ஆண்டில், அவரது தந்தையின் உடல்நிலை சரியில்லாமல், போனதால், போப் பெனடிக்ட் XIV, 1750 இல் போலோக்னா பல்கலைக்கழகத்தில், மரியா அக்னேசியை கணிதப் பேராசிரியராக நியமித்தார். அதன்பின்னர், அக்னேசி ட்ரெயிட் அனலிட்டிக் டெஸ் பிரிவுகளை மையமாகக் கொண்ட ஒரு வர்ணனையையும் எழுதினார். இது அவரது மிகவும் புகழ்பெற்ற படைப்புகளில் ஒன்றாகும், ஆனால் அது வெளியிடப்படவில்லை. போலோக்னாவில் கணிதம் மற்றும் இயற்கைத் தத்துவம் மற்றும் இயற்பியலின் தலைவராக இவரை போப் பெனடிக்ட் XIV நியமித்தார். ஒரு பல்கலைக்கழகத்தில் பேராசிரியர் பதவி வழங்கப்பட்ட இரண்டாவது பெண்மணி இவர், லாரா பாஸ்ஸி முதலாமவர். 1751 ஆம் ஆண்டில், மரியா மீண்டும் நோய்வாய்ப்பட்டார், மேலும் அவரது மருத்துவர்களால் படிக்க வேண்டாம் என்று கூறப்பட்டது.

அக்னேசியின் இறுதி வாழ்க்கை

1752 ஆம் ஆண்டில் அக்னேசியின் தந்தை இறந்தபோது, இறையியல் ஆய்வுக்கு தன்னை அர்ப்பணித்துக் கொள்ள வேண்டும் என்ற தனது நீண்டகால நோக்கத்தை அவர் நிறைவேற்றினார். அதே நேரத்தில் நோயுற்றவர்களுக்கு உதவுவதற்காகவும் தனது நேரத்தைச் செலவிட்டார். மேக்-ஷிப்ட் மருத்துவமனையில் தயாராக இருந்தவர்களை தனது வீட்டிற்கு வரவேற்பார்., அவர் தனது வாழ்க்கையின் கடைசி நான்கு பத்தாண்டுகளை இறையியல் படிப்பதற்கும், தொண்டு வேலைகளுக்கும், ஏழைகளுக்குச் சேவை செய்வதற்கும் அர்ப்பணித்தார். அவர் ஒரு தீவிர கத்தோலிக்கராக இருந்தார். மேலும் அறிவார்ந்த நாட்டம் மற்றும் விசித்திரமான சிந்தனைக்கு இடையிலான திருமணத்தைப் பற்றி விரிவாக எழுதினார். அவரது கட்டுரையான 'இயேசு கிறிஸ்துவின் வாழ்க்கை, மரணம் மற்றும் உயிர்த்தெழுதல்' பற்றிய ஜெபத்திற்கும் சிந்தனைக்கும் ஒரு நிரப்பியாக கடவுளின் பகுத்தறிவுச் சிந்தனையை அவர் கண்டார். கிளாவிசெம்பலிஸ்ட் மற்றும் இசையமைப்பாளரான மரியா தெரசா அக்னேசி

பினோட்டினி, அவரது சகோதரர். அக்னேசி ஏழைகளுக்கும், வீடற்றவர்களுக்கும், நோயுற்றவர்களுக்கும் தன்னை அர்ப்பணித்து, தனக்குக் கிடைத்த பரிசுகளை விட்டுக்கொடுத்து ஏழைகளுடன் தனது வேலையைத் தொடர்ந்தார்.. 1783 ஆம் ஆண்டில், மிலனின் வயதானவர்களுக்கான இல்லமான ஓபரா பியா ட்ரிவல்ஜியோவின் நிறுவனத்தை நிறுவி இயக்குநரானார். அங்கு அவர் நிறுவனத்தின் கன்னியாஸ்திரியாக வாழ்ந்தார். தான் இயக்குநராக இருந்த அதே ஏழைகள் இல்லத்தில் வறுமையில்,மரியா கெய்தனா அக்னேசி 1799 ஜனவரி 9 அன்று 80 வயதில் இறந்தார்.மேலும் அவரது உடல் பதினைந்து உடல்களுடன் சேர்த்து ஏழைகளுக்காக ஒரு வெகுஜன கல்லறையில் அடக்கம் செய்யப்பட்டது.

அக்னேசியின் சூனியக்காரி

இன்ஸ்டிடியூசியோனி அனலிடிச் மற்றவற்றுடன், முன்னர் பியர் டி ஃபெர்மட் மற்றும் கைடோ கிராண்டி ஆகியோரால் ஆய்வு செய்யப்பட்டுக் கட்டப்பட்ட ஒரு வளைவைப் பற்றி அக்னேசி விவாதித்தார். கிராண்டி லத்தீன் மொழியில் வளைவு வெர்சோரியா என்று அழைக்கப்பட்டார். அவர் மேலும் இத்தாலிய மொழிக்கான வெர்ஸீரா என்ற வார்த்தையை பரிந்துரைத்தார். 'வெர்சோரியா' என்பது ஒரு கடவுள் சொல், "தாள்", அதே சமயம் வெர்சீரா / அவெர்ஸீரா "ஷீ-டெவில்", "சூனியக்காரி","பிசாசு"(கடவுளின் விரோதி) என்பதற்கான மாற்றுப் பெயர். ஒரு கன வளைவு குறித்த அவரது கலந்துரையாடல் இத்தாலிய வார்த்தையான "வெர்சீரா" "வெர்சிகிரா" (சூனியக்காரி) என்று தவறாகக் கருதப்பட்டதால் ஏற்பட்ட பிழையின் காரணமாக, அக்னேசி "அக்னேசியின் சூனியக்காரி" என்றும் அழைக்கப்படலானார்.

சமூக அங்கீகாரம்

- 1996 ஆம் ஆண்டில், 16765 அக்னேசி என்ற சிறுகோளுக்கு அக்னேசியின் பெயரிடப்பட்டது.
- அக்னேசியின் இறப்புக்குப் பிறகு வீனஸில் ஒரு பள்ளத்துக்கு "அக்னேசி" என்ற பெயர் சூட்டப்பட்டது.

அத்துடன் அவர் பெயரில் விட்ச் ஆஃப் அக்னேசி என்ற கணித வளைவும் உள்ளது.

7

புரட்சிக் கணிதவியலாளர்...

சோஃபி ஜெர்மைன்

(1776 - 1830)

புரட்சி

புரட்சியின் நூற்றாண்டு எது தெரியுமா? 18-ஆம் நூற்றாண்டு தான். 18ஆம் நூற்றாண்டு என்பது 1701, ஜனவரி முதல் தேதியிலிருந்து, 1800, டிசம்பர் 31 வரை உள்ள நாட்கள்தாம். மேலும் அப்போதுதான், நிஜமாகவே புரட்சி வெடித்தது. ஆமாம், பிரெஞ்சுப் புரட்சியும், அமெரிக்கப் புரட்சியும், அறிவின் முன்னணியில் நின்று ஒன்றிணைத்து முடிவடைந்தது. இந்தக் கால கட்டத்தில்தான், தத்துவமும், அறிவியலும், அடிமைத்தளையிலிருந்து எழுந்து முக்கியத்துவம் பெற்று, கொழுந்துவிட்டு எரியத் துவங்கின. தத்துவமும் அறிவியலும், தத்துவவாதிகளின் கனவுக்கேற்ப, மிக வேகமாய் வளர்ந்தன. உண்மையாகவே, கனவு மெய்ப்படத் துவங்கியது. அதன் காரணி, 1789ல் நடந்த பிரெஞ்சுப் புரட்சி மட்டுமே. மன்னர்களுக்கெல்லாம் தங்களின் மகுடம் சூடிய முடி பறிபோய்விடும் என்ற ஐயம்தான்.

கடல் மேல் பயணிப்பு

18ஆம் நூற்றாண்டு பல வழிகளில் முக்கியத்துவம் வாய்ந்தது. அதன்படி பார்த்தால், ஐரோப்பாவின் காலனியாதிக்கம் அப்போதுதான் சூடு பிடித்தது. இது அமெரிக்காவிலும் உலகின் மற்ற பகுதிகளிலும் வெகுவேகமாகப் பரவியது. பிரெஞ்சு வீழ்ந்ததன் பின்னர், க்ரேட் பிரிட்டன் என்பது உலகின் மிகப் பெரிய சக்திகளுள் ஒன்றாகப் பேசப்பட்டது. நாடு பிடிக்க அவர்கள் பரபரப்பாகக் கடலில் பயணித்தனர். அப்படிப் பிடித்துப்போட்ட பெரும்பகுதிகளுள் ஒன்றுதான், இந்தியத் தீபகற்பமும். இதனை கடல்மேல் பயணிப்புக் காலம் என்றே சரித்திரம் வருணிக்கிறது. பிரிட்டனில் 1770ல், தொழிற்புரட்சி வெடித்தது. இதன் விளைவாக, நீராவி எஞ்சினை உருவாக்கப்பட்டதால்; எந்திரங்களைக் காதலுடன் கைப்பற்றி, மனித சமுதாயத்தின் முக பிம்பமும், சுற்றுச்சூழலின் தன்மையும் அடிப்படையிலேயே மாறிப் போக நேர்ந்தது.

சோஃபி ஜெர்மைன் பிறப்பும், பிரெஞ்சுப் புரட்சியும்

இப்படிப்பட்ட 18ஆம் நூற்றாண்டின் இடைப்பகுதியில், புரட்சியின் காலகட்டத்தில்தான் நம் புரட்சி தேவதை பிறக்கிறாள். ஆம், இந்தக் கதையின் நாயகி, சோஃபி ஜெர்மைன் (Sophie Germain)உலகை எட்டிப் பார்த்தது புரட்சியின் காலத்தில்தான். சோஃபி ஜெர்மைன், பாரிசில், 1776, ஏப்ரல், முதல் தேதி பிறந்தார். அவரின் தந்தையின் பெயர்: அம்ப்ராய்ஸ் பிராங்கோயிஸ் ஜெர்மைன். (Ambroise-Francois Germain), அன்னையின் பெயர்: மேரி ஜெர்மைன் (Marie Germain). மேரி சோஃபி ஜெர்மைன் (Marie-Sophie Germain) ஒரு பணக்காரக் குடும்பத்தில்தான் பிறந்தார். துவக்கத்தில் அவரின் தந்தை பட்டுத் துணி விற்பனை செய்யும் ஒரு சாதாரண வியாபாரியாகவே இருந்தார். குழப்பமும், கொந்தளிப்பும் மிகுந்த காலகட்டத்தில், சோஃபியின் தந்தை பிரான்சின் வங்கி இயக்குநர் ஆகப் பணிபுரிய நேரிட்டது. சோஃபி ஜெர்மைன் பிறந்த ஆண்டில்தான் அமெரிக்க நாட்டிலும் புரட்சி துவங்கியது. ஆறு ஆண்டுக்காலப் போரில், (1756-1763) ரஷ்யாவின் கட்டுப்பாட்டில் மக்கள் ஏராளமாகத் துன்பப்பட்டனர். சோஃபி ஜெர்மைன் பிறந்து 13

ஆண்டுகளுக்குப் பின்னர் (1789) அவரது சொந்த நாட்டிலேயே புரட்சி வெடித்தது. அதுதான் பிரெஞ்சுப் புரட்சி. (1789–1799:French Revolution).

மேரி சோஃபி ஆன கதை

சோஃபி ஜெர்மைன் அவரது பெற்றோரின் மூன்று பெண் மகவுகளில் இரண்டாவது பெண் குழந்தை. பெற்றோர் இவருக்கு வைத்த பெயர் மேரி சோஃபிதான். ஆனால் மேரி சோஃபி என்ற பெயர் ஒன்றும் அதிசயமான பெயர் இல்லை. ஜெர்மைன் இல்லத்தில், பொதுவாக அந்தக் குடும்பத்திற்கு மேரி என்ற பெயரின் மேல் கொள்ளை பிரியம். அவர் அன்னை மற்றும் பெரிய சகோதரி இருவருக்குமே மேரி என்ற பெயர் வைக்கப்பட்டது. அவர்களுக்கு மேரி என்ற பெயர் பொதுச்சொத்துதான். இருவரின் பெயரும் மேரி மாடலீன் என்பதே. ஒரு வீட்டில் மூன்று மேரிகள். எப்படி இருக்கும் வீடு? யாரைக் கூப்பிட்டால், யார் பதில் சொல்வார்கள். வீட்டில் ஒரே குழப்பம்தான். இதற்கு ஒரு முற்றுப் புள்ளி வைக்க வேண்டாமா? நம் நாயகிதான் இதற்கு விட்டுக்கொடுத்து தனது பெயரை சோஃபி என்று ஆக்கிக்கொண்டார்.. எல்லோரும் அவரை அன்போடு சோஃபி என்றே அழைத்தனர். சோஃபி ஜெர்மைனின் இளைய தங்கையின் பெயர் ஆன்ஜெலி அம்ப்ரோஸ். இங்கு அவரின் ஒரு சகோதரியின் கணவர் மருத்துவர்; இன்னொரு சகோதரியின் கணவர் ஓர் அரசு அதிகாரி. ஆனால் சோஃபி ஜெர்மைன் இறுதிவரை மணம் புரிந்து கொள்ளவே இல்லை. கணிதத்துக்காகவே தன் வாழ்க்கை முழுவதையும் அர்ப்பணித்துக் கொண்டார்.

புரட்சியும் கணிதக் காதலும்

எப்படிப் பார்த்தாலும், சோஃபி ஜெர்மைனை புரட்சியின் புரட்டலிலிருந்து. அதன் தாக்கத்திலிருந்து அந்தச் சிந்தனையிலிருந்து பிரித்துப் பார்க்கவே இயலாது. புரட்சி அவரின் உடலுடன், உள்ளத்துடன், இரண்டறக் கலந்து விட்டது. புரட்சி நடந்து கொண்டிருந்ததால், சோஃபி ஜெர்மைனுக்கு, வெளியே சென்று பள்ளியில் படிக்க முடியாத நிலைமை ஆனால், எப்படியோ சோஃபிக்கு கணிதத்தின்மேல் தீராத கொள்ளைக் காதல் உருவாகிவிட்டது. அவரின் கணிதக்

காதலும், பிரெஞ்சுப் புரட்சியும் ஒரே காலத்தில் உச்சத்தில் இருந்தன. சோஃபியாவால் பாரிசில் நடந்து கொண்டிருந்த கொந்தளிப்பால், ரகளையால் வீட்டை விட்டு வெளியே செல்ல முடியாத நிலைமை ஏற்பட்டது. எனவே சோஃபி ஜெர்மைன் நிறைய நேரம் அவரது தந்தையின் நூலகத்திலேயே நேரத்தைச் செலவழித்தார்.

ஆர்க்கிமிடீசின் மீது தீராத காதல்

அப்படி ஒரு நாள், சோஃபி ஜெர்மைன் புத்தகங்களைப் பிரித்துப் பார்த்துக் கொண்டிருந்த போது, ஆர்க்கிமிடிஸ் பற்றி படித்தார். பின்னர் கி.மு. 287-212 களில் வாழ்ந்த சைராகியுசின் ஆர்க்கிமிடீஸ் அவரது ஆதர்ச குருவாகிவிட்டார். ஏன் தெரியுமா? ஆர்க்கிமிடீஸ், கிரேக்கத்தின் மிகப் பெரிய மேதை, அவர் ஓர் இயற்பியலாளர்; பொறியாளர்; புதினங்களின் கண்டுபிடிப்பாளர் மற்றும் வானவியலாளரும் கூட. எனவே ஆர்க்கிமிடீசின் மேல் சோஃபி ஜெர்மைனுக்கு மீளாக் காதல் உருவானதில் வியப்பில்லைதான். ஆனால் ஆர்க்கிமிடீஸுக்கு ஏற்பட்ட கொடுமையான சாவு சோஃபி ஜெர்மைனை ரொம்பவே உலுக்கிவிட்டது. மிகச் சாதாரணமான எதுவும் தெரியாத ஒரு ரோமானிய வீரன், ஏதோ ஓர் உப்புச் சப்பற்ற காரணத்துக்காக, ஈட்டியை ஆர்க்கிமிடீசின் நெஞ்சில் செலுத்திக் கொன்றுவிட்டான்.

ஆர்க்கிமிடீசின் கொலையும் சோபியின் கணிதப் பயணமும்

எப்படி இது நிகழ்ந்தது. தெரியுமா? அப்போது கிரேக்கம் ரோமானியர்களின் ஆட்சிக்கு வந்திருந்தது. ஊரைச் சுற்றி வருகிறான் ரோமானிய வீரன், அப்போது மணலில் வட்டம் போட்டு அதன் ஜியோமிதி கோணம் பற்றிய ஆழ்ந்த யோசனையில் இருந்தார் ஆர்க்கிமிடீஸ். அவரைப் பார்த்த வீரன் ‘‘என்ன செய்கிறீர்கள்’’ என்று கேட்டான். ஆனால் அதனைக் கவனிக்காத ஆர்க்கிமிடிஸ் பதில் சொல்லவில்லை. அதனால் கோபம் கொண்ட ரோமானிய வீரன் ஒரே பாய்ச்சலில் கத்தியை ஆர்க்கிமிடீசின் நெஞ்சில் செலுத்தி, அவரை உலகை விட்டு அனுப்பிவிட்டான். அந்த நிகழ்வும், ஏன் இப்படி ஆழமான ஆராய்ச்சியில் ஆர்க்கிமிடிஸ் மூழ்கி இருந்தார் என்ற

தகவலும்தான், சோஃபி ஜெர்மைனை கணிதம் நோக்கி இழுத்து வந்த ஈர்ப்பு விசை. அப்பாவின் நூலக கணித நூல்களை சோஃபி ஜெர்மைன் ஆராய்ந்தார். படித்தார். மேலும் மேலும் கணிதத்துக்குள் ஆழமாகப் பயணிக்க அவரின் மூளை உத்தரவிட்டது.

கணிதம் படிக்க வைக்க மறுத்த பெற்றோர்

சோஃபி ஜெர்மைனின் கணிதக் காதலை அறிந்த அவரது பெற்றோர் ரொம்பவும் வேதனைப்பட்டனர். அவரைக் கணிதம் படிக்க அவர்கள் அனுமதிக்கவில்லை. காரணம் அன்றைய சமூகம், கணிதம் படிப்பது ஒரு பெண்ணுக்கு ஆகாத செயல் என விதித்திருந்தது. சோஃபி ஜெர்மைன் கணிதம் படிக்காமல் இருப்பதற்காக அவரைச் சோர்வடையச் செய்ய அனைத்து ஆவணங்களும் தயாரிக்கப்பட்டன. ஆனால் சோஃபி அதனையெல்லாம் தூக்கி எறிந்துவிட்டு, இரவு நேரங்களில் உற்றார், உறவினர் என யாருக்கும் ஊருக்கும் தெரியாமல் கணிதம் படித்தார். ஆனால் இதனை அறிந்த அவரின் சுற்றத்தார், அவர் கட்டிலை விட்டு எழுந்திருக்க முடியாதபடி, அவரின் அனைத்து ஆடைகளையும் எடுத்துச் சென்றுவிட்டனர். ஆனால் ஒரு துணியைப் போர்த்திக் கொண்டு, மெழுகுவர்த்தியின் ஒளியில் கணிதம் படித்தார் சோஃபி ஜெர்மைன். தான் பயன்படுத்தும் மெழுவர்த்தி மற்றும் ஆடையைக்கூட யாரும் அறியாமல் ஒளித்து வைத்திருந்தார், சோபி ஜெர்மைன். கடைசியில், இது தேறாத கேஸ் என்று அறிந்த அவரின் பெற்றோர், அவரை மேலே படிக்க அனுமதி தந்தனர். ஆனால் சோஃபி ஜெர்மைன், யாருடைய போதனை மற்றும் கற்பித்தல் இன்றியே கால்குலஸ் படித்தார்.

பயிலகம் மறுத்தும், குறிப்புகள் மூலம் படித்த சோஃபி

சோஃபி ஜெர்மைனுக்கு 18 வயதாகும்போது, பாரிசில், பாலிடெக்னிக் கல்லூரி ஒன்று உருவானது. அது அறிவியல் மற்றும் கணிதவியலாளர்களுக்குப் பயிற்சி அளிக்கவே உருவாக்கப்பட்டது. ஆனால் அங்கு பெண்கள் உள்ளே நுழைய முடியாது; அவர்கள் அங்கு சேர்ந்து படிக்க முடியாது. எனவே அந்த பாலிடெக்னிக் கல்லூரியில் மற்றவர்களுக்குக் கொடுக்கப்படும் குறிப்புகளை வாங்கி சோஃபி ஜெர்மைன்

படித்தார். இது போன்ற செயலால், அவருக்கு அப்போதுள்ள பல கணித விற்பன்னர்களின் முக்கியமான தரவுகள் கிடைக்க கதவினைத் திறந்துவிட வழி கோலியது. அவரின் ஆர்வம் திரண்டது. சோஃபி நிறைய கணிதம் பற்றிப் படித்தார், எழுதினார்.

சமூகச் சூழலால்.. ஆண் பெயரில் ஆய்வு வெளியிட்ட சோஃபி

பிரெஞ்சு நாட்டின் கணித மேதை சோஃபி ஜெர்மைன் பள்ளி செல்லாமலேயே சுயம்புவாய் உருவானார். அவரின் வாழ்க்கையை, கண்டுபிடிப்பை, ஒளித்தே அவர் வாழ வேண்டியிருந்தது. அவரின் கண்டுபிடிப்பு மற்றும் செயல்பாடுகளை சோஃபி ஜெர்மைன், ஓர் ஆண் பெயரிலேயே அனைத்தையும் வெளியிட வேண்டிய சூழல் ஏற்பட்டது. ஏனெனில் 1800 களில் அன்றிருந்த சமூகச் சூழல், பெண் முக்கியமாகக் கணிதம் படிப்பதையோ, அதன் பலனாகப் பணிபுரிவதையோ, பட்டம்பெற்று ஆராய்ச்சி செய்து புகழ் ஈட்டுவதையோ சமூகம் அனுமதிக்கவில்லை. பெண்களை இரண்டாம் தரக் குடிமகனாகவே பிரெஞ்சு நாடு கருதியது. பெண்கள் ஆண்களுக்குக் கீழ்ப்பட்டவர்கள் என்றே அவர்களை மோசமாக நடத்தினர். சமூகக் கட்டுப்பாடு என்பது அப்போது மிக இறுக்கமாய் இருந்தது. பெண்களுக்கு சமூக நீதி கிடைக்கவே இல்லை. சோஃபி ஜெர்மைனின் தந்தை நடுத்தரக் குடும்பத்து மனிதர். எனவே அவரின் தாயின் பெயர் தவிர அவரைப் பற்றிய எந்தவிதத் தரவும் நமக்குக் கிட்டவில்லை.

பிரெஞ்சுப் புரட்சி

பிரெஞ்சுப் புரட்சிக்கு சற்று முன்னரே, அமெரிக்கப் புரட்சி நடைபெற்று உலகளவில் பெரும் அதிர்வை ஏற்படுத்தி இருந்தது. அந்தக் காலகட்டத்தில் அதன் தொடர்ச்சியாக, பிரெஞ்சுப் புரட்சியும் உருவானது. எல்லாவற்றையும் விட பிரெஞ்சுப் புரட்சியின் தாக்கம், ஐரோப்பாவில் அதிகமாக இருந்தது. நிலப்பிரபுத்துவத்திற்கு சாமானிய மக்கள் ஒரு முடிவை உண்டாக்கிய புரட்சி இது என வரலாறு குறிப்பிடுகிறது. பிரெஞ்சுப் புரட்சி 1789–1799–ஆம் ஆண்டு வரை, என 11 ஆண்டுகள் தொடர்ச்சியாக பிரெஞ்சு தேச மக்களால், அந்த நாட்டின் ஆட்சியாளர்களை எதிர்த்து நடத்தப்பெற்ற பெரும்

புரட்சியாகும். மக்கள் பசியிலும், வேதனையிலும் துடித்திருக்க, ஆளுவோர் மமதையோடு "உண்ண ரொட்டி இல்லாவிட்டால் என்ன, கேக் இருக்கிறதே" என்று எள்ளி நகையாடினர். இதனைப் பொறுக்காத எளியோர் கூட்டம், அதிகார வர்க்கத்தைக் கூண்டோடு அறுத்து ஒழித்த வீர காவியம் தான் பிரெஞ்சுப் புரட்சி.

கந்தகப் போர்வை போர்த்திக்கொண்ட பிரெஞ்சு பூமி

சோஃபி ஜெர்மைனின் சின்ன வயதில், பாரிஸ் மற்றும் பிரான்சில் பெரிய குழப்பங்கள் மற்றும் பிரச்சினைகள் ஏற்பட்டன. சோஃபி ஜெர்மைனுக்கு ஏழு வயதாகும்போது, 1783-84 ல் லாகி என்ற இடத்தில் எரிமலை வெடிப்பு ஏற்பட்டது. அங்கு 120 டன் கந்தக டை சல்படைக் கொண்டுவந்து கொட்டியது. அந்த ஊரில் எட்டு மாதங்கள் கந்தக டை சல்பைட் போர்வையைப் போர்த்திக்கொண்டு பிரெஞ்சு பூமியின் இப்பகுதி மூடிக்கிடந்தது. இது வடக்குப் பகுதியின் வெப்ப நிலை மற்றும் சூழலை அடியோடு மாற்றியது.

ஜெர்மைனின் கணித அறிமுகம்

சோஃபிக்கு வயது 13 ஆனது. அவர் கல்வி கற்க பள்ளி செல்லவே இல்லை. யாரும் பள்ளி செல்லக்கூடிய நிலைமை அந்த ஊரில் இல்லை. பிரெஞ்சுப் புரட்சியின் முக்கிய நிகழ்வான பாஸ்டில் சிறை உடைப்பு நிகழ்ந்தது. ஊரில் கலவரம் வெடித்தது. தனது தந்தையின் நூலகத்திலேயே இருந்தார், சோபி ஜெர்மைன்; அங்கேயே பெரும்பகுதி நேரத்தைச் செலவிட்டார். சோபி ஜெர்மைன் புத்தகங்களைப் புரட்டப் புரட்ட, கணிதம் காந்தமாய் இழுக்கிறது. கணிதப் புத்தகங்கள் எல்லாவற்றையும் பார்க்கிறார்; படிக்கிறார். அப்பாவின் புத்தக அலமாரியே சோஃபி ஜெர்மைனின் ஆசிரியராக மாறிவிட்டது. தானே சுயம்புவாக லத்தீன் மொழியையும், கிரேக்க மொழியையும் கற்றுக்கொண்டாராம். இது எப்படி? நமக்கு சொல்லிக் கொடுத்தாலே கணிதம் சுட்டுப்போட்டாலும் வருவதில்லை. ஆனால் சோபி ஜெர்மைன் தானாகவே மொழி அப்பியாசம் செய்து இருக்கிறார் என்றால் அவரின் திறமையை நாம் புரிந்து கொள்ள வேண்டும்.

தனியாகவே/சுயம்புவாகவே கணிதம் கற்றல்

சோஃபி, லத்தீன் மற்றும் கிரேக்க மொழிகளின் துணையுடன் கணிதம் கற்றுக் கொள்ளுகிறார். அதற்கு அவர் எட்டின்னே பெசொலின் எழுதிய எண் கணிதத்தின் தொகுப்பு (*Etienne Bezout's mathematics textbook Traite d'Arithmetique*) என்ற புத்தகத்தின் துணையுடனே தன்னந்தனியாகக் கணிதம் கற்கிறார். அதன் பக்கங்களிலிருந்தே அதன் வகுமானம், விகிதம், பின்னங்கள் மற்றும் மடக்கைகள் பற்றி படித்துத் தெரிந்து கொண்டார். பின் தானாகவே கால்குலஸ் பற்றி அறிந்து கொண்டார். பின்னர் லத்தீனில், கணிதத்தின் விற்பன்னர் லியோனஹார்ட் யூலர் (*Leonhard Euler*) எழுதியவற்றைக் கற்றுக்கொள்கிறார். பின், இயற்பியலாளர் மற்றும் வானவியலாளர் ஐசக் நியூட்டனைப் பற்றியும், அவாது கணித செயல்பாடுகள் பற்றியும் படித்துத் தெரிந்து கொண்டார். கதை இப்படிப் போய்க் கொண்டிருக்க, இந்தக் கதையெல்லாம், இதன் பின்னணி எல்லாம் சோபியாவின் தந்தை மற்றும் தாய்க்கு கொஞ்சம்கூடப் பிடிக்கவில்லை. எப்படியாவது சோபியாவின் ஆர்வத்தைக் குறைக்க எடுத்துக்கொண்ட விதம் விதமான முயற்சிகள் அனைத்திலும் தோற்றுப் போனார்கள். அப்போதுதான் அவர்களுக்கு, அவர்களின் செல்ல மகள் நிஜமாகவே, கணிதத்தின் மேல் மீளாக்காதலில் இருக்கிறாள் என்றும் புரிந்து கொண்டனர்.

கணிதம் பயில புதிய வழி

இதற்கிடையில், 1794ல், பாரிசில் அனைவருக்குமான எகோல் பாலிடெக்னிக் (*Ecole Polytechnique*) கல்லூரி புதிய விஞ்ஞானக் கதவுகளுடன் திறக்கப்பட்டது. சோஃபி ஜெர்மைனின் 18வது பிறந்த நாளும் வந்தது. ஆனால் அவருக்குத்தான் கல்லூரிக்கான விடிவு பிறக்கவில்லை.; கல்லூரியின் கதவு சோஃபிக்காகத் திறக்கப்பட வில்லை. தீவிரமாக மறுக்கப்பட்டு விட்டது. பெண் என்ற ஒரே காரணத்துக்காக சோபி அங்கு சேர அனுமதிக்கப்படவில்லை. ஆனால் அங்கும் கூட பிரெஞ்சுப் புரட்சியின் கோஷங்களான சுதந்திரம், சமத்துவம், சகோதரத்துவம் ஆகியவையே எழுந்தன. எனினும் சோஃபிக்கு சுதந்திரம்,

சமத்துவம் இரண்டும் மறுக்கப்பட்டு விட்டன. இருப்பினும் எப்படியாவது படிக்க வழி தேடினார் சோஃபி ஜெர்மைன்.

அந்தக் கல்லூரியில் பயிலும் மற்ற ஆண்களிடம் இருந்து பாடத்திட்டத்துக்கான குறிப்புகளை வாங்கிப் படித்தார். அதிலும் குறிப்பாக ஜோசப் லூயிஸ் லாக்ராஞ்ஜே (*J.L.Lagrange*) என்ற கணிதவியலாளர் பற்றிப் படிக்கும்போது அவரது செய்முறைகள் பற்றி ஈர்க்கப்பட்டார். ஆனாலும் கூட, நேரடியாக ஆசிரியரிடம் படிக்காமல், சந்தேகம் கேட்காமல், அவரே குறிப்புகளிலிருந்து ஜோசப் லூயிஸ் லாக்ராஞ்ஜே செய்முறைகள் படிப்பது கொஞ்சம் சிரமமாகவே இருந்தது. பின்னர் வேதியியலையும் கூட ஆசிரியர் ஆண்டனி போர்க்ராய் (*Antoine Fourcroy.*) என்பவரின் குறிப்புகளிருந்தே படித்தார். எத்தனைத் தடைகள் ஏற்படினும், கணிதம் படிப்பது ஒன்றே குறிக்கோளாக இருந்த சோஃபி ஜெர்மைனுக்கு எதுவும் பொருட்டாகத் தெரியவில்லை. இருப்பினும் அனைத்தையும் நன்றாகவே படித்து அனைத்தையும் தேர்வில் எழுதினார்.

கணிதத் தூதுவர் ஆகஸ்ட் லேபிளான்க்

சோஃபி ஜெர்மைன் நேரிடையாகத் தேர்வு எழுதி ஆசிரியரிடம் கொடுக்கவில்லை. அவரின் தேர்வை இன்னொரு மாணவர் எழுதியது போல எழுதினார். அதற்கு உதவ ஓர் உதவியாளர் தேவையாக இருந்தார். அவர்தான் ஆண்டனி ஆகஸ்ட் லேபிளான்க் (*Antoine-August LeBlanc*). அவரைத் தனது உதவிக்கு வைத்துக்கொண்டார். அதாவது சோஃபி எழுதியவற்றை, கட்டுரைகளை எல்லாம், ஆகஸ்ட் லேபிளான்க் தானே எழுதிய கட்டுரைகளாக அவரது ஆசிரியரிடம் சமர்ப்பித்து திருத்தி வாங்கித்தரவேண்டும். இதுதான் இவர்கள் இருவருக்கும் இடையே உள்ள உடன்பாடு. அதன்பின்னர், சோஃபி, தான் எழுதிய கணித வழிமுறை மற்றும் குறிப்புகள் அனைத்தையும், சோஃபி, அவர்தம் உதவியாளர் ஆண்டனி ஆகஸ்ட் லேபிளாங்க் பெயரிலேயே ஜோசப் லூயிஸ் லாக்ராஞ்ஜே யிடம், தேர்ச்சிக்காகச் சமர்ப்பித்தார்.

நடந்தது என்ன?

தேர்ச்சி ஆசிரியர் ஜோசப் லூயிஸ் லாக்ராஞ்ஜே, ஆகஸ்ட் லேபிளாங்க் சமர்ப்பித்த கணித செய்முறைகள் மற்றும்

குறிப்பினைப் படிக்கும்போதே கண்டுபிடித்து விட்டார், இந்தக் கட்டுரைகள், வழிமுறைகள் எதுவும் ஆகஸ்ட் லேபிளாங்க் எழுதியவை அல்ல என்று. கணிதத்தில் கரை கண்ட 55 வயது பேராசிரியருக்கு இது கூடவா தெரியாது.? அவருக்கு ஆண்டனியிடம் ஐயம் தோன்றியது. இந்த எழுத்துகள், வழிமுறைகள், ஆண்டனியுடையவை போல் இல்லையே என சந்தேகப்பட்டார். இதன் சொந்தக்காரார் வேறு ஒருவர் எனத் தெரிகிறதே என்று ஐயப்பட்டார். இந்தக் கட்டுரைகளில் ஏராளமான திறமை ஒளிந்துள்ளதை ஜோசப் லூயிஸ் லாக்ராஞ்ஜே கண்டுபிடித்தார். ஆகஸ்ட் லேபிளாங்க்குக்கு யாரோ எழுதிக் கொடுத்து இருக்கிறார்கள் என்று சந்தேகப்பட்டார். அங்கு சோஃபி ஜெர்மைன், ஆகஸ்ட் லேபிளாங்க் மூலம் அனுப்பிய 'ரகசிய சமர்ப்பணம்' என்ற குட்டை உடைத்தார். பின்னர் சில வினாக்கள் மூலம் அதன் மூல ரகசியக் குட்டும் உடைந்தது. அந்தக் கட்டுரைகளை, வழிமுறைகளை எழுதிக்கொடுத்தது சோஃபி ஜெர்மைன் என்ற பெண் என்றும் கூட அறிந்தார். பின்னர் ஆசிரியர் லூயிஸ் லாக்ராஞ்ஜேவுக்கு சோஃபி ஜெர்மைனின் மேல் ஈர்ப்பு ஏற்பட்டது. சோஃபி ஜெர்மைன் வாழும் இடத்துக்கே, ஜோசப் லூயிஸ் லாக்ராஞ்ஜே சென்றார். லாக்ராஞ்ஜே, சோஃபி ஜெர்மைனை அவரின் சிறப்பான அபாரமான கணித திறமைக்காக மனதாரப் பரராட்டினார்.

அனைத்துக் கணிதவியலாளர்களும் பாராட்டு

அத்துடன் ஆசிரியர் லூயிஸ் லாக்ராஞ்ஜே நிற்கவில்லை. அவருக்குத் தெரிந்த மற்ற கணிதவியலாளர்களுக்கு இந்தத் தகவலைத் தெரிவித்தார். இப்படி கணக்கில் பிஸ்தாவான சோஃபி ஜெர்மைனை அனைவரும் சந்தித்துப் பேச வேண்டும் என்ற ஏற்பாட்டினையும் செய்தார் ஆசிரியர் லூயிஸ் லாக்ராஞ்ஜே.. இவை பெரும்பாலும் பயனுள்ளவையாகவே இருந்தன. அதன்பின்னர், வானவியலாளர், ஜெரோம் லாலண்டே சோஃபிக்கு ஒரு மன்னிப்புக் கடிதமும் அனுப்பி இருந்தார். அதாவது சோஃபி ஜெர்மைனப் பற்றித் தெரிந்து கொள்ளாமல், அவரைக் காயப்படுத்தியமைக்காக வருத்தப்பட்டார். பின்னர் பாரிஸிலுள்ள அனைத்துக் கணிதவியலாளர்களாலும் சோஃபி ஜெர்மைன் பெரிதும் பாராட்டப்பட்டார். இருப்பினும் பெண் என்ற காரணத்தால் சில பின்னடைவுகளையும் வழக்கம்போலவே சந்தித்தார்.

மேல்நிலைப் பட்டம் கடினமாக.. கடிதம் மூலமே

கணிதத்தில், சோஃபி ஜெர்மைன், மேல்நிலைப் பட்டம் படிக்க விரும்பினார். அதுவும் கூட பெண் என்பதாலேயே தட்டிப்போயிற்று. கல்லூரிகளில் சோஃபி சேர்ந்து படிக்க அனுமதிக்கப்படவில்லை. எனவே சோஃபியின் கணிதப் படிப்பு துண்டு துண்டாக வெட்டுப் பட்டே நடந்தது. அவர் கணிதத் துறையில் ஒற்றைப் பெண் என்பதால் யாரையும் சென்று நேரில் கண்டு, விபரம் அறிய முடியாமல், விளக்கம் சொல்ல இயலாமை; அனைத்தையும் கடிதப் போக்குவரத்து மூலமே நடத்தினார். சோஃபி, தனது கட்டுரைகளுக்கு ஒரு நேர்மையான, உண்மையான விமரிசனம் வேண்டினார். ஆனால் அது சரியில்லாத நிலையில், அவரைக் குறைகூறி காயப்பட வைக்க வேண்டாம் எனக் கருதி அனைவரும் வாளாவிருந்தனர். இதனால் சோஃபி ஜெர்மைன் கட்டுரை, கண்டுபிடிப்புகள் மற்றவர்களுடன் ஒப்பிடப்பட முடியாமல் போயின. சோபிஜெர்மைனின் இந்தச் செயல்பாடு, இதற்கு முன் வாழ்ந்த பியரே டேபெர்மா (*Pierre de Ferma*) என்ற விஞ்ஞானி, புத்தகங்களெல்லாம் படித்தே, கடிதம் மூலமே விவாதித்தார். நம் நாயகியும் பெண் என்பதால், ஏராளமான சமூகக் கட்டுப்பாடுகளையும் சந்திக்க வேண்டியிருந்தது

சமூகத் தடைகளே படிப்புக்கும் தடையாக

நம் நாயகி சோஃபி ஜெர்மைனின் பெயர் அப்போது பாரிசிலுள்ள அனைத்து அறிவுசார் வட்டத்திலும் பரவலாயிற்று. அவரின் கண்டுபிடிப்புகளைப்பற்றி கணிதம்சார்ந்த விஞ்ஞானிகள் பேசலாயினர். ஆனாலும் கூட அவரின் அறிவுத் தோட்டத்தில் மலர்ந்த மலர்கள் எல்லாமே ரோஜாக்களாக இல்லை. அவர் பட்டமேற்படிப்புக்கான வேலைகளைச் செய்ய வேண்டியிருந்தது. ஆனால் அங்கு உள்ள பிரச்சினை என்னவெனில், அப்போதும் கூட பெண்கள் நகரத்துக் கல்லூரிக்குச் சென்று படிக்க அனுமதிக்கப்படவில்லை. எனவே அவரின் படிப்பு துண்டாடப்பட்டது. அன்றைய காலத்தின் சமூகத் தளைகள், கட்டுப்பாடுகள் அனைத்தும் படிக்கத் துடித்த ஒற்றைப் பெண் சோபியா ஜெர்மைனுக்குப் பெரிய தடைக் கற்களாகவே இருந்தன.

பியரி டே பெர்மெட்டும் சோஃபி ஜெர்மைனும்

சோஃபி ஜெர்மைனின் படிப்பு தொடர்பான அனைத்தும் கடிதப் போக்குவரத்து மூலமே நடந்தது என்றால், நினைத்துப் பாருங்கள்: எவ்வளவு கஷ்டமாகவும் வேதனையாகவும் இருக்கும் என்பதை. ஆனால் அவரின் எழுத்துகளுக்கு ஓர் ஆழமான விமரிசனம் தேவைப்பட்டது. அதே சமயம் இவர் நேரில் சென்று அவரது ஆசிரியர்களிடம் விளக்க முடியாததால், அவர்களுக்கு சோஃபி ஜெர்மைன் எழுதி உள்ளதன் முழுப் பொருளையும் விவரிக்க இயலாத நிலை இருந்ததும் உண்மைதான். ஆசிரியர்கள் சோஃபி எழுதி உள்ளது தவறு என்று நினைத்தனர். ஆனாலும் கூட விடா முயற்சியுடன் செயல்படும் ஒரு சின்னப்பெண்ணைக் காயப்படுத்த வேண்டாம் என்றும் வாளாவிருந்தனர். இதுவே சோஃபி ஜெர்மைனின் கட்டுரைகளை மற்ற கணிதவியலாளர்களுடன் ஒப்பிட முடியாத நிலையை உண்டாக்கியது. இவருக்கு முன் வாழ்ந்த பியரி டே பெர்மெட் என்ற விஞ்ஞானியுடன் இவரது நிலைமை ஒத்து இருந்தது. ஏனெனில் பியரி டே பெர்மெட்டும் கூட, கணிதத்தைத் தன் பால்ய காலத்தில் நூலகப் புத்தகங்கள் மூலமே கற்றவர் ஆவார்.

மேரி லெஜெண்ட்ரி மற்றும் சோபி ஜெர்மைன் நட்பு

உலகில் வருடங்கள் வரும், போகும், ஆனால் 1798 மற்றும் 1801 என்ற இரு ஆண்டுகளும், கணித உலகிற்கும் மற்றும் சோபி ஜெர்மைனுக்கும் மிகப் பெரிய மாற்றம் செய்த ஆண்டுகளாகும். இந்த ஆண்டுகளின் துவக்கத்தில், மற்றொரு பிரெஞ்சு கணிதவியலாளர், அட்ரெய்ன் மேரி லெஜெண்ட்ரி (Adrien-Marie Legendre) என்பவருடன் தொடர்பு கொள்கிறார். லெஜெண்ட்ரியின் எண் கோட்பாடு நம்பர் தியரி என்ற கணிதத்தின் மிகப் பெரிய தகவலை அதன் பிரச்சினைகளை அவர் முன் வைக்கிறார். இதன் மூலம் சோஃபி ஜெர்மைன் மற்றும் லெஜென்ட்ரே இருவரும் நட்பு வட்டத்தில் இணைகின்றனர். அதன்பின் லேஜெண்டரே சோஃபி ஜெர்மைனின் சில கண்டுபிடிப்புகளை அவரது இரண்டாவது எண் கோட்பாடு நம்பர் தியரி பதிப்பில் அதே புத்தகத்தில் இணைக்கிறார். அதன் பின்னர் சோஃபி ஜெர்மைனின் கணிதம்

தொடர்பான பல கடிதங்கள் அவரின் பெயரிலேயே தத்துவங்கள் *(Oeuvres Philosophique de Sophie Germain)* என வெளியிடப்பட்டன. ஜெர்மைனை விட வயதில் சிறியவரான காரி பிரெடரிக் காஸ் *(Carl Friedrich Gauss)*, நம்பர் தியரியில் மிகப் பெரிய விஷயங்களை எழுதி சமர்ப்பிக்கிறார். இவற்றை அறிந்து மிகவும் மகிழ்வுற்று நம்பர் தியரியை, இன்னும் மேம்படுத்த அதிக புதிய கருத்துகளை இணைக்கிறார். அவர் நேரில் செல்ல முடியாமலேயே, லெஜென்ரியிடம், கடிதம் மூலம் தகவல்களைப் பரிமாறிக்கொள்கிறார். இப்படி உருவானதுதான் இன்றைக்கு சோஃபி ஜெர்மைனின் பெயர் சொல்லும் "நம்பர் தியரி" எண் கோட்பாடு.

ஆணின் பெயரில் ஆராய்ச்சியைச் சமர்ப்பித்த சோஃபி ஜெர்மைன்

எப்படி இருப்பினும் கார்ல் பிரெடரிக் காஸ் *(Carl Friedrich Gauss)* எனற கணித மேதையுடன் ஏற்பட்ட கடிதத் தொடர்பும், அவருடனான உரையாடலில் ஏற்பட்ட புரிதலும்தான் சோஃபி ஜெர்மைனை புகழின் உச்சிக்குக் கொண்டு செல்ல உதவியது என்றால் மிகையில்லை. 1801ல் கார்ல் பிரெடரிக் காஸ் வெளியிட்ட எண்கணிதத்தின் உரையாடலில் *(Disquisitiones Aritmeticae)* உள்ள விஷயங்கள் மூலமே சோஃபி ஜெர்மைன் தனது புரிதலை வளர்த்துக் கொண்டார். மீண்டும் சோஃபி ஜெர்மைன் தான் செல்ல முடியாத நிலைமையில், 1804ல் தனது ஒரிஜினல் கண்டுபிடிப்புகளை, ஆராய்ச்சித் தகவல்களை கார்ல் பிரெட்ரிக்ஸ் மூலமாக அனுப்பி பெர்மெட்டின் கடைசித் தேற்றத்துடன் இணைக்கச் சொன்னார். நேரில் செல்ல முடியாததால், ஆனால் அதிலும்கூட அது சோஃபி தனது தேற்றம் என்று சொல்லாமல், லே பிளாங்க்கின் *(LeBlanc's)* பெயரையே பயன்படுத்தினார். அதன் பின்னர் சோஃபி, 1804 -1809 என இந்த 5 ஆண்டுகள் காலகட்டத்தில் கார்ல் பிரெட்ரிக் காஸ் வசம் அவரது ஐயம் மற்றும் எண்கணிதம் தொடர்பாக 12 கடிதங்களை எழுதினார். அதிலுள்ள இன்னொரு தகவல், ஆனால் கடிதம் எழுதத் துவங்கியபோது சோஃபி ஜெர்மைன் தனது புனைபெயரான எம்.லீ பிளாங்க் *(M. LeBlanc)* என்ற பெயரிலேயே கடிதங்களை எழுதி அனுப்பிக்கொண்டு இருந்தார். காரணம் என்னவென்றால், சோஃபி ஜெர்மைன்

என்பவர் ஒரு பெண் என்று அவருக்குத் தெரிந்தால், கார்ல் பிரெட்ரிக் காஸ் கடிதத்தை மறுத்துவிடுவாரோ/புறக்கணித்து விடுவாரோ என்ற அச்சம்தான் சோஃபியை அப்படி செயல்பட வைத்தது. ஆனால் அவர் இந்தத் தேற்றத்தை அனுப்பியபோது லே பிளாங்க் உயிரோடு இல்லை. அப்போதும் கூட இந்த அறிவியல் களத்தில் ஒரு பெண்ணை முன்னிறுத்த முடியாத நிலை. ஓர் ஆணின் பின்னால்தான், அவரின் பெயரில்தான் தான் செய்த ஆராய்ச்சித் தகவல்களை சோஃபி ஜெர்மைனால் சமர்ப்பிக்க முடிந்தது என்றால், அன்றைய காலகட்டத்தில் பெண்களின் நிலையை எண்ணிப்பாருங்கள். சோஃபி ஜெர்மைன் தன்னைப்பற்றித் தெரிவிக்கும்போது, மிகவும் அடக்கமாக, ஆர்வமுள்ள ஒரு அமெச்சூர்காரர் என்றே சொல்லிக்கொள்வார்.

கார்ல் பிரெட்ரிக் காஸ் பாராட்டு

பிரெஞ்சு நகரில் இருந்த கார்ல் பிரெட்ரிக் காஸின் சொந்த ஊரான பிரௌன்ச்விக் (*Braunschweig*)ல் 1806ல் சோஃபி ஜெர்மைனை நேரில் சந்திக்கிறார் பிரெட்ரிக் காஸ். சோபிஜெர்மைன் சாக்ரடீசுக்கு ஏற்பட்ட முடிவை மனதில் கொண்டு கார்ல் பிரெட்ரிக்கின் பாதுகாப்பை முன்னிட்டு தனது குடும்ப நண்பரான ஓர் இராணுவ வீரரை உதவிக்கு அழைக்கிறார். இதையெல்லாம் பின்னாளில் தெரிந்து கொண்ட கார்ல் பிரெட்ரிக் காஸ், சோஃபி ஜெர்மைன் மேல் அதிகமான மதிப்பும் அன்பும் கொள்கிறார். மேலும் அப்போது தான் எம். லீப்லாங்க் என்ற பெயரில் கட்டுரைகள் அனுப்பியது சோஃபி என்பதும் தெரிகிறது. ஆனால் கார்ல் பிரெட்ரிக் காஸ் மற்றும் சோஃபி ஜெர்மைன் இருவரும் சந்திக்காத போதிலும் கூட, சோஃபியினுடைய திறமைகளையும் கட்டுரைகளையும், காஸ் தனது நண்பர்கள் வட்டத்தில் பெரிதும் பாராட்டினார். 1807ஆம் ஆண்டில், சோஃபி ஜெர்மைனின் கடிதத்தின் சாராம்சம் காரணமாக சோஃபி ஜெர்மைன் அளவுக்கு அதிகமான மேதை என்றும், மேலும் தனது பாலினம் தாண்டி, அதனால் ஏற்பட்ட தடைகளை உடைத்த அதீத உன்னதமான தைரியம்/மன உறுதி நிறைந்தவர் என்றும் கார்ல் பிரெட்ரிக் காஸ் சோஃபி ஜெர்மைன் பற்றி பொருத்தமான அங்கீகாரத்துடன் குறிப்பிட்டுள்ளார்.

ஆய்வின் பிரச்சினைகளோடு பரிசு ஒரு கிலோ தங்கம்

சோஃபி ஜெர்மைன் அனுப்பிய கடிதத் தொடர்பைப் பார்த்த கார்ல் பிரெட்ரிக் காஸ் ரொம்பவே சந்தோஷப்பட்டார். அதன் பின்னர் சோஃபி ஜெர்மைன் அனுப்பிய எண் கோட்பாடு நம்பர் தியரி பிரசுரிக்கப்பட்டது. நிறைய கணிதவியலாளர்களின் கருத்துப்படி, சோஃபி ஜெர்மைனின் கருத்துக்கோட்பாடுகள், போதுமான ஆதாரங்கள் இல்லாதவை என்றே கருதப்பட்டன. எனவே, கார்ல் பிரெட்ரிக் காஸிடமிருந்து எவ்வித பதிலும் அனுப்பப்படவில்லை. ஆனால் சோஃபி ஜெர்மைன் சிறிதும் சளைக்காமல், கணிதத்திற்கு சேவை செய்தார். அப்போது பிரெஞ்சு அறிவியல் கழகம், எர்னஸ்ட் சாலடினி என்பவரின் கருத்தில் கணிதத்தில் கணித விளக்கங்கள் கேட்டு ஒரு போட்டியை அறிவித்தனர். சோஃபி ஜெர்மைன் அவரின் எழுத்துகளை 1811ல் சமர்ப்பித்தார். ஆனால் இரு ஆண்டுகள் வரை அதற்கு எவ்விதப் பதிலும் அங்கிருந்து வரவில்லை. அவரது பேப்பருக்குப் பரிசும் வரவில்லை; பதிலும் கூட இல்லை. மேலும் சோஃபி ஜெர்மைன் அவரது பேப்பருக்கான கருதுகோள்களை இயற்பியலில் இருந்து எடுக்கவில்லை; அதனை அப்போது அவர் செய்யவே இல்லை. காரணம், அவர் பகுப்பாய்வு மற்றும் மாறுபாடுகள் தொடர்பான நுண் கணிதம் கால்குலஸ் பற்றி ஆய்வு செய்துகொண்டு இருந்தார். ஆனலும் கூட அவரது கருத்துகள் நம்பர் தியரியில் புது ஒளியைப் பாய்ச்சின. மேலும் அப்போது அதன் போட்டியாளர்களைத் தீர்மானிக்கும் குழுவில் லாக்ரெஞ்சே ஒரு நீதிபதியாக இருந்தார். எனவே அவர் அதிலும் தவறைத் திருத்திய பின்னர் அது விளக்கம் தருகிறது. மேலும் அந்தப் போட்டி இரு ஆண்டுகளுக்கு நீட்டிக்கப்படுகிறது. மீண்டும் சோஃபி ஜெர்மைன் கட்டுரையைச் சமர்ப்பிகிறார். அப்போது இரு ஆண்டுகளுக்குப் பின்னர் சோஃபியாவின் அந்தக் கட்டுரைக்குப் பரிசு வழங்கப்பட்டது.

இருப்பினும்கூட அவரின் கருத்துரை பேப்பர்கள் மறுக்கப்பட்டன. ஆல்ட்ரின் மேரி சோஃபி ஜெர்மைனின் தியரியை ஒத்துக்கொள்ள முடியாது என்கிறார். இருப்பினும் சோஃபி ஜெர்மைன் மனம் தளராமல், பிரெஞ்சு அகாடமியின் போட்டிக்குத் தொடர்ந்து கட்டுரைகளை அனுப்பிக்கொண்டே

இருக்கிறார். அவரது தளரா முயற்சியால், சோஃபி ஜெர்மைன் 1816ல், பிரெஞ்சு அறிவியல் அகாடமியின் பரிசினைப் பெறுகிறார். இந்தக் கட்டுரையில் போதுமான சான்றுகள் இல்லை என்றாலும் கூட கொஞ்சம் மறுக்கப்பட வேண்டிய விஷயங்கள் இருப்பினும், அதிலுள்ள கணித உண்மைகள் யாரும் மறுக்க முடியாததாகவே இருந்தன. எனவே சோஃபியாவுக்கு ஒரு கிலோ தங்கம் பரிசாகத் தரப்பட்டது. இந்த பரிசு என்பது ஒரு சம தளத்தில் வரையக்கூடிய வளைவுகள் மற்றும் அதிர்வுகளைப் (*law of vibrating elastic surfaces*) பற்றியது. (இந்தத் தியரியை அடிப்படையாக வைத்தே ஈபில் கோபுரம் கட்டப்பட்டது). இதில் பரிசு வாங்கிய முதல் பெண் சோஃபி ஜெர்மைன் மட்டுமே. தளரா மனஉறுதி மட்டுமே சோஃபி ஜெர்மைன் அறிவியலில் கணிதத்தில் வெற்றி பெற முடிந்தது. இருப்பினும் இதற்கு முன்னர் இதற்காக இந்தக் கட்டுரைகள் மறுக்கப்பட்டதால் ஏற்பட்ட மனத் தளர்வால் சோஃபி ஜெர்மைன், இதற்காக ஏற்பாடு செய்யப்பட்ட பொது நிகழ்வில் கலந்து கொள்ளவில்லை. இந்த நிகழ்வுதான், சோஃபி வாழ்வில் அறிவியல் ஆய்வுக்காக அவருக்கு கிடைத்த அதிக பட்ச அறிவியல் வெகுமதி ஆகும்.

சோஃபியை கணிதவியலாளர்களுடன் அமர வைத்த அகாடமி பரிசு

சோஃபி ஜெர்மைன் போட்டியில் பரிசை வென்ற பின்னர், நெகிழ்ச்சித் தன்மையின் கோட்பாடு (*theory of elasticity*) குறித்த தனது பணியைத் தொடர்ந்தார். இவற்றில் மிக முக்கியமானது "இயல்பு, எல்லைகள் மற்றும் மீள் மேற்பரப்புகளின் அளவு" (*"nature, bounds, and extent of elastic surfaces," Osen90*) என்பதே. அந்தத் துறையில் "நெகிழ்ச்சிக் கோட்பாட்டில்" (*theory of elasticity*) சோஃபியின் பங்கு மிகவும் முக்கியமானது என்பதை நிரூபிக்கும். எப்படியாயினும், அகாடமியின் பரிசு என்பது உடனடி முக்கியத்துவம் வாய்ந்தது. ஏனென்றால், அந்தப் பரிசு சோஃபி ஜெர்மைனை அந்தக் காலத்திய முக்கிய கணிதவியலாளர்களின் வரிசையில் சமமாக வைத்து அறிமுகப்படுத்தியது என்பது பெரிய விஷயமாகும்.

பொதுவாக அறிவியல் அகாடமி உறுப்பினரின் மனைவி ஜீன்-பாப்டிஸ்ட்-ஜோசப் ஃபோரியரின் (*of Jean-Baptiste- Joseph Fourier*) உதவியுடன் அகாடமியில் கலந்து கொள்வார். அப்படி

இல்லாமல், அகாடமியில் கலந்து கொண்ட முதல் பெண் சோஃபியா ஜெர்மைன்தான் என்ற பெருமையையும்கூட சோஃபி பெற்றார். பின்னர் பிரெஞ் பல்கலைக் கழகத்தால் இன்ஸ்டிட்யூட்டால் அவர் பாராட்டப்பட்டார் மற்றும் அவர்களின் அமர்வுகளில் கலந்து கொள்ளவும் அழைக்கப்பட்டார். இது "அந்தக் கல்விக் குழுமம் ஒரு பெண்ணுக்கு வழங்கிய மிக உயர்ந்தபட்ச மரியாதை" என்றும் சொல்லப்படுகிறது.

கணிதக் கோட்பாடு கண்டுபிடிப்பும் மரணிப்பும்

சோஃபி ஜெர்மைன் ஒரு பிரபலமான ஆண் கணிதவியலாளருடன் 1820களில் "கூட்டுப் பணியாளராகவும் பணிபுரிந்தார், சோஃபி தனது சான்றுகளைச் செழுமைப்படுத்தவும் எண் கோட்பாட்டில் பணியாற்றவும் ஆண் கணிதவியலாளருடன் பணியாற்றினார். 1829ல் சோஃபி ஜெர்மைனுக்குப் புற்று நோய் இருப்பது கண்டறியப்படுகிறது. அதன் பின்னர் அவர் இரண்டு ஆண்டுகள் மார்பகப் புற்று நோயால் பாதிக்கப்பட்டு மிகவும் வேதனைப்பட்டார். ஆனால் அது அவரது கோட்பாடுகளில் தொடர்ந்து பணியாற்றுவதைத் தடுக்கவில்லை மற்றும் புற்று நோய் கண்டறியப்பட்ட இரண்டு ஆண்டுகளுக்குப் பிறகு; மீள் மேற்பரப்புகளின் வளைவு (paper on curvature of elastic surfaces) பற்றிய சோஃபி யின் கட்டுரை விஞ்ஞான இதழான 'க்ரெல்லின் ஜர்னல்' (Crelle's Journal')இல் வெளியிடப்பட்டது. ஆனால் சோஃபி ஜெர்மைனின் வழிகாட்டிகளில் ஒருவரான கார்ல் பிரெட்ரிக் காஸ், சோஃபி ஜெர்மைனுக்கு கௌரவ டாக்டர் பட்டம் வழங்கும்படி கோட்டிங்கன் (Gottingen) பல்கலைக்கழகத்திற்குப் பரிந்துரை செய்தார். ஆனால் அது கிடைக்கும் முன்னரே சோஃபி ஜெர்மைன் தனது 55ஆம் வயதில், ஜூன் 27, 1831 அன்று, மார்பகப் புற்றுநோயுடன் பெரும்போரிட்டு தனது வாழ்க்கைப் பயணத்தை முடித்துக்கொள்ள நேரிட்டது.

பாரிசின் கல்லறையில் அடக்கம்

சோஃபி ஜெர்மைன் திருமணம் செய்து கொள்ளவில்லை: அவருக்குக் குழந்தைகளும் இல்லை.. அவர் தன் வாழ்க்கையைக் கணிதத்துக்கே அர்ப்பணித்துக்கொண்டார். அவர் தத்துவப் படைப்புகளையும் கூட எழுதினார்.அவரை நன்கு அறிந்தவர்கள்

சோஃபி ஜெர்மைன் மிகவும் கூச்ச சுபாவமுள்ளவர்;, பேசுவதற்கு மிகவும் இனிமையானவர் என்றும் தெரிவித்துள்ளனர். சோஃபி ஜெர்மைன் இறப்புக்குப் பின்னர் அவரது உடல் பாரிஸின் பெரே லாச்செய்ஸ் கல்லறையில் *(Paris's Père Lachaise Cemetery)* அடக்கம் செய்யப்பட்டது

பாதுகாக்கப்படும் சோபியா ஜெர்மைனின் கல்லறை

சோஃபி ஜெர்மைன் ஓய்வாக உறங்கும் இடம் அவரது கணித ஹீரோ ஆர்க்கிமிடிஸுடன் ஒரு விசித்திரமான அதிர்வுகளைக் கொண்டுள்ளது. அவரது அடக்கத்திற்குப் பிறகு, ஆர்க்கிமிடிஸின் கல்லறை பழுதடைந்தது. சிசிலியின் ரோமானிய ஆளுநரான சிசரோ, அது களைகள் மற்றும் புதர்களால் நிரம்பியிருப்பதைக் கண்டறிந்தார், அதை அழிக்க அவர் உத்தரவிட்டார். இதேபோல், சோஃபி ஜெர்மைனின் கல்லறை பழுதடைந்த நிலையில் இருந்தது. அதுவும் மீண்டும் கண்டுபிடிக்கப்பட்டு சரிசெய்யப்படுவதற்கு முன்பு. ஆர்க்கிமிடிஸ் கல்லறை இப்போது காணாமல் போய்விட்டது. ஆனால் ஜெர்மைனின் கல்லறை பாரிஸில் இன்னும் மிக பாதுகாப்புடன் வைக்கப்பட்டுள்ளது.

சோஃபியா ஜெர்மைனின் தேற்றம்

சோஃபி ஜெர்மைனின் தேற்றம் என்பது ஜெர்மைனின் பிரமாண்டமான வடிவமைப்பின் சாம்பலில் இருந்து ஜெர்மைனின் தேற்றத்தின் பீனிக்ஸ் ஆக உயர்ந்து எழுந்துள்ளது, லெஜெண்ட்ரே அதைப்பற்றி விவரிக்கிறார். இது 'புத்திசாலி.' $N = 5$க்கான தேற்றம்.

Sophie Germain's Theorem:

For an odd prime exponent p, if there exists an auxiliary prime Θ such that there are no two nonzero consecutive pth powers modulo Θ, nor is p itself a pth power modulo Θ, then in any solution to the Fermat equation zp = xp + yp, one of x, y, or z must be divisible by p2.

இறப்புக்குப் பின்னரும் பெருமை பெற்ற ஆய்வுகள்

ஜெர்மைனின் இறப்புக்குப் பின்னர் அவரது தேற்றத்திற்கு அப்பால் சோஃபி ஜெர்மைனின் வெளியிடப்படாத கையெழுத்துப் பிரதிகளை ரெய்ன்ஹார்ட் லாபன்பேச்சர் மற்றும் டேவிட் பெங்கெல்லி ஆகியோர் மறுஆய்வு செய்தனர், பின் 2010 இல்,

ரெய்ன்ஹார்ட் லாபன்பேச்சர் மற்றும் டேவிட் பெங்கெல்லி ஆகியோர் சொல்லிய தகவலின் அடிப்படையில், மீண்டும் ஃபெர்மட்டின் கடைசித் தேற்றத்தைப் பற்றிய சோஃபி ஜெர்மைனின் ஆராய்ச்சி முன்பு நம்பப்பட்டதை விட இப்போது மிகவும் அர்த்தமுள்ளதாக இருக்கிறது என்றும் தெரிவிக்கிறது.: "இந்தத் திட்டத்திற்காக அவர் கண்டுபிடித்த துணை வழிமுறைகள் எல்லாம் அவரே சுயமாகக் கண்டுபிடித்த யோசனைகள் மற்றும் முடிவுகளை அடிப்படையாகக் கொண்டவை என்று, லெஜென்ட்ரே மற்றும் பிற்கால ஆராய்ச்சியாளர்களுடன் அவரது படைப்புகளை ஒப்பிட்டுப் பேசுகின்றனர். ஆனால் இதில் ஃபெர்மட்டின் கடைசித் தேற்றத்தில் தைரியமான, அதிநவீன, பன்முக, சுயமான படைப்புகளைக் காட்டுகிறது. சோஃபி ஜெர்மைனின் தேற்றம் என்று பெயரிடப்பட்ட ஒற்றை முடிவை விட விரிவானவை அவை 170 ஆண்டுகளுக்குப் பிறகும் கூட, அவற்றை, 1995 இல், ஆண்ட்ரூ வைல்ஸ் இறுதியாக அனைத்து எண்களுக்கும் ஃபெர்மாட்டின் கடைசித் தேற்றத்தை வைத்தே நிரூபித்தார்

பரட்சியாளர் சோஃபியா ஜெர்மைன்/போராட்டமே வாழ்க்கையான சோஃபி

சோஃபி ஜெர்மைன் ஒரு புரட்சியாளராக இருந்தார். ஒரு பிரபலமான கணிதவியலாளராக மாறுவதற்காக அவர் சகாப்தத்தின் சமூகத் தப்பெண்ணங்களுக்கும் முறையான பயிற்சியின்மைக்கும் எதிராகப் போராடினார். எண் கோட்பாட்டில் பணியாற்றியதற்காக அவர் மிகவும் பிரபலமானவர், ஆனால் நெகிழ்ச்சிக் கோட்பாட்டில் அவரது பணி கணிதத்திற்கும் மிகவும் முக்கியமானது.. அவர் ஒரு நடுத்தர வர்க்கப் பெண்ணாக இருந்தார், ஒரு புரட்சியின் உறுப்பினரைப் போலவே, அவரது வாழ்க்கையும் விடாமுயற்சியும் கடின உழைப்பும் நிறைந்தது. கணிதத் துறையில் அவர் செய்த பங்களிப்புகளுக்காக அவர் அங்கீகரிக்கப்பட்டுப் பாராட்டப்படுவதற்கு நீண்ட காலம் பிடித்தது, ஆனால் அவர் அதை விட்டுவிடவில்லை. இன்றும்கூட, அவர் ஒரு பெண் என்பதால் எண் கோட்பாடு மற்றும் கணித இயற்பியலில் அவர் செய்த பங்களிப்புகளுக்காக அவருக்கு ஒருபோதும் சரியான அங்கீகாரம் வழங்கப்படவில்லை என்று உணரப்படுகிறது.

இறந்த பின்னர் பெருமைகள்

இந்தக் காலகட்டத்தில் அவர் செய்த பணிகளில் ஃபெர்மாட்டின் கடைசித் தேற்றம் மற்றும் சோஃபி ஜெர்மைனின் தேற்றம் என அறியப்பட்ட ஒரு தேற்றம் ஆகியவை அடங்கும். இது 1738 முதல் 1840 இல் கும்மரின் பங்களிப்புகள் வரை ஃபெர்மட்டின் கடைசித் தேற்றத்துடன் தொடர்புடைய மிக முக்கியமான முடிவாக இருந்தது. சோபியா ஜெர்மைன் 1831 இல் இறந்ததிலிருந்து பல வழிகளில் கௌரவிக்கப்பட்டு இருக்கிறார்.

பாரிஸில் உள்ள தெரு ஒன்றுக்கு ‘சோஃபி ஜெர்மைன் தெரு’ என அவரது நினைவாகப் பெயரிடப்பட்டது. மேலும் அவரது சிலை இப்போது பாரிஸில் உள்ள எக்கோல் சோஃபி ஜெர்மைனின் முற்றத்தில் உள்ளது. அவர் இறந்த 13 டி சவோய் வீடு ஒரு வரலாற்று அடையாளமாக நியமிக்கப்பட்டுள்ளது. சோஃபி ஜெர்மைன் ஹோட்டல் 12 ரியூ சோஃபி ஜெர்மைனில் அமைந்துள்ளது..

வெள்ளிக்கோளில் உள்ள பள்ளம் ஒன்றுக்கு சோஃபி ஜெர்மைன் பெயர் சூட்டப்பட்டு அவரை பெருமைப் படுத்தியுள்ளனர்.

References:

1. https://www.agnesscott.edu/lriddle/women/germain.htm
2. https://en.wikipedia.org/wiki/Sophie_Germain
3. https://famous-mathematicians.com/sophie-germain/
4. http://mathshistory.st-andrews.ac.uk/Biographies/Germain.html
5. https://www.famousscientists.org/sophie-germain/
6. https://scientificwomen.net/women/germain-sophie-39
7. https://www.pbs.org/wgbh/nova/article/sophie-germain/
8. https://www.telegraph.co.uk/films/hidden-figures/female-mathematicians-who-changed-the-world/
9. https://www.goodreads.com/book/show/33673116-nothing-stopped-sophie
10. http://centerofmathematics.blogspot.com/2015/12/famous-women-in-mathematics-and-science.html
11. https://famous-mathematicians.com/sophie-germain/
12. http://mathshistory.st-andrews.ac.uk/Biographies/Germain.html
13. http://www.math.wichita.edu/history/Women/germain.html
14. Century, 48: 1894. Scientific American, December 1991.

□

8

19 ஆம் நூற்றாண்டின் கணித மேதை மேரி சோமர்வில்லே

(1780-1872)

18-19ஆம் நூற்றாண்டுகளின் மிகப்பெரிய கணித மேதை மேரி சோமர்வில்லே (Mary Somerville) (டிசம்பர் 26, 1780-நவம்பர் 29, 1872). இவர் ஸ்காட்டிஷ் நாட்டைச் சேர்ந்த ஒரு கணிதவியலாளர், விஞ்ஞானி, வானியலாளர், புவியியலாளர் மற்றும் ஒரு திறமையான அறிவியல் எழுத்தாளர் ஆவார். "அறிவியல் உன்னதமானது." என்று சொன்னவரும் இவரே. இவர் காலத்தில் அறிவியலில் பெண்கள் பங்கேற்க மறுக்கப்பட்டனர். இவர் வானியலும் கணிதவியலும் பயின்றார். இவரே அரசு வானியல் கழகத்தின் முதன்முதலாக பெண் உறுப்பினராகக் கரோலின் ஹெர்ச்சல் என்ற பெண் வானவியலாளருடன் (Caroline Herschel) கூட்டாகத் தேர்வு பெற்றவர். இவரது பெயர் மேரி ஃபேர்ஃபாக்ஸ் சோமர்வில்லே (Mary Fairfax Somerville) என்பதே.

குழந்தைப்பருவம்

மேரி சோமர்வில்லே ஸ்காட்லாந்தின் ஜெட்பர்க் என்ற ஊரில் 1780 ஆம் ஆண்டு, டிசம்பர் 26ஆம் நாள் பிறந்தார். இவரது தந்தையின் பெயர்: வைஸ் அட்மிரல் சர் வில்லியம் ஜார்ஜ் ஃபேர்ஃபாக்ஸ்; அன்னையின் பெயர்: மார்கரெட் சார்ட்டர்ஸ் ஃபேர்ஃபாக்ஸ். மேரி சோமர்வில்லே அவரது குடும்பத்தின் ஏழு குழந்தைகளில் ஐந்தாவது குழந்தை. அவரது சகோதரர்களில் இருவர் மட்டுமே முதிர்வயது வரை தப்பிப்பிழைத்தனர். அவரது தந்தை கப்பலில் பணிசெய்ய கடற்பயணம் போய்விடுவார். அவரது வருமானம் குடும்பத்துக்குப் போதுமானதாக இல்லை. எனவே மேரி தனது முதல் சில ஆண்டுகளை சிறிய நகரமான பர்ன்டிஸ்லேண்டில் தனது தாயுடன் வீட்டிலிருந்தே படித்தார். அவளது தந்தை கடற்பயணத்தில் இருந்து திரும்பியபோது, 9 வயதான மேரிக்கு படிக்கவோ எழுதவோ தெரியவில்லை. சின்ன சின்ன கணக்குகளையும் செய்யத் தெரியவில்லை என்பதால் தந்தை வேதனை அடைந்தார். அவர் அவளை முஸ்ஸல்பர்க்கில் உள்ள மிஸ் ப்ரிம்ரோஸ் பள்ளி என்ற உயரடுக்கு உறைவிடப் பள்ளிக்கு அனுப்பினார்.

சுயம்புவான மேரி சோமர்வில்லே

மிஸ் ப்ரிம்ரோஸ் பள்ளியில் மேரிக்கு நல்ல அனுபவம் ஏற்படவில்லை. ஆனால் அங்கிருந்து ஓரளவு படிக்கவும்

எழுதவும் அடிப்படை பிரெஞ்சு மொழியும் மற்றும் ஆங்கில இலக்கணமும் கற்றுக் கொண்டார். அவர் அங்கிருந்து ஒரு வருடத்தில் வீட்டிற்கு அனுப்பப்பட்டார். மேரிக்கு 13 வயதாக இருந்தபோது, குளிர்கால மாதங்களில், இவரது தாயார் எடின்பர்க்கில் எழுத்துப் பள்ளிக்கு அனுப்பினார். அங்கு இவர் தனது எழுதும் திறனை மேம்படுத்தி, எண்கணிதத்தின் பொதுவான விதிகளைப் படித்தார். பின்னர், பர்ண்டிசுலாந்தில் தனது வீட்டு நூலகத்தில் உள்ள புத்தகங்களைப் படிக்கத் தேவையான லத்தீன் மொழியைக் கற்றுக் கொண்டார். ஜெட்பர்க்கில் உள்ள தனது அத்தை வீட்டிற்குச் சென்றபோது, இவர் தனது மாமா மருத்துவர் தாமஸ் சோமர்வில்லைச் சந்தித்து, லத்தீன் மொழியைக் கற்க முயற்சிப்பதாக கூறினார். மருத்துவர் சோமர்வில்லே பண்டைய காலங்களில் பல பெண்கள் மிகவும் நேர்த்தியான அறிஞர்களாக இருந்ததாக இவருக்குத் தெரிவித்தார். அதனால் இவருக்குப் படிப்பின்மீது அதீத காதல் ஏற்பட்டது. மேலும் மாமா இவருக்கு லத்தீன் மொழியையும் கற்பித்தார். எடின்பர்க்கில் உள்ள வில்லியம் சார்ட்டர்ஸ் என்ற மற்றொரு மாமாவைப் சந்தித்து, மேரி ஸ்ட்ரேஞ்சின் நடனப் பள்ளியில் சேர்ந்தார்.

கணிதத்தின் மேல் ஈர்ப்பு

மேரியின் 15வது வயதில், ஃபேஷன் பத்திரிகையில் அலங்காரமாகப் பயன்படுத்தப்படும் சில இயற்கணித சூத்திரங்களைக் கவனித்தார் மேரி. அதனைப் பார்த்து ஆச்சரியப்பட்டு, அவற்றைப் புரிந்துகொள்ள இயற்கணிதத்தைப் படிக்கத் தொடங்கினார்.

மேரி, எடின்பர்க் சமூகத்தினரிடையே “ஜெட்பர்க் ரோஜா” என்று செல்லப்பெயர் பெற்றார். பர்ன்டிஸ்லாந்தில் அவர் வீட்டுக்கு மீண்டும் ஒரு இளம் ஆசிரியர் அவரது இளைய சகோதரர் ஹென்றிக்கு கல்வி கற்க குடும்பத்துடன் தங்க வந்தார். அவர் கிரேக்க மற்றும் லத்தீன் அறிஞராக இருந்தார், மேலும் அவருக்கு இயற்கணிதம் மற்றும் வடிவியல் பற்றிய அடிப்படைப் புத்தகங்களை வாங்குமாறு சோமர்வில்லே அவரிடம் கேட்டார். ஜான் போனிகேஸ்டலின் யூக்ளிட்டின் கூறுகள் மற்றும் அல்ஜீப்ராவுடன் கூடிய புத்தகத்தை அவர் சோமர்வில்லிக்கு வழங்கினார். யூக்ளிட்டின் வடிவியலின்

கூறுகள் " Elements of Geometry" நகலை அவள் பெற்றோரின் எதிர்ப்பினூடே பேரில் ரகசியமாகப் பெற்றாள். சோமர்வில்லே பியானோ வாசிப்பதற்காக சீக்கிரமே எழுவார், பகலில் வரைந்தார்; மேலும் யூக்ளிட் மற்றும் இயற்கணிதம் படிப்பதற்காக இரவில் நீண்ட நேரம் விழித்திருப்பார்.

திருமணமும் அறிவியலும்

1804-ஆம் ஆண்டில் மேரி, ஃபேர்ஃபாக்ஸ் குடும்பத்தின் உறவினர் கேப்டன் சாமுவேல் கிரேக்கை திருமணம் செய்து கொண்டார்; கேப்டன் சாமுவேல் கிரேக், லண்டனில் வசித்து வந்த ஒரு ரஷ்ய கடற்படை அதிகாரி. மேரி மற்றும் சாமுவேல் தம்பதிக்கு இரண்டு மகன்கள் பிறந்தனர். அவர்களில் ஒருவர் மட்டுமே இளமைப் பருவத்தில் உயிர் பிழைத்தார். பின்னர் அவர் பாரிஸ்டர் வொரோன்சோ க்ரீக் ஆனார். கணவர் சாமுவேல், மேரி கணிதம் மற்றும் அறிவியலைப் படிப்பதை எதிர்த்தார். ஆனால் 1807 இல் மேரி, அவரது கணவர் இறந்த பிறகு தனது கணித ஆர்வத்தைத் தொடர வாய்ப்பு மற்றும் நிதி ஆதாரங்களை ஏற்படுத்திக் கொண்டார்.

வானியல் மற்றும் கணித ஈடுபாடு

மேரி, வோரோன்சோ என்பவருடன் ஸ்காட்லாந்திற்குத் திரும்பி வானியல் மற்றும் கணிதத்தை தீவிரமாகப் படிக்கத் தொடங்கினார். ஓர் இராணுவக் கல்லூரியின் கணித ஆசிரியரான வில்லியம் வாலஸின் ஆலோசனையின் பேரில், மேரி கணிதம் பற்றிய புத்தகங்களை ஒரு நூலகம் வைக்கும் அளவு ஏராளமாக வாங்கினார். ஒரு கணித இதழால் முன்வைக்கப்பட்ட கணித சிக்கல்களைத் தீர்க்கத் தொடங்கினார்', அதில் வெற்றி பெற்றார். அதனால் 1811 இல் மேரிதான் சமர்ப்பித்த தீர்வுக்கான வெற்றிப் பதக்கத்தையும் பெற்றார்.

மீண்டும் மணம் மற்றும் அறிவியல் ஆய்வு

மேரி மீண்டும் மற்றொரு உறவினரான டாக்டர் வில்லியம் சோமர்வில்லை 1812 இல் மணந்தார். லண்டனில் இராணுவ மருத்துவத் துறையின் தலைவராக சோமர்வில்லே இருந்தார், மேலும் மேரியின் கணவர் அவரது ஆய்வு, எழுத்து மற்றும் விஞ்ஞானிகளுடனான தொடர்பை அன்புடன் ஆதரித்தார்.

அறிவியலாளர்களின் தொடர்புகள்

திருமணமான நான்கு ஆண்டுகளுக்குப் பிறகு, மேரி சோமர்வில்லே மற்றும் அவரது குடும்பத்தினர் லண்டனுக்கு குடிபெயர்ந்தனர். அங்கே அவர்களின் சமூக வட்டத்தில் பிற்கால கணித மேதை அடா லவ்லேஸ், அவரது அன்னை மரியா எட்ஜ்வொர்த், விஞ்ஞானி, ஜார்ஜ் ஏரி, ஜான் மற்றும் வில்லியம் ஹெர்ஷல், ஜார்ஜ் பீகாக் மற்றும் சார்லஸ் பாபேஜ் உட்பட அன்றைய முன்னணி அறிவியல் மற்றும் இலக்கிய ஒளி வீசும் அனைவருடனும் நெருங்கிய தொடர்பிலும் உறவிலும் இருந்தனர். மேரி மற்றும் வில்லியம் தம்பதிக்கு மூன்று மகள்கள் (மார்கரெட், 1813-1823; மார்த்தா, பிறப்பு 1815, மற்றும் மேரி சார்லோட், பிறப்பு 1817) பிறந்தனர். ஒரு மகன் குழந்தைப் பருவத்தில் இறந்தார். பின்னர் அவர்கள் குடும்பம் ஐரோப்பாவில் அதிக அளவில் பயணம் செய்தனர்.

மேரி சோமர்வில்லேயின் புத்தகம்

1826 ஆம் ஆண்டில், சோமர்வில்லே தனது சொந்த ஆராய்ச்சியின் அடிப்படையில் அறிவியல் பாடங்களில் கட்டுரைகளை வெளியிடத் தொடங்கினார். 1831-க்குப் பிறகு, அவர் மற்ற விஞ்ஞானிகளின் யோசனைகள் மற்றும் வேலைகளைப் பற்றி எழுதத் தொடங்கினார். மேலும் ஒரு வித்தியாசமான கற்பனைகலந்த அறிவியல் புத்தகம், பெயர் "இயற்பியல் அறிவியலின் தொடர்புகள் "(The Connection of the Physical Sciences) என்பதைப் பற்றி எழுதியுள்ளார். இதில் யுரேனஸின் சுற்றுப்பாதையை பாதிக்கக்கூடிய ஒரு அனுமான கோளைப் பற்றிய விவாதத்தைக் கொண்டிருந்தது. இது நெப்டியூன் கோளைத் தேட ஜான் கூச் ஆடம்ஸ் என்ற விஞ்ஞானியைத் தூண்டியது. அதனால் அதற்காக மேரி நெப்டியூன் கோள் கண்டுபிடிப்பின் ஓர் இணை கண்டுபிடிப்பாளராகக் கருதப்படுகிறார்.

வெற்றி மேல் வெற்றி

மேரி சோமர்வில்லே 1831-இல் பியர் லாப்லேஸின் "செலஸ்டியல் மெக்கானிக்ஸ்" (Pierre Laplace's Celestial Mechanics) புத்தகம் பற்றி மொழியாக்கம் மற்றும் விரிவாக்கம்

செய்கிறார். அது அவருக்கு அனைவரது பாராட்டையும் வெற்றியையும் பெற்றுத் தந்தது. அதே ஆண்டு, பிரிட்டிஷ் பிரதம மந்திரி ராபர்ட் பீல் அவருக்கு ஆண்டுதோறும் 200 பவுண்டுகள் சிவில் ஓய்வூதியமாக வழங்கினார். 1833 ஆம் ஆண்டில், சோமர்வில்லே மற்றும் கரோலின் ஹெர்ஷல் ஆகியோர் ராயல் வானியல் சங்கத்தின் கௌரவ உறுப்பினர்களாக தெரிவு செய்யப்பட்டனர். முதல் முறையாக லண்டனில் பெண்கள் அந்த அங்கீகாரத்தைப் பெற்றனர். பிரதம மந்திரி மெல்போர்ன் மேரியின் ஓய்வு ஊதியச் சம்பளத்தை 1837-இல் 300 பவுண்டுகளாக உயர்த்தினார்.

நேப்பிள்ஸுக்கு இடம் பெயர்வு

வில்லியம் சோமர்வில்லேயின் உடல்நிலை மோசமடைந்ததால் 1838-இல் தம்பதியினர் இத்தாலியின் நேபிள்ஸுக்கு குடிபெயர்ந்தனர். அவர் தனது வாழ்நாளின் பெரும்பகுதியை அங்கேயே தங்கியிருந்து கழித்தார். அங்கேயே மேரி வேலை மற்றும் பதிப்பகத்தையும் தொடர்ந்தார். 1848-ஆம் ஆண்டு, மேரி சோமர்வில்லே "இயற்பியல் புவியியல்" என்ற புத்தகத்தை வெளியிட்டார், இது பள்ளிகள் மற்றும் பல்கலைக்கழகங்களில் அடுத்த 50 ஆண்டுகளுக்குப் பயன்படுத்தப்பட்டது; சோமர்வில்லேயின் அடுத்த புத்தகம், இயற்பியல் புவியியல் (2 தொகுதி, 1848), ஆங்கிலத்தில் வெளியிடப்பட்டது. இந்த பாடத்தின் முதல் பாடநூல் மற்றும் அவரது மிகவும் பிரபலமான படைப்பு.

"அரசியல் மற்றும் தன்னிச்சையான பிளவுகள் புறக்கணிக்கப்படுகின்றன" மற்றும் "மனிதன் தானே பார்க்கப்படுகிறான், ஆனால் மற்ற உருவாக்கப்பட்ட பொருட்களுடன் உலகில் ஒரு சக-வாசியாக பார்க்கப்படுகிறான், ஆனால் அவனது செயல்களால் ஒரு குறிப்பிட்ட அளவிற்கு அவர்களை பாதிக்கிறது, மற்றும் பதிலுக்கு செல்வாக்கு செலுத்துகிறது என்பதில் இயற்பியல் புவியியல் செல்வாக்கு செலுத்தியது." என்று அவர் அதை எழுதும் போது, ஜெர்மன் இயற்கை ஆர்வலர் அலெக்சாண்டர் வான் ஹம்போல்ட்டின் காஸ்மோஸ் (1845) இன் முதல் தொகுதி தோன்றியதால் அவர் மன ஊக்கம் இழந்தார்.அதுவும் இதே போன்ற விஷயங்களை

உள்ளடக்கியது. இருப்பினும், சர் ஜான் ஹெர்ஷல் மேரியின் புத்தகத்தை வெளியிட ஊக்குவித்தார். மேரியின் வாழ்நாளில் இயற்பியல் புவியியலின் ஆறு பதிப்புகள் வெளியிடப்பட்டன. 1869 ஆம் ஆண்டில், சோமர்வில்லே இயற்பியல் புவியியலுக்கான ராயல் புவியியல் சங்கத்தின் புரவலர் பதக்கத்தைப் பெற்றார். அதே நேரத்தில், அது யார்க் கதீட்ரலில் அதற்கு எதிராக ஒரு சொற்பொழிவை ஈர்த்தது. கணவர் வில்லியம் சோமர்வில்லே 1860 இல் இறக்கிறார். ஆனாலும் கூட மனம் தளராமல், மேரி சோமர்வில்லே 1869-ல், மற்றொரு பெரிய படைப்பை வெளியிட்டார். அதற்கு, ராயல் ஜியோகிராஃபிக்கல் சொசைட்டியில் இருந்து தங்கப் பதக்கம் வழங்கப்பட்டது, மேலும் மேரி சோமர்வில்லே அமெரிக்கத் தத்துவ சங்கத்திற்குத் தலைவராகவும் தேர்ந்தெடுக்கப்பட்டார்.

மரணிப்பு

1871 வாக்கில், மேரி சோமர்வில்லே தனது கணவர்கள், ஒரு மகள் மற்றும் அவரது மகன்கள் அனைவரையும் விட அதிகமாக வாழ்ந்தார்: அவர் தனது குறிப்பில் குறிப்பிட்ட தகவல் "எனது ஆரம்பகால நண்பர்களில் சிலர் இப்போது இருக்கிறார்கள்-நான் கிட்டத்தட்ட தனியாக இருக்கிறேன்." மேரி சோமர்வில்லே நவம்பர் 29, 1872 அன்று நேபிள்ஸில் 92 வயதை அடைவதற்கு முன்பு இறந்தார். அந்த நேரத்திலும் கூட அவர் மற்றொரு கணிதக் கட்டுரையில் பணிபுரிந்து கொண்டிருந்தார், மேலும் ஒவ்வொரு நாளும் உயர் அல்ஜீப்ரா மற்றும் சிக்கல்களைத் தீர்த்தார். அடுத்த ஆண்டு 1873ஆம் ஆண்டு "மேரி சோமர்வில்லின் தனிப்பட்ட நினைவுகள்" என்ற அவரின் சுயசரிதையை, அவரது மகள் மார்த்தா, அவரது எழுத்துக்களை திருத்தம் செய்து வெளியிட்டார். மேரி சோமர்வில்லே இறப்பதற்கு முன் தான் திட்டமிட்ட பெரும்பாலான வேலைகளை முடித்திருந்தார்.

மேரி சோமர்வில்லேயின் வெளியீடுகள்

- 1831 (முதல் புத்தகம்): "த மெக்கானிசம் ஆஃப் தி ஹெவன்ஸ்"- *(The Mechanism of the Heavens)* பியர் லாப்லேஸின் வான இயக்கவியலை மொழிபெயர்த்து விளக்குகிறது.

- *1834:* "இயற்பியல் அறிவியலின் இணைப்பில்"- (On the Connection of the Physical Sciences) இந்தப் புத்தகம் 1877 வரை புதிய பதிப்புகளில் தொடர்ந்தது.
- *1848:* "இயற்பியல் புவியியல்"-பூமியின் இயற்பியல் மேற்பரப்பில் இங்கிலாந்தின் முதல் புத்தகம், 50 ஆண்டுகளாக பள்ளிகள் மற்றும் பல்கலைக்கழகங்களில் பாடநூலாகப் பரவலாகப் பயன்படுத்தப்பட்டது.
- *1869:* "மூலக்கூறு மற்றும் நுண்ணிய அறிவியல்" -இயற்பியல் மற்றும் வேதியியல் பற்றி.

மேரி சோமர்வில்லே -விருதுகள் மற்றும் கௌரவங்கள்.

- ராயல் வானியல் கழகத்தில் அனுமதிக்கப்பட்ட முதல் இரண்டு பெண்களில் ஒருவர் (மற்றவர் கரோலின் ஹெர்ஷல்).
- மேரி சோமர்வில்லே பெயர் தாங்கிய சோமர்வில் கல்லூரி, ஆக்ஸ்போர்டு பல்கலைக்கழகம் உருவாக்கப்பட்டது.
- "பத்தொன்பதாம் நூற்றாண்டின் அறிவியலின் ராணி" என்று அவரது மரணம் குறித்து ஒரு செய்தித்தாள் வெளியிட்டது.

நிறுவன இணைப்புகள்:

சோமர்வில்லே கல்லூரி, ஆக்ஸ்போர்டு பல்கலைக்கழகம், ராயல் வானியல் சங்கம், ராயல் புவியியல் சங்கம், அமெரிக்கன் தத்துவ சங்கம்.

- 1987, செப்டம்பர் 21இல் அன்று கண்டுபிடிக்கப்பட்ட ஒரு சிறுகோளின் முக்கிய பெல்ட்க்கு "5771 சோமர்வில்லே (1987 ST1)" எனப் பெயரிடப்பட்டுள்ளது.
- சந்திரனின் கிழக்குப் பகுதியில் உள்ள ஒரு சிறிய சந்திர பள்ளத்தின் பெயர் "சோமர்வில்லி பள்ளம்" என்பது. இது லாங்ரேனஸ் என்ற முக்கிய பள்ளத்தின் கிழக்கே அமைந்துள்ளது.
- பெண்களின் பெயரிடப்பட்ட ஒரு சில சந்திர பள்ளங்களில் இதுவும் ஒன்றாகும்.

□

9

கணித மேதை அடா லவ்லேஸ்

(1815 - 1852)

உங்களில் யாராவது அடா லவ்லேஸ் என்ற பெயரைக் கேள்விப்பட்டிருக்கிறீர்களா? இரண்டு நூற்றாண்டுகளுக்கு முன் பிறந்த ஆங்கிலேய கணிதப் பேரரசி அவர். கணினிக்கு வரைபடம் அமைத்தவர் பிறவியிலேயே கற்பனைத்திறன் மிக்க பெண். மிகச் சிறந்த எழுத்தாளர். அவர்தான் அகஸ்தா அடாகிங், லவ்லேஸின் கோமாட்டி (*Augusta Ada King-Noel, Countess of Lovelace*) என்பதே. இதனை சுருக்கி "அடா லவ்லேஸ்" என அனைவராலும் அன்போடு அழைக்கப்பட்டார். இவரின் இயற்பெயர் அகஸ்தா அடா பைரன்.

அடா பேர் சொல்லும் கணினி

கணினிக்கு அடிப்படையான முதல் நிரலை (புரோகிராம்) வடிவமைத்தவர் அடா லவ்லேஸ்தான். கணிப்பொறியின் முழுத் திறமையை / பரிமாணத்தை அறிந்துகொண்டு பணியாற்றியவர் இவரே. சாதாரண கூட்டல், கழித்தல், பெருக்கல் போன்ற சாதாரண செயல்பாடுகளைத் தாண்டி கணினி அற்புதமாகச் செயலாற்றுவதாக கண்டறிந்தார். கணினியின் முதல் அல்காரிதத்தை 1843 ல் வெளியிட்டவர் அடா லவ்லேஸ்.

கணினி கணினி

இன்று கணினியைத் தவிர்த்துவிட்டு இந்த உலகைக் கற்பனை செய்து கூடப் பார்க்க முடியாது. சிறு குழந்தையிலிருந்து நவீன உலகில் ஆராய்ச்சி செய்து கொண்டிருக்கும் விஞ்ஞானி வரை கணினியின்றி செயல்பாடு இல்லை. கணினிக்கு வன்பொருள் (hardware) கட்டமைப்பு தேவையான அளவுக்கு, மென்பொருள் தரவுகளும் அவசியம். மென்பொருளை மையமாகக் கொண்டு உயர் கல்வி, வேலை வாய்ப்பு, தகவல் தொடர்பு, வர்த்தகம் மற்றும் தொழில்நுட்பம் என நவீன உலகம் இது வரை இல்லாத அளவு றெக்கை கட்டிப் பறக்கிறது. இதற்கான விதை போட்டவர்; அடித்தளமிட்டவர் அடா லவ்லேஸ் என்ற கணித மேதைதான்.

அடாவின் பிறப்பு

அடா லவ்லேஸ் யாரோட மகள் தெரியுமா? புகழ் பெற்ற காதல் ரசம் சொட்டும் கவிதைகளின் சொந்தக்காரர்; படைப்பாளி ஆங்கிலக் கவிஞர் லார்ட் ஜார்ஜ் கோர்டான் பைரனின் (Lord George Gordon Byron) ஒரே மகள். அடா லவ்லேசின் அன்னை பெயர் ஆன்னி இசபெல்லா மில்லிபான்கி பைரன் (Lady Anne Isabella Milbanke Byron).

ஆங்கிலக் கவிஞர் லார்ட் ஜார்ஜ் கோர்டான் பைரனின் நேரடி வாரிசு அடா. நிச்சயமாக லார்ட் பைரன், ஒரு வித்தியாசமான தந்தைதான். அவர் அடா லவ்லேஸ் பிறந்ததும் சொன்ன முதல் வாக்கியம்: ‘‘நான் உன்னிடம் எப்படி சித்திரவதை படப்போகிறேன் தெரியுமா?’’ என்றாராம். அடா லவ்லேஸ் 1815, டிசம்பர் 10ஆம் நாள் லண்டனில் உள்ள பிக்காடிலி என்ற இடத்தில் பிறந்தார்.

அடா லவ்லேசின் பெற்றோர் நிலை

அடா லவ்லேஸின் தந்தை பைரன் ஒரு நிலையற்ற மனிதர்; அடா லவ்லேசின் பெற்றோர்களின் இல்லற வாழ்க்கையின் ஆயுள் மிகக் குறைந்த நாளே இருந்தது. அதுவும் மகிழ்ச்சியே

இல்லாத குடும்ப வாழ்க்கையை வாழ்ந்தார் அடா லவ்லேஸின் அன்னை லேடி ஆன்னி இசபெல்லா மில்பான்கே பைரன். அடா லவ்லேஸைப்பற்றி, ஜூலியா மார்க்ஸ் என்பவர் ஒரு புத்தகம் எழுதியுள்ளார். அதன் பெயர் "லேடி பைரன் மற்றும் அவரது மகள்கள்" இதில் ஜூலியா மார்க்ஸ் குறிப்பிட்டுள்ள விஷயம் நமக்கெல்லாம் கொஞ்சம் அதிர்ச்சியானது என்றாலும், அந்தக் காலத்தில் அது ஒன்றும் பெரிய விஷயமல்ல.

குழந்தை பிறந்த ஒரு மாதத்துக்குள், பைரன் தனக்கு ஒரு நாடக நடிகையுடன் தொடர்பு உண்டு என்றும் அவருடன்தான் வாழ்க்கை நடத்தப்போவதாகவும் அடாவின் அன்னையிடம் கூறியுள்ளார். மேலும் மூன்று நாட்கள் சென்ற பின்னர், அவர் வேறு எங்காவது நல்ல இடம் பார்த்துக்கொண்டு வெளியே சென்றுவிடும்படியும் கொஞ்சமும் மனிதநேயமின்றி அடாவின் அன்னையிடம் கூறிவிட்டார்." "பரவாயில்லை, உனக்கு இந்தக் குழந்தை நல்ல துணையாக இருக்கும்" என்றார். அடா பிறந்த ஒரு மாதத்திலேயே பைரன் அவர் மனைவி ஆன்னி இசபெல்லாவையும், குழந்தையையும் விட்டுப் பிரிந்துவிட்டார். பின்னர் 4 மாதத்தில் லண்டனை விட்டே சென்றுவிட்டார். அதன்பின் லண்டனுக்கு பைரன் திரும்பவே இல்லை. பின்பு லார்ட் பைரன் அடா லவ்லேஸை பார்க்கவே இல்லை.

லார்ட் பைரனின் முடிவு

லார்ட் பைரன் 1824ல்,கிரேக்கத்தின் சுதந்திரப்போரின் சமயம், காய்ச்சல் ஏற்பட்டு, மிசோலாங்கி என்ற இடத்தில் உயிர் நீத்தார். அப்போது அடா லவ்லேசுக்கு வயது 8. பின்னர் எப்போதும் அடா லவ்லேஸ் தன் தந்தையைச் சந்தித்ததே இல்லை. முழுமையாக தாயின் கண்காணிப்பிலேயே வளர்க்கப்பட்டு உருவாக்கப்பட்ட பெண்தான் அடா லவ்லேஸ்

அடாவின் கல்வித்தாய்

அடா லவ்லேசின் அன்னை ஆன்னி இசபெல்லா, அடாவுக்குக் கணிதமும், தத்துவமும் சொல்லிக்கொடுத்தார். அந்தக் காலத்தில் பெண்கள் கணிதம் மற்றும் அறிவியல் படிப்பது கிடையாது. பெண்களுக்கு அவை வேண்டாம் தேவையில்லை என சமூகம் கருதிய காலம் அது. அடாவுக்கு தந்தையின் குணங்கள் வந்துவிடக்கூடதே என்று கவலைப்பட்டார் அன்னை

ஆன்னிபெல்லா. எதிலும் பைரனின் சாயல் கொஞ்சமும் இல்லாதபடி முக்கியமாக மகளின் கவனம் கவிதைப் பக்கம் சாயாதபடி, ஆன்னி பார்த்துப் பார்த்து வளர்த்தார். அடா லவ்லேசின் அன்னை ஆன்னிபெல்லாவும் கணிதத்தில் திறமைசாலிதான். லார்ட் பைரனே கூட ஒரு முறை ஆன்னிபெல்லாவை "இணை வரைபடங்களின்"(parallograms)' இளவரசி" என்று பெருமையுடன் பாராட்டி உள்ளார். எனவேதான் இயல்பாகவே கணிதத்தின் மீது ஆர்வம் கொண்ட ஆன்னிபெல்லா தன் மகள் அடாவுக்கு கணிதமும் அறிவியலும் சொல்லித் தர ஏற்பாடு செய்தார்.

கணிதக் காதலி அடா

அடாவுக்குக் கணிதத்தின்மீது அளப்பரிய காதல், அவள் சிறு வயதில் அடிக்கடி நோய்வாய்ப்பட்டுப் படுக்கையில் இருப்பாள். அப்போதும் கூட அடா கணிதத்தோடுதான் பேசிக்கொண்டு இருப்பாள்; கணிதத்தைக் கற்றுக்கொள்ள அதிக நேரம் செலவிட்டார். அவளுக்கு 12 வயதாகும்போது, அவள் பறக்க ஆசைப்படுகிறாள். எப்படிப் பறக்க என்று யோசித்து அவளாகவே இறக்கைகள் செய்கிறாள். இதனை அடா பறவைகளின் இறக்கைகளைப் பார்த்தும், அவை எப்படிப் பறக்கின்றன என்று அறிந்து, பறக்கும் எந்திரத்தை உருவாக்குகிறாள். பின்னர் அதையே "பறக்கும் கலை" *(The art of flying)* என்ற பெயரில் ஒரு புத்தகமாக எழுதினாள்.அது அவளின் நண்பரான சார்லஸ் பாபேஜுக்கு தெரிந்தது. அடா லவ்லேசை அவர் 'பறக்கும் தேவதை' *(Lady Fairy)* என்று அழைக்கிறார்

எண்களின் தேவதை

குழந்தைப் பருவத்தில் அடா லவ்லேஸ் அடிக்கடி நோய்வாய்ப்படுவார். பள்ளி செல்ல முடியாது . இருப்பினும் கல்வியில் சிறந்து விளங்கினார். வீட்டில் உடல் நலமின்றி

ஒய்வாக இருந்தார். கணிதம் இவரது வாழ்க்கைக்கு பறக்க ஒரு சிறகைக் கொடுத்தது. அப்போது அடா லவ்லேஸ் பறக்கும் எந்திரத்தின் மாடலை உருவாக்கினாள். இளம் வயதிலேயே, அடாவுக்கு எண்கள் மற்றும் மொழியின் மேல் காதல் அதிகமாக இருந்தது. சமூக சீர்த்திருத்தவாதி வில்லியம் பிரெண்ட், குடும்ப மருத்துவர் வில்லியம் கிங், ஸ்காட்டிஷ் கணித மேதை மற்றும் வானவியலாளர் மேரி சோமேர்வில்லே இவர்களிடம் அடா லவ்லேஸ் ஏராளமான கருத்துகளையும் ஆலோசனைகளையும் பெற்றார். இவர்களில் மேரி சோமேர்வில்லே, ராயல் வானவியல் கழகத்தில் முதல் பெண். இவர்தான் அடா லவ்லேசுக்கு "உலகின் கணினித் தந்தை" சார்லஸ் பாபேஜை அறிமுகம் செய்து வைத்தவர்.

கல்வி, மேலும் கல்வி

அடா லவ்லேசின் கல்வி மற்றும் சமூக நடவடிக்கைகள் ஆண்ட்ரூ கிராஸ், சார்லஸ் பாபேஜ், சர் டேவிட் புரூஸ்டர், சார்லஸ் வீட்ஸ்டோன், மைக்கேல் பாரடே மற்றும் சார்லஸ் டிக்கன்ஸ் போன்ற அறிவியல் அறிஞர்கள் மூலம் வெளிப்பட்டது. இந்த தொடர்புகள் மூலம்தான் அடா லவ்லேஸ் மேலும் அவரது கல்வியைத் தொடர்ந்தார். அடா அவரது செயல்பாட்டைக் கவிதை அறிவியல் என்கிறார். அவரையே கணித உலகம் ஆய்வாளர் என்றும் மீவியர்பியன் *(Analyst& Metaphysician)* என்றும் சொல்கிறார்கள்

பருவ வயதும் கணித ஈர்ப்பு நட்பும்

அடா லவ்லேசுக்கு 17 வயது ஆனது. அப்போது அடா,கணிதத்தில் பெருமையும், கண்டுபிடிப்புகளும் செய்த பிரிட்டிஷ் நாட்டின், கணினி உலகின் தந்தை என்று போற்றப்படும் சார்லஸ் பாபேஜ் என்ற கணித மேதையை அவரது ஆசானான மேரி சோமேர்வில்லே மூலம் சந்தித்தார். பின்னர் அடா லவ்லேஸின் உலகமே வேறுபட்டுப் போனது. அடா சார்லஸ் பாபேஜின் கணிதம் பற்றி உரையாடல் நடத்தினார். சார்லஸ் பாபேஜ் கணக்கீடு செய்யும் "வேறுபாட்டுப் பொறி" *(Differened Engine)* என்னும், கணினிக்கு முன்னோடியான ஓர் எந்திரத்தை 1833 ல் வடிவமைக்கிறார். அதனைப் பார்த்து வியந்த அடா லவ்லேஸ், சார்லஸ் பாபேஜின்

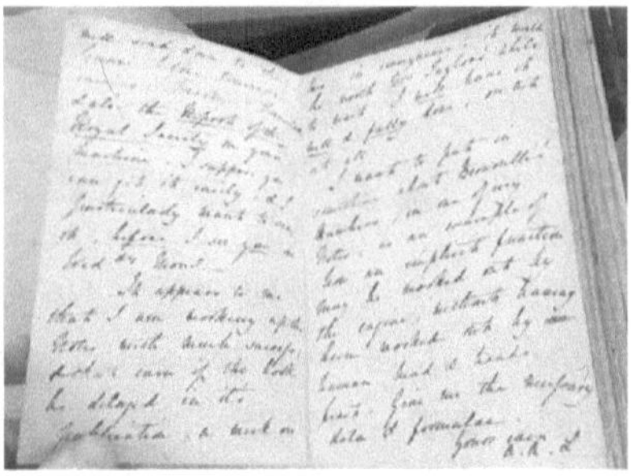

நண்பராகிறார். அதன் பின்னர் 18 வயது அடா லவ்லேசும் மற்றும் 45 சார்லஸ் பாபேஜ் இருவரும் மதிப்பிடமுடியாத அளவுக்கு கணிதத்தால் நெருங்கி வாழ்நாள் நண்பர்கள் ஆனார்கள். 45 வயது சார்லஸ் பாபேஜ் அடாவின் வழிகாட்டி மற்றும் ஆசான் ஆனார். அடா, பாபேஜ் மூலமாக லண்டன் பல்கலைக்கழகத்தில், பேராசிரியர் அகஸ்டஸ் டி மார்கன் உதவியுடன் கணிதத்தின் நவீன கருத்துகளைப் படித்தார். சார்லஸ் பாபேஜ் கணக்கு போடும் வித்தியாசமான எந்திரமான கணினியின் பிதாமகன் என்பதாலும் அவரது கணிதக் கொள்கையாலும் அடா அவர் மீது மிகுந்த ஈடுபாட்டுடன் இருந்தார். 1837ல் சார்லஸ் பாபேஜ் உருவாக்கிய பகுப்பாய்வு கணக்கு எந்திரம் (Analytical Engine) மெகா சைசில் இருந்தது.

அடாவும், கணக்கும், இசையும்

சார்லஜ் பாபேஜின் கணக்கிடும் பகுப்பாய்வு எந்திரத்துக்கு புதிய புரோகிராம் உருவாக்கியபோது அடாவுக்கு வயது 18. அறிவியல், கணிதத்துக்கு அடுத்தபடியாக அடா இசையை அதிகம் நேசித்தார். கணினி நிரல்கள் மூலமாக முதன்முதலில் இசையைக் கோர்த்தவர் அவரே. 'செயற்கை அறிவு' குறித்த அவரது அன்றைய குறிப்புகளும் அவ்வளவாகக் கண்டுகொள்ளப்படவில்லை. சார்லஸ் பாபேஜ்க்கு நிகரான உழைப்பை அடா மேற்கொண்டபோதும், 1940-வரை, அடாவுக்கு ஆணாதிக்க உலகம் உரிய அங்கீகாரம் கொடுக்கவில்லை.

மொழியாக்கவியலாளர் & திட்டவியலாளர் அடா லவ்லேஸ்

அடா லவ்லேஸ் இளம் வயதிலேயே ஒரு வரம் பெற்ற கணித மேதை. 1843ல் இத்தாலிய கணித மேதை லூய்கி மினிப்ரே (Luigi Menabrea) என்பவர், கணக்கிடும் பகுப்பாய்வு எந்திரம் பற்றி பிரெஞ்ச் மொழியில் ஸ்விஸ் நாட்டு அறிவியல் பத்திரிகையில் எழுதி இருந்தார். அந்தத் தகவல்களை எல்லாம், அந்த எந்திரத்தின் அற்புதத் திறமைகள் பற்றி அடா

லவ்லேஸ் அவரது அறிவுத் திறமையால் அனாயாசமாக மொழி பெயர்த்தார். அத்துடன் அது பற்றிய 1,000 வார்த்தைகளில் ஒரு விவரணக் குறிப்புகளையும் அத்துடன் இணைத்தார். லூய்கி மினிப்ரே எழுதியதை விட மூன்று மடங்கு அதிகமாகவே எழுதினார். இவை எல்லாம் சேர்த்து 65 பக்கங்களுக்கு எழுதித் தள்ளினார். அவை எல்லாம் லூய்கி மெனாப்ரியா சொன்னதைவிட அதி அற்புதமாக விளக்கப்பட்டு இருந்தன. சார்லஸ் பாபேஜ்வுக்கு எளிதில் புரியும்படி இருந்தன. அடா லவ்லேஸ் கணிதக் கணக்கீடுகள் தவிர, இசைக் குறியீடுகள் கூட இதன் மூலம் பயன்படுத்த முடியும் எனக் குறிப்பிட்டார் அடா லவ்லேஸ். இதையெல்லாம் செய்தபோது அவரின் வயது 27 மட்டுமே.

முதல் அல்காரிதம்

லூயிஸ் மினிப்ரேவின் ஆய்வைத் தொடர்ந்து சார்லஸ் பாபேஜூம், அடாவும் இணைந்து பகுப்பாய்வு இயந்திரத்தின் முதல் கணினி நிரலை எழுதினார்கள். இது அடாவிற்கு நீடித்த புகழைத் தேடிக்கொடுத்தது. அடா தன்னை ஓர் ஆய்வாளர் என்றும் மீவியர்பியன் (Analyst & Metaphysician) என்றும் முன்னிலைப்படுத்த இது மிகவும் உதவியது. பாபேஜின் இயந்திரத் திட்டங்களை புரிந்து, இந்த பகுப்பாய்வு எந்திரம் இன்னும் அதிகமாகப் பணிபுரியக்கூடிய விஷயம் பற்றியும் அடா லவ்லேஸ் விரிவாக அல்காரிதம் பற்றியும் விளக்கி இருந்தார் என்பதுதான்.உதாரணமாக, இந்த எந்திரம் எப்படி பெர்னாலி எண்களைக் (Bernoulli numbers) கணக்கிடும் என்றும் குறிப்பிட்டு இருந்தார். எனவே, இவற்றைப் பார்த்த கணினியின் வரலாற்றியலாளர்கள் அவைதாம் கணிதத் தகவல்களைப் பற்றி விளக்கிய முதல் கணினி திட்டம் என்றும் தெரிவிக்கின்றனர். மேலும், இது பொது நோக்கத்திற்காக கணினி என்றும் மிக சிக்கலான செயல்பாடுகளைத் (Complex Problem) தீர்க்க உதவும் என்றும் அடா லவ்லேஸ் தெரிவித்தார்.

அடா லவ்லேஸ்.. தனி வாழ்க்கை

அடா லவ்லேஸ் 1835ல், தன்னை விட பத்து வயது மூத்தவரான வில்லியம் கிங் என்பவரைத் திருமணம் செய்து கொள்கிறார். பின், 1838ஆம் ஆண்டு இவர்கள் ஏர்ல் மற்றும்

லவ்லேஸால் கவுண்டெஸ் (Earl and Countess of Lovelace) என்ற பட்டத்தின் மூலம் கௌரவிக்கப்பட்டனர். இதனால் அடா லவ்லேஸ் மூன்றாண்டுகள் லவ்லேசின் இளவரசியாகவும். பின்னர் சிமாட்டியாகவும் வாழ்ந்தார். இவர்களுக்கு மூன்று குழந்தைகள் பிறந்தன. கணவர், 3 குழந்தைகள் எனக் குடும்ப நெருக்கடிகளுக்கு இடையேயும் கடைசிவரை தனது ஆராய்ச்சிகளை அடா கைவிடவில்லை. அடா லவ்லேசின் கணவர் அவருக்கு அவரை சமூகத் தளத்தில் மேலேற்றிவிட ஏராளமான உதவிகள் செய்தார். அடா லவ்லேஸ் தனது இரண்டு மகன்களுக்கும் தந்தையின் மேலுள்ள பிரியத்தினால் பைரன் மற்றும் கோர்டான் என்று பெயர் வைத்தார். அது மட்டுமில்லை. அடா லவ்லேஸ் இறந்த பின்னர், அவருடைய விருப்பத்திற்கு இணங்க, அவரது உடல், லண்டன் நாட்டிங்காமில் (Notting-ham, England) உள்ள செயின்ட் மேரி மக்டலேன் தேவாலயத்தில் உள்ள கல்லறையில் லார்ட் பைரனின் கல்லறைக்குப் பக்கத்திலேயே வைக்கப்பட்டது.

அடாவின் உடல்நிலை

அடா பகுப்பாய்வு எந்திரம் பற்றி எழுதி முடித்ததும், அவரது உடல்நிலை 1837ஆம் ஆண்டிலிருந்தே பாதிப்புக்குள்ளானது. பலவகையான நோய்கள் உருவாகின்றன. முதலில் காலரா வந்தது. பின்னர் அதன் வழியே ஆஸ்த்மா தொற்றிக்கொண்டது. பின்பு வயிறு தொடர்பாக பிரச்சினைகள;. அடா லவ்லேஸ் இறுதியாக கருப்பை புற்று நோயால் பாதிக்கப்படுகிறார். பல ஆண்டுகள் நோயுடனும், வலியுடனும் போராடி வாழ்கிறார். இறுதியில் அவரது மருத்துவர் அவருக்கு வலி நிவாரணியாக ஓபியம் தருகிறார். அடாவின் குணம் இதனால் மாறத் தொடங்கியது. மனநிலை மாறி மாயத் தோற்றங்கள் அவருக்கு ஏற்பட்டன..புற்றுநோயால் பாதிக்கப்பட்ட அடா லவ்லேஸ், தந்தை பைரனைப் போலவே தனது 36-வது வயதில் 1852 ஆம் ஆண்டு, நவம்பர் மாதம் 29ஆம் நாள், இறப்பைத் தழுவுகிறார். அடாவின் விருப்பப்படியே அவர் தன் அப்பாவின் கல்லறைக்கு அருகிலேயே அடக்கம் செய்யப்பட்டார்.

அடாவின் குறிப்புகள் 1843ல் ஆங்கிலப் பத்திரிகையில் வெளியாகின. அதில் அவரது பெயரை AAL. என்றே குறிப்பிட்டு

இருந்தார். AAL என்பதற்கு ஆகஸ்ட் அடா லவ்லேஸ் என்பதாகும். அவரது குறிப்பில், அடா, எவ்வாறு குறியீடுகள் ஒரு வார்த்தை அல்லது எழுத்துகள் மற்றும் பயன்படுத்தும் விதம் பற்றியும் சொல்கிறார்.

அடாவின் இறுதி நாள்

அடா லவ்லேஸ் தான் இறக்கும் தறுவாயிலும் கூட தான் ஒரு முறை கூட பார்த்தே இராத அப்பா மேல் அவ்வளவு பாசம் கொண்டு, அவரது கணவரிடம் தான் தவறு செய்ததாக ஒத்துக்கொண்டார். அத்துடன் அவரது தந்தையின் கவிதை வரிகளை cain என்ற கவிதையிலிருந்து எடுத்து 'நம்புங்கள்; மூழ்கி விடாதீர்கள்' என்று கூறி முடிக்கிறார்.

இறப்புக்குப் பின்னர்

அடா லவ்லேஸ் 36 வயதிலியே 1852.ல், நவம்பர் 29ஆம் நாள் இறந்துவிட்டார். அப்போது கணினி கணக்கிடும் எந்திரம் முழுமையாக உருவாக்கப்படவில்லை. ஆனால் அவர் உருவாக்கிய கணினி மொழி/அவரது பெயரிலேயே அடா மொழி (Ada language) என்று அழைக்கப்படுகிறது. இன்றுவரை அப்படியே இயங்கி வருகிறது இன்று கணினித்திரையில் நீங்கள் பார்ப்பது அவரது வடிவமைப்பு செயல்பாடுதான். அதன் பின்னர் அதுபற்றிய குறிப்புகளும் அவரது செயல்பாடும், அடா லவ்லேசுக்கும், சார்லஸ் பாபேஜுக்கும் இடையில் உள்ள நட்பு இருவரின் திறமைகள், 2015ல் ஒரு கிராபிக் நாவல் உருவாக்கிய, இயங்குபட அமைப்பாளர், சிட்னி படூவாவின் எழுத்துகளில் ஏராளமான தகவல்களாக விரவிக் கிடக்கின்றன. அவர் இந்த இரண்டு நண்பர்களைப் பற்றி முழுமையாக எழுதியுள்ளார். அதனால் Scientific American பத்திரிகை படூவாவிடம் "அடா லவ்லேஸ்" நாளின் முக்கியம் /அவசியம் குறித்து பேசியது. அது மட்டுமின்றி 1837-43 களில் ஒரு பெண் எவ்வாறு டிஜிட்டல் அனிமேஷன் துறையில் வருவது பற்றியும் பேசியது.

இறப்புக்குப் பின்னர் பெருமை

கணிதத்திற்கு இவ்வளவு பங்களிப்பு செய்த அடா லவ்லேசை இந்த உலகம் 1950 வரை கண்டு கொள்ளவே இல்லை. பின்னர் அவரது குறிப்புகள் மீண்டும் இந்த உலகில் B.V. Bowden

என்பவரால் 1953ல் மீள்துவக்கம் செய்யப்படுகிறது. கணினிக்கான நிரல்களைப் பின்னாளில் உருவாக்கிய பெண்களான ஜீன் ஜென்னிங்ஸ் பார்டிக், கிரேஸ் ஹாப்பர் ஆகியோரை உலகம் அடையாளம் கண்ட பின்புதான், அவர்களின் முன்னோடியான அடா லவ்லேஸ் வெளிச்சத்துக்கு வந்தார். அடாவின் குறிப்புகளின் அடிப்படையில் ஆராய்ச்சிகள் நடைபெற்றன.. அதன் பின்னரே அடாவுக்கு அவரது கணித பங்களிப்புகளுக்கு, இறப்புக்கு பின் கிடைக்கும் ஏராளமான விருதுகள் வழங்கப்படுகின்றன. அடாவைக் கவுரவிக்கும் வகையில் அமெரிக்க ராணுவம் 1980ல், அமெரிக்கன் பாதுகாப்புத் துறைக்கு புதியதாக ஒரு கணினி மொழியை உருவாக்கி, அதற்கு 'அடா' எனப் பெயரிட்டு அதனை "அடா நிரலாக்க மொழி" என்று அழைத்து அடாவுக்குப் பெருமை சேர்த்திருக்கிறது.

அடா லவ்லேஸ் நாள்

தொழில்நுட்ப உலகில் பாலினப் பாகுபாட்டினால் மறக்கடிக்கப்படும் பெண் வல்லுநர்களை இப்போது மேற்குலகம் வெளிச்சத்துக்குக் கொண்டுவருகிறது. இந்த முயற்சியில் ஒன்றாக 2009 முதல் ஆண்டுதோறும் அக்டோபர் 2-வது செவ்வாயன்று "அடா லவ்லேஸ் நாள்" என சிறப்பிக்கப்படுகிறது; இதனை முன்னிட்டுக் கணிதம், பொறியியல், அறிவியல், தொழில்நுட்பக் கல்லூரி மாணவர்கள் மற்றும் அத்துறையில் பணிபுரிவோர் மத்தியில் பல்வேறு நிகழ்ச்சிகள் நடத்தப்படுகின்றன. அன்று பிரிட்டிஷ் சிவில் அக்ஷன் இடத்தின் முன்பு, ஓர் உறுதி மொழி அடா லவ்லேஸ் பெயரால் எடுத்துக்கொள்ளப்படுகிறது. அறிவியல் ,தொழில்நுட்பம், பொறியியல் மற்றும் கணிதத்தில் (science, technology, engineering, and mathematics (STEM) பங்களிப்பு செய்த பெண்களுக்கு அடா பெயரில் விருது கொடுத்துப் பாராட்டப் படுகிறது. நவீன கணினி உலகின் எழுச்சிக்கு வித்திட்ட பெண் கணிதமேதை தான் அடா லவ்லேஸ்.

□

10

விண்மீனின் நிறமாலை கண்டுபிடித்த வில்லியமினா பாட்டன் ஸ்டீவன்ஸ் ஃப்ளெமிங்

(1847 - 1900)

குதிரைத் தலை நெபுலாவைக் கண்டுபிடித்த மினா

வில்லியமினா பாட்டன் ஸ்டீவன்ஸ் ஃப்ளெமிங் *(Williamina Paton Stevens Fleming)* என்பது ஒரு ஸ்காட்டிஷ் வானியலாளர் பெயர். இந்தப் பெயரைப்பார்த்தால் ஆணா பெண்ணா என்று தெரிகிறதா. ஹூஹூம்.இல்லவே இல்லை. இவர் ஒரு பெண் வானவியல் விஞ்ஞானி. இவரை ‘மினா அன்புடன்’ என்று அழைப்பார்கள். ஒரு மைனா மைனா குருவி என்று நாம் பாட்டுப் பாடலாமா? வில்லியமினா பாட்டன் ஸ்டீவன்ஸ் ஃப்ளெமிங் (15 மே 1857 - 21 மே 1911) அமெரிக்காவில் இருந்து செயல்பட்ட ஒரு ஸ்காட்டிஷ் வானியலாளர். அவர் தனது தொழில் முறை வாழ்க்கையில், விண்மீன்களுக்கான பொதுவான அடையாள பெயர் முறையை உருவாக்க உதவினார் மற்றும் ஆயிரக்கணக்கான விண்மீன்கள் மற்றும் பிற வானியல் நிகழ்வுகளைப் பட்டியலிட்டார். வானியலை மேம்படுத்திய பல சாதனைகளில், ஃப்ளெமிங் குறிப்பிடத்தக்கவர். மேலும் 1888-இல் குதிரைத் தலை நெபுலாவைக் *(Horsehead Nebula)*

கண்டுபிடித்தார். விண்மீன்களில் உள்ள நிறமாலை வகைபாடு பற்றி முதன்முதல் சொன்ன வானியலாளர். வெள்ளைக் குள்ளன் என்ற விண்மீனின் இறுதி நிலையையும் வில்லியமினா கண்டுபிடித்தார்.

வில்லியமினாவின் வாழ்க்கை

வில்லியமினா பாட்டன் ஸ்டீவன்ஸ், 1857ஆம் ஆண்டு, மே 15ஆம் நாள் ஸ்காட்லாந்தின் டண்டி என்ற ஊரில் பிறந்தார். இவது தந்தை பெயர்: ராபர்ட் ஸ்டீவன்ஸ்; தாய்: மேரி வாக்கர். ராபர்ட் ஸ்டீவன்ஸ், ஒரு ஸ்காட்டிஷ் கைவினைஞர்; மரவேலைச் சிற்பி, மற்றும் பூச்சு வேலை செய்பவர். இவர்களின் ஒன்பது குழந்தைகளில் ஒருவர்தான் வில்லியமினா என்ற மினா. அவரின் 7 வது வயதில் தந்தை இறந்து விட்டார். எனவே அவர் தனது குடும்பப் பிழைப்புக்கான யதார்த்தத்தை நன்றாகவே அறிந்திருந்தார். மினா ஸ்டீவன்ஸ் பொதுப் பள்ளிகளில் கல்வி கற்றார், 14 வயதிலிருந்தே அவர் தனது தாய் மற்றும் உடன்பிறப்புகளுக்கு ஆதரவாக ஒரு மாணவராக இருக்கும்போதே ஆசிரியப்பணி செய்து குடும்பத்துக்கு உதவினார்

வில்லியமினாவின் திருமண வாழ்க்கை

வில்லியமினாவுக்கு 20 வயதாகும்போது, டண்டியில் உள்ள ஒரு வங்கிக் கணக்காளரான ஜேம்ஸ் ஆர் ஃப்ளெமிங் என்பவருடன், மே 1877 இல் திருமணம் நடந்தது. ஜேம்ஸ் ஆர் ஃப்ளெமிங் ஏற்கனவே மணமாகி, இணையரை இழந்தவர். வில்லியமினாவை விட 16 ஆண்டுகள் மூத்தவர். மணமானபிறகு இருவரும் அமெரிக்காவிற்கு புறப்பட்டனர். அப்போது 21-வயதான வில்லியமினா ஃப்ளெமிங் நவம்பர் 1878-இல் அட்லாண்டிக் கடலில் பாஸ்டன் நோக்கி கப்பலில் பயணித்தார். அப்போது அங்கு அவர் வானின் விண்மீன்களை மேல்நோக்கினார்; தனது எதிர்காலத்தில் அவை எவ்வளவு பிரகாசமாக பிரகாசிக்கப்போகிறது என்று அவருக்கே தெரியாது.

மகன் எட்வர்ட் பிறப்பு

வில்லியமினா தனது 21 வயதில் அமெரிக்காவின் மாசசூசெட்ஸில் உள்ள பாஸ்டனுக்கு, ஜேம்ஸ் ஆர் ஃப்ளெமிங்குடன் குடியேறுவதற்கு சிறிது காலத்திற்கு

முன்புவரை, அவர் ஆசிரியராக பணிபுரிந்தார்; அடுத்த ஆண்டு பாஸ்டனில் குடியேறினார். இந்த தம்பதியருக்கு எட்வர்ட் பி. ஃப்ளெமிங் என்ற மகன் பிறந்தார். பின்னர் வில்லியமினா மற்றும் அவரது இளம் மகனும் அவரது கணவரால் கைவிடப்பட்டனர். இவை அனைத்தையும் மீறி, "வில்லியமினா என்ற மினா ஃப்ளெமிங் ஹார்வர்டின் வானியல் திட்டத்தில் ஒரு முக்கிய இடத்திற்கு உயர்ந்து, நாட்டின் முக்கிய பெண் வானியலாளர் என்று புகழப்பட்டார்

ஹார்வர்ட் கல்லூரி ஆய்வகப்பணி

1879 ஆம் ஆண்டில், வில்லியமினாவின் திருமணத் தோல்வி அவரை வேலை தேட நிர்பந்தித்தது. 1879 ஆம் ஆண்டின் இடையில், வில்லியமினா ஃப்ளெமிங், ஹார்வர்ட் கல்லூரி ஆய்வகத்தின் இயக்குநராக இருந்த பேராசிரியர் எட்வர்ட் சார்லஸ் பிக்கரிங்கின் வீட்டில் பணிப்பெண்ணாகப் பணிபுரிந்தார். பின்னர் அவர் தனது மகனுக்கு "எட்வர்ட் சார்லஸ் பிக்கரிங் ஃப்ளெமிங்" என்று பெயரிட்டார்; இது அவரது நிலைமையின் ஈர்ப்பு மற்றும் அவரது முதலாளிக்கு அவர் அளித்த நன்றியுணர்வை வெளிப்படுத்தியது. பிக்கரிங்கின் மனைவி எலிசபெத் வில்லியம்னாவை, காவலர் மற்றும் கலைகளுக்கு அப்பாற்பட்ட திறமைகளை வில்லியம்னா கொண்டிருப்பதாக தன் கணவரிடம் பரிந்துரைத்தார். மேலும் வில்லியமினாவின் வீரியம் மற்றும் உயிரோட்டமான புத்திசாலித்தனத்தால் ஈர்க்கப்பட்ட பிக்கரிங், 1879 ஆம் ஆண்டில் அவருக்கு பகுதிநேர எழுத்தர் பணி கொடுத்தார்.பின் 1881 ஆம் ஆண்டில், வில்லியமினாவை, கண்காணிப்பகத்தின் நிரந்தர ஊழியர்களுடன் சேர்த்தார். 1881 ஆம் ஆண்டில், பிக்கரிங் ஃப்ளெமிங்கை முறையாக ஹார்வர்ட் கல்லூரி ஆய்வகத்தில் சேர அனுமதி தந்தார். மேலும் 'நட்சத்திர நிறமாலை' எவ்வாறு பகுப்பாய்வு செய்வது என்றும் அவருக்குக் கற்றுக் கொடுத்தார். கணித வகைப்பாடுகளை கணக்கிடுவதற்கும், ஆய்வகத்தின்

வெளியீடுகளைத் திருத்துவதற்கும் பிக்கரிங் பணியமர்த்தப்பட்ட மனித கணினிகளின் அனைத்து பெண்கள் கேடரான ஹார்வர்ட் கம்ப்யூட்டர்ஸின் நிறுவன உறுப்பினர்களில் வில்லியமினா ஒருவரானார். அடுத்த 30 ஆண்டுகளுக்கு அவர் விண்மீன் நிறமாலை மற்றும் புகைப்படம் எடுத்தல் பகுப்பாய்வில் ஒத்துழைத்தார், மேலும் 1898 ஆம் ஆண்டில் ஹார்வர்டில் வானியல் புகைப்படங்களின் கண்காணிப்பாளராக வில்லியமினா நியமிக்கப்பட்டார்..

ஃப்ளெமிங்குக்கு கிடைத்த அரிய வாய்ப்பு

ஃப்ளெமிங் ஒரு அதிர்ஷ்டமான நேரத்தில் வந்தார் என்றே சொல்லவேண்டும். கண்காணிப்பு இயக்குநராக 42 ஆண்டுகள் பணியாற்றிய பிக்கரிங், தொழில்துறையால் ஈர்க்கப்பட்ட செயல்திறன்களை சர்வதேச ஆய்வுக்கு கொண்டு வர முயன்றார். நியூயார்க் அமெச்சூர் வானியலாளர் ஹென்றி டிராப்பரின் விதவை மனைவி மேரி டிராப்பரின் வாக்குமூலத்தின் உதவியுடன் அவரது ஆராய்ச்சி நெறிமுறை, 1886 ல் தொலைநோக்கியின் ஆபரேட்டரின் முடிவில் ஒரு கேமராவிற்காக மனிதக் கண்ணை மாற்றியது.

இரவில், ஹார்வர்ட் வானியலாளர்கள் விண்மீன்கள் மற்றும் நெபுலாக்களை புகைப்படம் எடுத்தனர்; நாளுக்கு நாள், சிறப்பாக பயிற்சி பெற்ற அலுவலக ஊழியர்கள் - "கணினிகள்" - படங்களை ஆராய்ந்து பகுப்பாய்வு செய்தனர். அந்தப் பணிக்காக, பிக்கரிங் பெண்களை வேலைக்கு அமர்த்தினார், இதுபோன்ற தொடர்ச்சியான பழக்கவழக்கங்களுக்கு அவர்கள் மிகவும் பொருத்தமானவர்கள் என்று நம்புகிறார்கள், மேலும் இதில் ஃப்ளெமிங்கை பொறுப்பேற்க வைக்கிறார்.

பெண்கள் கணினிக் குழு

ஹார்வர்ட் கம்ப்யூட்டர்ஸ், ஹார்வர்ட் கல்லூரி ஆய்வகத்தின் மகளிர் கணினிகளின் குழு, வானியலாளர் எட்வர்ட் சார்லஸ் பிக்கரிங் நிறுவனத்தில் பணிபுரிந்தார். இந்தக் குழுவில் ஹார்வர்ட் கணினி மற்றும் வானியலாளர் ஹென்றிட்டா ஸ்வான் லெவிட், அன்னி ஜம்ப் கேனன், வில்லியமினா ஃப்ளெமிங் மற்றும் அன்டோனியா மயூரி ஆகியோர் அடங்குவர்.

ஃப்ளெமிங் வகைபடுத்திய விண்மீன்களின் நிறமாலை

விண்மீன்களின் நிறமாலைகளின் வகைப்பாடு குறித்த பணியில் ஃப்ளெமிங் மிகவும் பிரபலமானவர். ஒரு தொலைநோக்கி லென்ஸுக்கு முன் வைக்கப்பட்ட ஒரு முப்பட்டகம் மூலம் ஒரு விண்மீனின் ஒளியைப் பரப்புவதால் ஏற்படும் கோடுகளின் வடிவம்தான் அதன் நிறமாலை என்பது. பிக்கரிங்-ஃப்ளெமிங் சிஸ்டம் என்று அறியப்பட்ட ஒரு நுட்பத்தைப் பயன்படுத்தி, டிராப்பர் மெமோரியலுக்காக எடுக்கப்பட்ட பல்லாயிரக்கணக்கான வான்புகைப்படங்களை ஆராய்ந்தார். இது நியூயார்க்கின் அமெச்சூர் வானியலாளர் ஹென்றி டிராப்பருக்கு அர்ப்பணிக்கப்பட்ட ஒரு திட்டமாகும். வில்லியமினா தனது வேலையின்போது, 10 நோவாக்கள், 52 நெபுலாக்கள் மற்றும் நூற்றுக்கணக்கான மாறி விண்மீன்களைக் கண்டுபிடித்தார். விண்மீன்களின் மாறுபட்ட பிரகாசத்தை அளவிடப் பயன்படும் அளவின் முதல் புகைப்படத் தரவுகளையும் தரங்களையும் அவர் நிறுவினார்.

ஹென்றி டிராப்பர் பட்டியல்

1886 ஆம் ஆண்டில், வானியலாளர் ஹென்றி டிராப்பரின் பணக்கார விதவையான மேரி அன்னா டிராப்பர், ஹார்வர்டு கல்லூரி ஆய்வகத்தின் ஆராய்ச்சிக்கு நிதியளிப்பதற்காக ஹென்றி டிராப்பர் நினைவகத்தைத் தொடங்கினார். ஆய்வக வேலை துவங்கியவுடன் முதலில் ஹென்றி டிராப்பர் பட்டியல் தயாரிக்கப்பட்டது. இதில் முடிந்தவரை பல விண்மீன்களில் நாம் பார்க்கும் நிறமாலையைப் பெறுவதற்கும் நிறமாலையால் விண்மீன்களைக் குறியீட்டு மற்றும் வகைப்படுத்துவதற்குமான ஒரு நீண்ட கால திட்டம் அது. இதில் டிராப்பர் பட்டியல் திட்டத்தின் பொறுப்பில் வில்லியம்னா ஃப்ளெமிங் வைக்கப்பட்டார். விண்மீன்களை எவ்வாறு சிறந்த முறையில் வகைப்படுத்துவது என்பது குறித்து ஒரு கருத்து வேறுபாடு ஏற்பட்டது. இந்தப் பகுப்பாய்வு நெட்டி ஃபாரரால் (Nettie Farrar) தொடங்கப்பட்டது, ஆனால் அவர் திருமணம் செய்து கொள்வதற்காக இதிலிருந்து வெளியேறினார். அன்டோனியா மௌரி ஒரு சிக்கலான வகைப்பாடு திட்டத்திற்கு வாதிட்டார். எவ்வாறாயினும், ஃப்ளெமிங் மிகவும் எளிமையான, நேரடியான அணுகுமுறையை விரும்பினார்.

பிக்கரிங்-ஃப்ளெமிங் அமைப்பு

சமீபத்திய ஹார்வர்ட் கல்லூரி ஆய்வகப் படங்களில் புற ஊதா வரம்பில் நீட்டிக்கப்பட்ட விண்மீன்களின் புகைப்படம் எடுக்கப்பட்டது, இது இரவில் ஒரு விண்ணோக்கு கருவி மூலம் நிறமாலையை பதிவு செய்வது என்பது கையால் பதிவு செய்வதை விட மிகவும் துல்லியமான வகைப்பாடுகளை அனுமதித்தது. ஃபிளெமிங் விண்மீன்களை, அவற்றின் நிறமாலையில், ஒப்பீட்டளவில் காணப்பட்ட ஹைட்ரஜனுக்கு ஏற்ப வகைப்படுத்த ஒரு அமைப்பை உருவாக்கினார். இது பிக்கரிங் - ஃப்ளெமிங் அமைப்பு (Pickering-Fleming system) என அழைக்கப்படுகிறது. ஹைட்ரஜன் தனிமம் அதிக அளவில் காணும் விண்மீன்கள் A என வகைப்படுத்தப்பட்டன; ஹைட்ரஜனின் இரண்டாவது மிகுதியான தனிமம் என்றால் அது பி வகை விண்மீன் என இப்படியே வகைபடுத்தப்பட்டன. பின்னர், அவரது சகாவான அன்னி ஜம்ப் கேனன், விண்மீன்களின் மேற்பரப்பு வெப்பநிலையின் அடிப்படையிலும் வகைப்பாடு முறையை மறுவரிசைப்படுத்தினார். இதன் விளைவாக ஹார்வர்ட் அமைப்பு விண்மீன்களை வகைப்படுத்துவதற்கு இன்றும் பயன்பாட்டில் உள்ளது.

வானியல் புகைப்படக் கண்காணிப்பாளராக

பெண் கணினிக் குழுவின் பல ஆண்டுகால வேலைகளின் விளைவாக, ஹார்வர்டு கல்லூரி ஆய்வகம், 1890 ஆம் ஆண்டில் முதல் ஹென்றி டிராப்பர் பட்டியலை வெளியிட்டது, 10,000 க்கும் மேற்பட்ட விண்மீன்களைக் கொண்ட ஒரு பட்டியல் அவற்றின் நிறமாலைப்படி வகைப்படுத்தப்பட்டுள்ளது. இந்த வகைப்பாடுகளில் பெரும்பாலானவை ஃப்ளெமிங்கால் செய்யப்பட்டன. அடையாளம் காணும் காரணிகளுடன்

தொலைநோக்கி மூலம் ஆயிரக்கணக்கான புகைப்படங்களை ஒழுங்கமைப்பதன் மூலம், திரும்பிச் சென்று பதிவு செய்யப்பட்ட தட்டுகளை ஒப்பிடுவதையும் ஃப்ளெமிங் செய்தார். 1898 ஆம் ஆண்டில், ஃப்ளெமிங் ஹார்வர்டில் வானியல் புகைப்படங்களின் கண்காணிப்பாளராக நியமிக்கப்பட்டார், இந்தப் பதவியை வகித்த முதல் பெண். இவரே.

குறிப்பிடத்தக்க கண்டுபிடிப்புகள்/ பெண் என்பதால் மறுப்பு

தனது வானியல் பணிக் காலத்தில், ஃப்ளெமிங் மொத்தம் 59 வாயு நெபுலாக்களையும், 310 க்கும் மேற்பட்ட மாறி விண்மீன்களையும், 10 நோவாக்களையும் கண்டுபிடித்தார்.மிக முக்கியமாக, 1888 ஆம் ஆண்டில், ஈ.சி. பிக்கரிங்கின் சகோதரரான வானியலாளர் டபிள்யூ. எச். பிக்கரிங் தயாரித்த தொலைநோக்கி-போட்டோகிராமெட்ரி தட்டில் குதிரைதலை நெபுலாவை ஃப்ளெமிங் கண்டுபிடித்தார். பிரகாசமான நெபுலாவை (பின்னர் ஐசி 434 என அழைக்கப்பட்டது) "ஜீட்டா ஓரியோனிஸுக்கு (Zeta Orionis)தெற்கே 30 நிமிடங்கள் தள்ளி, 5 நிமிடங்கள் விட்டம் கொண்ட ஒரு அரை வட்ட உள்தள்ளல்" இருப்பதாக அவர் விவரித்தார். அடுத்தடுத்த தொழில்முறை வெளியீடுகளில் உள்ள கண்டுபிடிப்பிற்காக ஃப்ளெமிங்கிற்கு உரிய மரியாதை வழங்க மறுத்தனர். முதல் ட்ரேயர் இன்டெக்ஸ் பட்டியல், ஹார்வர்டில் வான் பொருள்களைக் கண்டுபிடித்த பங்களிப்பாளர்களின் பட்டியலிலிருந்து ஃப்ளெமிங்கின்

பெயரைத் தவிர்த்தது. முழு வேலையையும் செய்தவர் "பிக்கரிங்" தான் என்று கூறியது. இருப்பினும், 1908 ஆம் ஆண்டில் இரண்டாவது ட்ரேயர் இன்டெக்ஸ் பட்டியல் வெளியிடப்பட்ட நேரத்தில், ஃப்ளெமிங்கும் அவரது பெண் சகாக்களும் ஹார்வர்டு ஆய்வகத்தில் போதுமான அளவு நன்கு அறியப்பட்டவர்கள் மற்றும் அவர்களின் கண்டுபிடிப்புகளுக்கு சரியான அங்கீகாரம் பெற்றனர்.

நிறமாலையும் வெள்ளைக் குள்ளனும்

நிறமாலைத் தட்டுகளின் சேகரிப்பு ஃப்ளெமிங்கின் பெரும்பாலான விஞ்ஞான வேலைகளுக்கு பெருமை கூட்டியது. ஒவ்வொரு விண்மீனின் நிறமாலையிலும் உள்ள தனித்துவமான அம்சங்களை அடையாளம் காண்பதன் மூலம், ஃப்ளெமிங் பிக்கரிங்கும் விண்மீனின் நிறமாலை வகைகளுக்காக ஒரு வகைப்பாடு திட்டத்தை உருவாக்கினர். 1890 ஆம் ஆண்டில், விண்மீன் நிறமாலையின் டிராப்பர் பட்டியலின் முதல் பதிப்பிற்கு, ஃபிளெமிங் 633 தட்டுகளில் 10,351 விண்மீன்களின் 28, 266 நிறமாலையை வகைப்படுத்தினார்-இது அந்த நூற்றாண்டின் மிக விரிவான விண்மீன் தொகுப்பாகும். ஃப்ளெமிங் ஆய்வகத்தின் தயாரிப்பு மேலாளராகவும் பணியாற்றினார்:

ஆராய்ச்சி ஆவணங்கள், வருடாந்திர அறிக்கைகள் மற்றும் தரவு அட்டவணைகள், அத்துடன் ஏராளமான எழுதுதல், திருத்துதல் மற்றும் சரிபார்த்தல். தனது தனிப்பட்ட இதழில், தனது நேரத்தின் முரண்பாடான கோரிக்கைகளை அவர்முன்வைத்தார். அவர் தனது சொந்த அனுபவங்களின் முடிவுகளை வெளியிட்டார், ஆனால் ஆராய்ச்சி மாநாடுகளில் பங்கேற்ற சில பெண்களில் ஒருவராக, ஃப்ளெமிங் இருந்தார். 1898 ஆம் ஆண்டில், பிக்கரிங் தனது வீரப் பணி நெறிமுறையைப் பற்றிப் பேசியபின், தேசிய வானியலாளர்கள் கூட்டத்தில் இருந்து ஒரு வரவேற்பைப் பெற்றார். சூடான, பூமி அளவிலான விண்மீன்கள் இருப்பதை அவர் பார்த்து அங்கீகரித்தார், பின்னர் அவை வெள்ளைக் குள்ளர்கள்(white dwarfs) என்று அழைக்கப்பட்டன. இவை விண்மீன்களின் இறுதி நிலை.

அங்கீகரிப்பட்ட ஃப்ளெமிங் படைப்புகள்

ஃப்ளெமிங்கின் மிக முக்கியமான படைப்புகளில் டிராப்பர் பட்டியலின் விண்மீன் தொகுதி நிறமாலை (1890), "மாறக்கூடிய விண்மீன்களின் புகைப்பட ஆய்வு" (1907) மற்றும் "விண்மீன்கள் கொண்ட விசித்திரமான நிறமாலை" (1912) ஆகியவை அடங்கும். 1906 ஆம் ஆண்டில் ராயல் வானியல் சங்கத்திற்கு தேர்ந்தெடுக்கப்பட்ட முதல் அமெரிக்கப் பெண்மணி இவரே. அவரது பணி அன்னி ஜம்ப் கேனனின் எதிர்கால பங்களிப்புகளுக்கு அடித்தளத்தை வழங்கியது

விவாதங்கள், பெண்ணுக்கான நீதி கேட்டு

இதற்கிடையில், ஃப்ளெமிங் வானியல் துறையில் அதிகமாக பெண்களுக்காக வாதிட்டார். வானியல் மற்றும் வானியற்பியல் இதழில் வெளியிடப்பட்ட அவரது 1893 ஆம் ஆண்டு கட்டுரை "வானியல் துறையில் பெண்ணின் வேலைக்கான ஒரு புலம்" அறிவித்தது, "எல்லாவற்றிலும் பெண் ஆணுக்குச் சமமானவள் என்பதை நாம் பராமரிக்க முடியாது என்றாலும், பல விஷயங்களில் அவளுடைய பொறுமை, விடாமுயற்சி மற்றும் முறை அவளை உயர்ந்த நிலைக்கு கொண்டு செல்கிறது ." பாலினங்களுக்கிடையிலான சம்பள வேறுபாட்டையும் அவர் சவாலோடு சந்தித்தார். சம்பளம் நிற்கிறது.... ஆண்களையும் கவனித்துக்கொள்வதற்கு எனக்கு ஒரு வீடு மற்றும் ஒரு குடும்பம் இருப்பதாக அவர் எப்போதாவது நினைக்கிறாரா?... என்றும் விவாதித்தார்.

ஹார்வர்டில் பெண் கணினிகளுக்கான அடிப்படை ஊதியம் ஒரு மணி நேரத்திற்கு 25 காசுகள், இது நுழைவு நிலை ஆண்களை விட மிகக் குறைவு. பிக்கரிங்கை எதிர்கொண்ட பின்னர் ஒரு பத்திரிகை பதிவில், அவர்: "பெண்களின் சம்பளம் இவ்வளவு குறைவாக இருக்கும்போது நான் ஒரு சிறந்த சம்பளத்தைப் பெறுகிறேன் என்று எனக்கு உடனடியாகத் தெரிவிக்கப்படுகிறது. ஆண்கள்?... இது ஒரு அறிவார்ந்த வயது என்று கருதப்படுகிறது! பெண்களுக்கு வேலை மற்றும் குடும்பம் எதிர்-இழுபறிகளை உள்ளடக்கியே உள்ளன. என் வீட்டு வாழ்க்கை, பல்கலைக்கழகத்தின் மற்ற

அதிகாரிகளிடமிருந்து வேறுபட்டது, ஏனென்றால் எல்லா வீட்டு பராமரிப்புகளும் என்மீது சுமையாய் அழுத்திக்கொண்டு உள்ளன. ஆனால் ஆணுக்கு அப்படி இல்லை. கூடுதலாக நடைமுறை அவர்களின் செலவுகளைச் சமாளிப்பதற்கான வழிமுறைகளை வழங்குகின்றன. என் மகன் எட்வர்ட்க்கு பணத்தின் மதிப்பைப் பற்றி சிறிதும் தெரியாது, ஆகவே, யோசனை இருக்கிறது, ஆனால் எல்லாமே தேவைக்கேற்ப வர வேண்டும்." என்று பதிவிடுகிறார்.

இறுதிக்காலத்துக்கு முன்னர்

1899 ஆம் ஆண்டில், ஃப்ளெமிங் "வானியல் புகைப்படங்களின் கண்காணிப்பாளராக" நியமிக்கப்படுகிறார். ஒரு பெண்ணுக்கு வழங்கப்பட்ட முதல் கார்ப்பரேஷன் நியமனம். இது ஏழு ஆண்டுகளுக்குப் பிறகு, இங்கிலாந்தின் ராயல் வானியல் சங்கத்தில் கௌரவ உறுப்பினராகத் தேர்ந்தெடுக்கப்பட்ட முதல் அமெரிக்க பெண்மணி இவர். அவரிடம் சுகவீனம் இருந்தபோதிலும், அவர் செப்டம்பர் 1910 இல் கலிபோர்னியா மாநாட்டிற்குப் பயணம் செய்தார், நிமோனியா நோய் அவரைத் தாக்கியது. பின்னர், அவர் அடுத்த வசந்த காலத்தில், தனது இறுதிக் காலத்தில் மருத்துவமனையில் சேரும் வரை பணியாற்றினார். ஃப்ளெமிங்கின் சொந்த வார்த்தைகள் ஒரு பொருத்தமான சுருக்கத்தை அளிக்கின்றன: "நேர்மையாகவும், மனசாட்சியுடனும், உறுதியுடனும் உழைக்கவும், செய்தாலும் அங்கீகாரமும் வெற்றியும் உங்கள் முயற்சிகளுக்கு முடிவில் முடிசூட்ட வேண்டும்." என கம்பீரமாக கூறுகிறார்..

வில்லியமினா வெளியீடுகள்

ஃப்ளெமிங் 1910 இல் வெள்ளைக் குள்ள நட்சத்திரங்களைக் கண்டுபிடித்தார். அவரது மற்ற குறிப்பிடத்தக்க வெளியீடுகளில் எ ஃபோட்டோகிராஃபிக் ஸ்டடி ஆஃப் வேரியபிள் ஸ்டார்ஸ். (A Photographic Study of Variable Stars,1907) அவர் கண்டுபிடித்த 222 மாறி நட்சத்திரங்களின் பட்டியல் மற்றும் குறிப்பிட்ட நிலையான பகுதிகளில் விண்மீன்களில் நிறமாலைகள் மற்றும் புகைப்பட அளவுகள் (1911).

இறப்பு

ஃப்ளெமிங், 1911, மே மாதம் 21- ம் நாள் பாஸ்டனில் நிமோனியாவால் இறந்தார்.

சமூக அங்கீகாரம்/பாலியல் கட்டமைப்பு கலாச்சாரம் சார்ந்து

1893 ஆம் ஆண்டு சிகாகோவில் நடந்த உலக கண்காட்சியில் "வானியல் துறையில் பெண்களின் வேலைக்கான ஒரு புலம்" என்ற தனது உரையில் ஃபிளெமிங் அறிவியலில் மற்ற பெண்களுக்காக வெளிப்படையாக வாதிட்டார், அங்கு அவர் வானியல் துறையில் பெண் உதவியாளர்களை பணியமர்த்துவதை வெளிப்படையாக ஊக்குவித்தார். அவரது பேச்சு பெண்கள் தாழ்ந்தவர்கள் என்ற நடைமுறையில் அவர் உடன்பட்டதாகக் கூறியது, ஆனால் அதிக வாய்ப்புகள் வழங்கப்பட்டால், அவர்கள் சமமாக மாற முடியும் என்று உணர்ந்தார்; வேறு வார்த்தைகளில் கூறுவதானால், இந்த விஷயத்தில் பாலியல் வேறுபாடுகள் உயிரியல்ரீதியாக அடித்தளமாக இருப்பதைவிட கலாச்சார ரீதியாக கட்டமைக்கப்பட்டவை என்றார்.

இறப்பும் பெருமையும்

ஃபிளெமிங் 1906 ஆம் ஆண்டில், லண்டன் ராயல் வானவியல் சங்கத்தில் கௌரவ உறுப்பினராக நியமிக்கப்பட்டார். இவ்வளவு மரியாதை செய்யப்பட்ட முதல் ஸ்காட்டிஷ் பெண் ஃபிளெமிங். வெல்லஸ்லி கல்லூரியின் வானியல் துறையில் கௌரவ சக ஊழியராக நியமிக்கப்பட்ட உடனேயே, அவரது மரணத்திற்கு சற்று முன்பு மெக்ஸிகோவின் வானியல் சங்கம், புதிய விண்மீன்களைக் கண்டுபிடித்ததற்காக அவருக்கு குவாடலூப் அல்மெண்டாரோ பதக்கத்தை (Guadalupe Almendaro medal) வழங்கியது.

ஃப்ளெமிங்குக்குப் பின், அவரைப்பற்றிய மதிப்பீடு

இதற்குப் பதிலளிக்கும் விதமாக, வோல்பாக் நூலகம் திட்ட PHAEDRA ஐ (ஹார்வர்டின் ஆரம்பகால தரவு மற்றும் ஆராய்ச்சியை வானியலில் பாதுகாத்தல்) அறிமுகப்படுத்தியது. வோல்பாக்கின் தலைமை நூலகரான டெய்னா பூக்வின், ஆராய்ச்சியின் முழு உரை தேடலை இயக்குவதே இதன் நோக்கம் என்று விளக்கினார்: ‘‘நீங்கள் வில்லியமினா

ஃப்ளெமிங்கைத் தேடுகிறீர்களானால், அவள் இல்லாத ஒரு வெளியீட்டில் நீங்கள் அவளைப் பற்றிய குறிப்பைக் கண்டுபிடிக்கப் போவதில்லை. அவர் படைப்பின் ஆசிரியர். நீங்கள் அவருடைய வேலையைக் கண்டுபிடிக்கப் போகிறீர்கள்.''

ஜூலை 2017 இல், ஹார்வர்ட்-ஸ்மித்சோனியன் சென்டர் ஃபார் ஆஸ்ட்ரோபிசிக்ஸ் வொல்பாக் லைப்ரரி, ஃப்ளெமிங்கின் படைப்புகளைக் காண்பிக்கும் ஒரு காட்சியை வெளியிட்டது. குதிரைத்தலை நெபுலா கண்டுபிடிப்பு அடங்கிய பதிவு புத்தகம் உட்பட . நூலகம் அதன் PHAEDRA சேகரிப்பில் ஃப்ளெமிங்கின் படைப்புகளின் டஜன் கணக்கான தொகுதிகளைக் கொண்டுள்ளது. ஆகஸ்ட் 2017 நிலவரப்படி, 2,500 க்கும் மேற்பட்ட தொகுதிகளில் 200 படியெடுக்கப்பட்டன. பணி முழுமையாக முடிக்க பல ஆண்டுகள் ஆகும் என்று எதிர்பார்க்கப்படுகிறது. சில குறிப்பேடுகள் ஸ்மித்சோனியன் டிஜிட்டல் தன்னார்வலர்கள் வலைத்தளம் வழியாக பட்டியலிடப்பட்டுள்ளன, இது தன்னார்வலர்களை படியெடுக்க ஊக்குவிக்கிறது.

வில்லியமினாவுக்கு மரியாதை

- அமெரிக்காவின் வானியல் மற்றும் வானியற்பியல் சங்கம் மற்றும் பிரான்சின் வானியல் சங்கத்தின் உறுப்பினராக்கியது.
- 1906 ஆம் ஆண்டில் ஃபிளமில் லண்டனின் ராயல் அஸ்ட்ரானோமிகல் சொசைட்டியின் கௌரவ உறுப்பினராக வில்லியமினா நியமிக்கப்பட்டார். அவ்வாறு தேர்ந்தெடுக்கப்பட்ட முதல் அமெரிக்கப் பெண் வில்லியமினா ஃப்ளெமிங்தான்.
- புதிய விண்மீன்களைக் கண்டுபிடித்ததற்காக மெக்ஸிகோவின் வானியல் சங்கத்தால் குவாடலூப் அல்மெண்டாரோ பதக்கம் வில்லியமினா ஃப்ளெமிங்குக்கு வழங்கிக் கௌரவித்தது.
- வில்லியமினா வெல்லஸ்லி கல்லூரியின் வானியல் துறையில் கௌரவ சக ஊழியராக நியமிக்கப்பட்டார்
- சந்திரனில் உள்ள ஒரு பள்ளத்துக்கு ஃப்ளெமிங் சந்திர பள்ளம் (Fleming lunar crater)என பெயரிட்டு மரியாதை செய்தது.

□

11

கணிதத்தில் முதல் முனைவர் ரஷ்யாவின் சோபியா வாசிலியேவ்னா கோவலெவ்ஸ்கயா..

(1850 - 1891)

சோபியா வாசிலியேவ்னா கோவலெவ்ஸ்காயா என்பவர் ஒரு ரஷ்ய பெண் கணிதவியலாளர் ஆவார். கோவலெவ்ஸ்காயா கணிதத்தில் விற்பன்னர். இவர் கணிதத்தில் பலரும் வியப்புறும் பகுப்பாய்வு, பகுதி வேறுபாடு சமன்பாடுகள் மற்றும் இயக்கவியல் ஆகியவற்றில் குறிப்பிடத்தக்க பங்களிப்புகளை செய்துள்ளார். உலகெங்கிலும் உள்ள கணிதத்தில் பெண்களுக்கு அவர் ஒரு முன்னோடி விஞ்ஞானியாக இருந்தார். அது மட்டுமல்ல, கணிதத்தில் முனைவர் பட்டம் பெற்ற முதல் பெண்மணி கோவலெவ்ஸ்காயாதான். வடக்கு ஐரோப்பாவில் முழுமையான பேராசிரியராக நியமிக்கப்பட்ட முதல் பெண்மணியும், மற்றும் விஞ்ஞானத்திற்காக பணியாற்றிய முதல் பத்திரிகை ஆசிரியரான பெண்ணும் இவரே.

கணிதத்தில் விஞ்ஞான வரலாற்றாசிரியரான ஆன் ஹிப்னர் கோப்லிட்ஸின் கூற்றுப்படி, கோவலெவ்ஸ்காயா என்ற வீராங்கனை "இருபதாம் நூற்றாண்டுக்கு முன்னர் உலகத்தினரால் அறியப்பட்ட மிகப் பெரிய பெண் விஞ்ஞானி" ஆவார்.

கணித வரலாற்றாசிரியர் ரோஜர் குக், கோவலெவ்ஸ்காயா பற்றி குறிப்பிடுகிறார்

"நான் அவருடைய வாழ்க்கையைப் பற்றி அதிகம் பிரதிபலிக்கிறேன், அவருடைய சாதனைகளின் அளவைக் கருத்தில் கொண்டு, அவர் கடக்க வேண்டிய தடைகளின் அளவு, அளவுக்கு அதிகமாகவே இருந்தது. அவைகளை எல்லாம் அவர் எளிதில் தாண்டியதை எண்ணி, நான் வியப்படைந்தேன். நான் அவரை மிகவும் பாராட்டுகிறேன். என்னைப் பொறுத்தவரை அவர் வரலாற்றில் மிகச் சிலரால் அடையப்பட்ட ஒரு வீர, தீரமான தகுதியைப் பெற்றுள்ளார். அவர் செய்ததைப் போல, கல்வியில், எந்தவொரு பெண்ணும் இதுவரை செய்ததில்லை. இதனை ஆராயாத ஒரு உலகம் உள்ளது. அதன் விளைவாக ஆர்வமுள்ள ஆய்வுக்கு உட்படுத்தப்பட வேண்டும், அதே சமயம் ஒரு சந்தேகம் நிறைந்த சமூகம் அவரைப் பார்த்துக்கொண்டே இருந்தது, அவர் தோல்வியடைவார் என்றும் மிகவும் எதிர்பார்த்தது. அதற்கும்மேல் அவர் மிகுந்த தைரியத்தையும் உறுதியையும் எடுத்து செயல்பட்டார். அவர் செய்ததைப் போல ஸ்காலர்ஷிப்புக்காக இரண்டு முக்கிய முடிவுகள் எடுக்கவேண்டி இருந்தது. இதுவும் கூட உறுதியான ஒழுக்கத்தின் மூலம் உருவாக்கப்பட்ட கணிசமான திறமைக்கான சான்றாகும்.அவரது பெயரில் பல மாற்று ஒலிபெயர்ப்புகள் உள்ளன. அவர் தனது கல்வி வெளியீடுகளில் சோஃபி கோவலெவ்ஸ்கியை பயன்படுத்தினார்.

சோபியா கோவலெவ்ஸ்கயாவின் பெற்றோர்

சோபியா கோவலெவ்ஸ்கயா, 1850 ஆம் ஆண்டு, ஜனவரி மாதம் 15 ஆம் நாள். மாஸ்கோவில் பிறந்தார். அவரது தந்தையின் பெயர், லெப்டினன்ட் ஜெனரல் வாசிலி வாசிலியேவிச்

கோர்வின்-க்ருகோவ்ஸ்கி. இவர் இம்பீரியல் ரஷ்ய இராணுவத்தில் மாஸ்கோ நகர பீரங்கிப் படையின் தலைவராகப் பணியாற்றினார். கலப்பு ரஷ்ய-போலந்து வம்சாவளியைச் சேர்ந்த இவர், சிறு பிரபுக்களின் உறுப்பினராக இருந்தார்; ஹங்கேரியின் அரச கார்வின் குடும்பத்திலிருந்து ஓரளவு வம்சாவளியைக் கொண்டிருந்தார். மேலும் வைடெப்ஸ்க் மாகாணத்திற்கான மார்ஷல் ஆஃப் நோபிலிட்டியாக பணியாற்றினார். தந்தையின் பக்கத்தில் சில ரோமானிய வம்சாவளியும் இருந்திருக்கலாம்.

கோவ் லெஸ்கியின் அன்னை பெயர் யெலிசாவெட்டா ஃபெடோரோவ்னா ஷுபர்ட். இவர் ஜெர்மன் குடியேறியவர்களின் குடும்பத்திலிருந்து வசிலீவ்ஸ்கி தீவில் வாழ்ந்து செயின்ட் பீட்டர்ஸ்பர்க்கிற்கு வந்தவர். 1785 ஆம் ஆண்டில் ஜெர்மனியில் இருந்து ரஷ்யாவிற்கு குடிபெயர்ந்த வானியலாளரும் புவியியலாளருமான ஃபிரெட்ரிக் தியோடர் ஷுபர்ட் (1758–1825) அவரது தாய்வழி தாத்தா ஆவார். அவர் செயின்ட் பீட்டர்ஸ்பர்க் அறிவியல் அகாடமியின் உறுப்பினராகவும் அதன் வானியல் ஆய்வகத்தின் தலைவராகவும் ஆனார். கோவலெவ்ஸ்கயாவின் பெற்றோரின் மூன்று குழந்தைகளில் இரண்டாவது பெண் குழந்தைதான் சோபியா கோவலெவ்ஸ்கயா.

கல்வி திறமை சாலி குழந்தை

கோவலெவ்ஸ்கயாவின் பெற்றோர் அவருக்கு ஒரு சிறந்த நல்ல துவக்கக் கல்வியைக் கொடுத்தனர். பல்வேறு சமயங்களில், சோபியா கோவலெவ்ஸ்கயாவின் ஆசிரியர்கள் ஆங்கிலம், பிரெஞ்சு மற்றும் ஜெர்மன் மொழி பேசுபவர்களாக இருந்தனர். அவருக்கு 9 வயதாக இருந்தபோது, கால்குலஸில் தனது பாடங்களில் பின்னர் என்ன கற்றுக் கொள்ள வேண்டும்

என்பதற்கான முன்னறிவிப்பின் உந்துதலால், அவரது அறையின் சுவரில் ஆஸ்ட்ரோகிராட்ஸ்கியின் விரிவுரைக் குறிப்புகளின் பக்கங்களைக் கொண்டு, அவரது தந்தையின் மாணவர் நாட்களில் எஞ்சியிருந்ததை ஒட்டி வைத்தார். ஆரம்ப கணிதத்தில் ஐயோசிப் இக்னாடெவிச் மாலேவிச்சால்(Ignatevich Malevich) அவர் தனிப்பட்ட முறையில் பயிற்றுவிக்கப்பட்டார்.

சிறப்பு கல்வி

இயற்பியலாளர் நிகோலாய் நிகானோரோவிச் டைர்டோவ் (Nikolai Nikanorovich Tyrtov) தனது பாடநூலை சோபியா கோவலெவ்ஸ்கயாவின் புரிந்து கொள்ள முடிந்தபோது, அவர் கோவலேவஸ்கயாவின் அசாதாரணத் திறனைக் குறிப்பிட்டார், அவர் தனது ஆய்வுகளில் இதுவரை சந்திக்காத முக்கோணவியல் செயல்பாடுகளின் தோராயமான கட்டுமானத்தைக் கண்டுபிடித்தார். டைர்டோவ், சோபியா கோவலெவ்ஸ்கயாவை ஒரு "புதிய பாஸ்கல்" என்றும்கூட அழைத்தார், மேலும் என். ஸ்ட்ரான்னோலியுப்ஸ்கியின் பயிற்சியின்கீழ் மேலதிக படிப்புகளைத் தொடர அவருக்கு வாய்ப்பு வழங்கப்பட வேண்டும் என்றும் பரிந்துரைத்தார். 1866-67 ஆம் ஆண்டில், சோபியா கோவலெவ்ஸ்கயா தனது குடும்பத்தினருடன் செயின்ட் பீட்டர்ஸ்பர்க்கில் குளிர்காலத்தின் பெரும்பகுதியைக் கழித்தார், அங்கு பெண்களுக்கு உயர்கல்வியை நன்கு அறிந்த வக்கீலான ஸ்ட்ரான்னோலியுப்ஸ்கியால் அவருக்கு தனியான பயிற்சியும் வழங்கப்பட்டது. அவர்தான் கோவலெவ்ஸ்கயாவுக்கு கால்குலஸைக் கற்பித்தார்.

ரஷ்ய நீலிசம்

அதே காலகட்டத்தில், ஒரு உள்ளூர் பாதிரியாரின் மகன், சகோதரி அன்னாவை அறிமுகப்படுத்தினார். அவர் மூலம் கோவலெவ்ஸ்கயா 1860 களில் முற்போக்கான கருத்துக்களுக்கு அறிமுகமானார்.பின்னர் தீவிர மாற்றத்திற்குரிய இயக்கத்தாலும் ஈர்க்கப்பட்டுள்ளார். இவரே ரஷ்ய நீலிசத்தைப் பற்றி விவாதிக்கும் அக்கால தீவிர பத்திரிகைகளின் நகல்களை அவருக்கு வழங்கினார்.

முற்போக்கு கொள்கையும் அறிவியலும்

நிஹிலிஸ்ட் என்ற சொல் பெரும்பாலும் எதிர்மறையான அர்த்தத்தில் பயன்படுத்தப்பட்டாலும், 1860 களின் இளம் ரஷ்யர்களுக்கு அந்த அர்த்தம் இல்லை; பிரபல எழுத்தாளர் இவான் துர்கனேவ் தனது 1862 ஆம் ஆண்டின் நாவலான தந்தையர் மற்றும் குழந்தைகள் நாவலின் இளம் ஹீரோவான பஸாரோவைக் குறிக்க நிஹிலிஸ்ட் என்ற வார்த்தையைப் பயன்படுத்திய பிறகு, "புதிய மக்கள்" ஒரு குறிப்பிட்ட பகுதியினர் அந்த பெயரையும் ஏற்றுக்கொண்டனர். பெரும்பாலான பகுதிகளில் எதிர்மறையான அர்த்தங்கள் இருந்தபோதிலும் நிகிலிஸ்டுகளைப் பொறுத்தவரை, விஞ்ஞானம் சாதாரண மக்களுக்கு சிறந்த வாழ்க்கைக்கு உதவுவதற்கான மிகச் சிறந்த வழிமுறையாகத் தோன்றியது.

மதம் மற்றும் மூடநம்பிக்கையின் தடைகளை விஞ்ஞானம் பின்னுக்குத் தள்ளி, அமைதியான சமூகப் புரட்சிகள் இயற்கையின் வழி என்பதை பரிணாமக் கோட்பாட்டின் மூலம் நிரூபித்தது. ஆரம்பகால நிஹி நீலிஸ்டுகளுக்கு, அறிவியல் கிட்டத்தட்ட உண்மை, முன்னேற்றம் மற்றும் தீவிரவாதத்திற்கு ஒத்ததாக இருந்தது; எனவே, ஒரு விஞ்ஞான வாழ்க்கையைத் தொடர்வது எந்த வகையிலும் சமூக செயல்பாட்டிற்குத் தடையாக கருதப்படவில்லை. உண்மையில், இது முற்போக்கான சக்திகளுக்கு சாதகமான ஊக்கமாகவும் கருதப்பட்டது. பிற்போக்கு கொள்கைகளுக்கு பெருத்த அடியாகவும் இருந்தது.

படிப்பும் வாழ்க்கையும் திருமணமும்

கணிதத்தில் கோவலெவ்ஸ்கயாவுக்கு வெளிப்படையான திறமை இருந்தபோதிலும், கோவலெவ்ஸ்கயாவால் ரஷ்யாவில் தனது கல்வியை முடிக்க முடியவில்லை. அந்த நேரத்தில், ரஷ்யாவிலும் பிற நாடுகளிலும் உள்ள பல்கலைக்கழகங்களுக்கு பெண்கள் செல்ல அனுமதியும் கிடையாது. வெளிநாட்டில் சென்று படிப்பதற்கு, கோவலெவ்ஸ்கயாவுக்கு அவரது தந்தையிடமிருந்து (அல்லது கணவரிடமிருந்து) எழுத்துப்பூர்வ அனுமதி தேவைப்பட்டது. கோவலெவ்ஸ்கயா உடனடியாக திருமணம் முடிக்க முடிவெடுத்தார். அப்படி முடிந்தால் அவர்

வெளிநாடு செல்லலாம். அதன்படி, 1868 ஆம் ஆண்டில், விளாடிமிர் கோவலெவ்ஸ்கிஜ், என்ற ஒரு இளம் புதைபடிமவியல் மாணவர், புத்தக வெளியீட்டாளர் மற்றும் முற்போக்கு சிந்தனைவாதியுடன் ஒரு "கற்பனையான திருமணத்தை" ஒப்பந்தம் செய்தார். விளாடிமிர் கோவலெவ்ஸ்கிஜ்தான் ரஷ்யாவில் சார்லஸ் டார்வின் படைப்புகளை முதன்முதலில் மொழிபெயர்த்து வெளியிட்டவர். அவர்கள் இருவரும் மேற்படிப்புகளைத் தொடர, வியன்னாவில் சிறிது காலம் தங்கிய பின்னர் 1869 இல் ரஷ்யாவிலிருந்து ஜெர்மனிக்குச் சென்றனர். ஏப்ரல் 1869 இல், சோபியா மற்றும் விளாடிமிர் இருவரும் , வியன்னாவில் சிறிது காலம் தங்கினர். பின்னர், கோவலெவ்ஸ்கயா பல்கலைக்கழகத்தில் இயற்பியலில் விரிவுரைகளில் கலந்து கொண்டார். பின், அவர்கள் ஹைடெல்பெர்க்கிற்கு குடிபெயர்ந்தனர்.

ஹைடெல்பெர்க் பல்கலைக்கழகம்

கோவலெவ்ஸ்கியா பெரும் முயற்சிகள் மூலம், ஹைடெல்பெர்க் பல்கலைக்கழகத்தில் பேராசிரியர்களின் ஒப்புதலுடன் வகுப்புகளுக்குச் செல்ல அனுமதி பெற்றார். அதன் பின்னர் கோவலெவ்ஸ்கயா, ஹெர்மன் வான் ஹெல்ம்ஹோல்ட்ஸ், குஸ்டாவ் கிர்ச்சோஃப் மற்றும் ராபர்ட் பன்சன் (Hermann von Helmholtz, Gustav Kirchhoff and Robert Bunsen) போன்ற ஆசிரியர்களின் கீழ் இயற்பியல் மற்றும் கணிதம் குறித்த வகுப்புகளில் கலந்து கொண்டார். இந்த கால கட்டத்தில் விளாதிமிர், புதைபடிமவியலில் முனைவர் பட்டம் பெற ஜெனா பல்கலைக்கழகத்துக்குச் சென்றார்.

அக்டோபர் 1869 ல், கோவலெவ்ஸ்கயா, ஹைடெல்பெர்க்கில் கல்விக்கான பாட வகுப்புகளில் கலந்து கொண்ட கொஞ்ச காலத்திலேயே, விளாதிமிருடன் லண்டனுக்குச் சென்றார்.

அங்கு விளாதிமிருடைய நண்பர்களான தாமஸ் ஹக்ஸ்லி மற்றும் சார்லஸ் டார்வின் ஆகியோருடன் நேரத்தை செலவிட்டார். கோவலெவ்ஸ்கயாவும் கூட, ஞாயிறுதோறும் நடக்கும் ஜார்ஜ் எலியட்டின் நிகழ்வுகளில் கலந்து கொள்ள அழைக்கப்பட்டார். அங்கு, கோவலெவ்ஸ்கயா தனது பத்தொன்பது வயதில், ஹெர்பர்ட் ஸ்பென்சரைச் (Herbert Spencer) சந்தித்தார், மேலும் எலியட்டின் தூண்டுதலின் பேரில், "சுருக்கச் சிந்தனைக்கு பெண்ணின் திறன்" குறித்து ஒரு விவாதத்தில் கலந்து கொண்டார். கோவலெவ்ஸ்கயா ஹைடெல்பெர்க்கில் இயக்கவியல் குறித்த விரிவுரை படிப்பை முழுமையாக முடித்திருந்தார். மேலும் ஒரு உறுதியான பொருளின் இயக்கத்தை நிர்வகிக்கும் யூலர் சமன்பாடுகளைப் பற்றியும் கூட அவர் குறிப்பிட்டிருக்கிறார். மேலும் ஜார்ஜ் எலியட் அந்த நேரத்தில் மிடில்மார்ச் என்ற புத்தகம் எழுதிக் கொண்டிருந்தார்,

ஓடி ஓடி படிப்பு தேடல்

அக்டோபர் 1870 இல், கோவலெவ்ஸ்கயா பெர்லினுக்கு குடிபெயர்ந்தார், அங்கு அவர் கார்ல் வீர்ஸ்ட்ராஸுடன் தனிப்பட்ட பாடங்களை எடுக்கத் தொடங்கினார். ஏனெனில் பல்கலைக்கழகம் வகுப்புகளைத் தணிக்கை செய்ய அனுமதிக்காது. கோவலெவ்ஸ்கியா தனது கணிதத் திறன்களால் மற்றவர்களால் மிகவும் ஈர்க்கப்பட்டார், அடுத்தடுத்த மூன்று ஆண்டுகளில் பல்கலைக்கழகத்தில் அவரது சொற்பொழிவுகளை உள்ளடக்கிய அதே பொருளை கற்பித்தார். 1871 ஆம் ஆண்டில், பாரிஸ் கம்யூனில் உதவி செய்வதற்காக பாரிஸுக்குச் சென்றார். அங்கு கோவலெவ்ஸ்காயா காயமடைந்தவர்களுக்கு உதவி செய்ய அவரது சகோதரி அன்யூட்டா கம்யூனில் தீவிரமாக இருந்தார். கம்யூனின் வீழ்ச்சியுடன், அன்யூட்டா மற்றும் அவரது கணவர் விக்டர் ஜாக்லார்ட், தேசிய காவல்படையின் மோன்ட்மார்ட் குழுவின் தலைவரும் கைது செய்யப்பட்டனர். அன்யூட்டா லண்டனுக்கு தப்பி விட்டார். ஆனால் ஜாக்லார்ட்டுக்கு மரண தண்டனை விதிக்கப்பட்டது. இருப்பினும், சோனியா மற்றும் அன்யூட்டாவின் தந்தை ஜெனரல் க்ருகோவ்ஸ்கியின் உதவியுடன், பாரிஸுக்கு அவசரமாக வந்தனர். எனவே விக்டர் ஜாக்லார்ட்டையும் காப்பாற்ற முடிந்தது. கோவலெவ்ஸ்கயா

பெர்லினுக்குத் திரும்பி, வெயர்ஸ்ட்ராஸுடன் தனது படிப்பை மேலும் மூன்று ஆண்டுகள் தொடர்ந்தார்.

முனைவர் பட்டம்

1874-ஆம் ஆண்டில், பகுதி வேறுபாடு சமன்பாடுகள், சனியின் வளையங்களின் இயக்கவியல் மற்றும் நீள்வட்ட ஒருங்கிணைப்புகள் ஆகிய மூன்று ஆவணங்களை அவர் தனது முனைவர் பட்ட ஆய்வாக கோட்டிங்கன் பல்கலைக்கழகத்திற்குச் சமர்ப்பித்தார். வெயர்ஸ்ட்ராஸின் ஆதரவுடன், இது வழக்கமான வாய்வழி தேர்வுகளில் இருந்து விலக்கு பெறுவதில், வீர்ஸ்ட்ராஸ் வெற்றிபெற்ற பிறகு, கணிதத்தில் (mathematics summa cum laude) என்ற தலைப்பில் முனைவர் பட்டம் பெற்றார்.

இதன் மூலம் கோவலெவ்ஸ்கயா ஐரோப்பிய பல்கலைக்கழகத்தில் முனைவர் பட்டம் பெற்ற முதல் பெண்மணி ஆனார். பகுதி வேறுபாடு சமன்பாடுகள் குறித்த அவரது தாளில் இப்போது பொதுவாக "கோவலெவ்ஸ்காயா தேற்றம்'' (Cauchy–Kovalevskaya theorem) என அழைக்கப்படுகிறது, இது பொருத்தமான ஆரம்ப /எல்லை நிலைமைகளின் கீழ் இத்தகைய சமன்பாடுகளுக்கு உள்ளூர் தீர்வுகளின் இருப்பு மற்றும் பகுப்பாய்வு ஆகியவற்றை நிரூபிக்கிறது.

சோகமான வாழ்க்கை

1874 ஆம் ஆண்டில், கோவலெவ்ஸ்கயா மற்றும் அவரது கணவர் விளாதிமிர் ஆகியோர் ரஷ்யாவுக்குத் திரும்பினர், ஆனால் விளாதிமிர் தனது தீவிர நம்பிக்கைகள் காரணமாக பேராசிரியர் பதவியைப் பெறத் தவறிவிட்டார். கோவலெவ்ஸ்கயா தனது பாலினம் காரணமாக ஒருபோதும் அத்தகைய நிலைக்குத் தள்ளப்படவில்லை. இந்த நேரத்தில் அவர்கள் தங்களுக்கு உதவிட பல்வேறு திட்டங்களை முயற்சித்தனர், ரியல் எஸ்டேட் வளர்ச்சி மற்றும் ஒரு எண்ணெய் நிறுவனத்துடன் கூடிய தொடர்பும் உண்டு. ஆனால் 1870 களின் பிற்பகுதியில் அவர்கள் நிதிச் சிக்கல்களை உருவாக்கி, திவால்நிலைக்குப் போய்விட்டனர்.

கணவர் & குழந்தை

1875 ஆம் ஆண்டில் கோவலெவ்ஸ்கயாவின் தந்தை இறந்தார். எனவே சோபியா மற்றும் விளாடிமிர் ஒரு உண்மையான திருமணமாத்ன தம்பதியராக பல ஆண்டுகள் ஒன்றாக வாழ நேர்ந்தது. மூன்று ஆண்டுகளுக்குப் பிறகு அவர்களின் மகள் சோபியா/"ஃபுஃபா பிறக்கிறார். மகளை வளர்ப்பதற்கு ஏறக்குறைய இரண்டு வருடங்கள் அர்ப்பணித்த பின்னர், கோவலெவ்ஸ்கயா ஃபுஃபாவை உறவினர்கள் மற்றும் நண்பர்களின் பராமரிப்பில் வளர்த்தார், கணிதத்தில் தனது வேலையை மீண்டும் தொடங்கினார், கடைசியாக விளாதிமிரை விட்டும் வெளியேறினார்.

கணவர் தற்கொலை

அதன் பின்னர், எப்போதும் கடுமையான மனநிலை மாற்றங்களுக்கு ஆளான விளாதிமிர் மேலும் நிலைமை மோசமாகி, நிலையற்றவராக மாறினார். 1883 ஆம் ஆண்டில், மோசமான மனநிலை மாற்றங்களை சந்தித்த பின்னர், பங்கு மோசடியில் வழக்குத் தொடரப்பட்டது. பின்னர் மன உளைச்சலால் விளாடிமிர் தற்கொலை செய்து கொண்டார்.

பேராசிரியர் & எழுத்தாளர்

அந்த ஆண்டு, வெயர்ஸ்ட்ராஸின்(Weierstrass)சக மாணவராக அறியப்பட்ட கணிதவியலாளர் கோஸ்டா மிட்டாக்-லெஃப்லரின் உதவியுடன், கோவலெவ்ஸ்காயா ஸ்வீடனில் உள்ள ஸ்டாக்ஹோம் பல்கலைக்கழகத்தில் ஒரு தனியார் டாக்டராக ஒரு இடத்தைப் பெற முடிந்தது. கோவலெவ்ஸ்கயா மிட்டாக்-லெஃப்லரின் சகோதரி, நடிகை, நாவலாசிரியர் மற்றும் நாடக ஆசிரியர் அன்னே சார்லோட் எட்கிரென்-லெஃப்லரை(Anne Charlotte Edgren-Leffler) சந்தித்தார். கோவலெவ்ஸ்கயா இறக்கும் வரை இரு பெண்களும் நெருங்கிய நட்புடன் வாழ்ந்தனர்.

1884 ஆம் ஆண்டில் கோவலெவ்ஸ்காயா ஐந்தாண்டு பதவிக்கு அசாதாரண பேராசிரியராக நியமிக்கப்பட்டு ஆக்டா கணிதத்தின் ஆசிரியரானார். 1888 ஆம் ஆண்டில், அவர் பிரெஞ்சு அகாடமி ஆஃப் சயின்ஸின் பிரிக்ஸ் போர்டினை(Prix Bordin) வென்றார்,

அவரது பணிக்காக அவரது சமர்ப்பிப்பில் இப்போது "கோவலெவ்ஸ்காயா டாப்" என்று அழைக்கப்படும் பிரபலமான கண்டுபிடிப்பு இடம் பெற்றது, இது பின்னர் யூலர் மற்றும் லாக்ரேஞ்சின் டாப்ஸைத் தவிர "முற்றிலும் ஒருங்கிணைக்கக்கூடிய" கடுமையான பொருள் இயக்கத்தின் ஒரே ஒரு நிகழ்வாக இருந்தது.

ஐரோப்பாவின் முதல் பெண் பேராசிரியர்

1889 ஆம் ஆண்டில் கோவலெவ்ஸ்கயா ஸ்டாக்ஹோம் பல்கலைக்கழகத்தில் முழுமையான பேராசிரியராக நியமிக்கப்பட்டார், அந்தக் காலத்தில் ஐரோப்பாவில் அத்தகைய பதவியை வகித்த முதல் பெண்மணி கோவலெவ்ஸ்கயா மட்டுமே.. அவர் சார்பாக அதிக பரப்புரை செய்த பின்னர் மற்றும் அகாடமியின் விதிகளில் மாற்றம் ஏற்படுத்தி ரஷ்ய அறிவியல் அகாடமியின் உறுப்பினராக்கப்பட்டார். ஆனால் அவருக்கு ஒருபோதும் ரஷ்யாவில் பேராசிரியர் பதவி வழங்கப்படவில்லை.

19ஆம் நூற்றாண்டின் பிற்பகுதியில் ரஷ்ய நிஹிலிசத்தின் முற்போக்கான அரசியல் மற்றும் பெண்ணிய நீரோட்டங்களில் கோவலெவ்ஸ்காயா ஈடுபட்டிருந்தார். கணிதமற்ற பல படைப்புகளையும் அவர் எழுதினார். அவற்றில் ஒரு நினைவகம், ஒரு ரஷ்ய குழந்தைப்பருவம், இரண்டு நாடகங்கள் (டச்சஸ் அன்னே சார்லோட் எட்கிரென்-லெஃப்லருடன் இணைந்து) மற்றும் ஓரளவு சுயசரிதை நாவலான நிஹிலிஸ்ட் கேர்ள் (1890) போன்றவையே அவை.

வேறு திருமணம்..?

1889 ஆம் ஆண்டில், கோவலெவ்ஸ்கயா தனது இறந்த கணவரின் தொலைதூர உறவினரான மாக்சிம் கோவலெவ்ஸ்கியை (Maxim Kovalevsky) காதலித்தார். ஆனால் அவரை திருமணம் செய்து கொள்ள வேண்டாம் என்றே எண்ணினார். ஏனெனில் அவருடன் கோவலெவ்ஸ்கயா குடியேறவும் முடியாது; அவருடன் வாழவும் முடியாது.

கோவலெவ்ஸ்கயா மாக்சிம் கோவலெவ்ஸ்கியுடன் விடுமுறையில் சந்தோஷமாக இருந்து திரும்பிய பின்னர்,தனது 41ஆம் வயதில், 1891 ஆம் ஆண்டில் நிமோனியாவால்

சிக்கலான தொற்றுநோய்வாய்ப்பட்டு நுரையீரல் பாதிக்கப்பட்டு உயிர் துறந்தார். பின்னர் அவரது உடல் ஸ்வீடனில் உள்ள சொல்னியாவில் அடக்கம் செய்யப்பட்டது.

சிறந்து விளங்கிய கோவலெவ்ஸ்காயா

ஆண்கள் மட்டுமே ஆதிக்கம் செலுத்தும் அறிவியல் மற்றும் கணித துறையில் ஒரு பெண் கணிதவியலாளராக அவரது முன்னோடி பாத்திரம் என்பது முக்கியமானது. போற்றப்பட வேண்டியது. கோவலெவ்ஸ்காயாவின் கணித முடிவுகளான கௌசசி-கோவலெவ்ஸ்கி தேற்றம் (Cauchy–Kowalevski theorem,)மற்றும் ஆன் ஹிப்னர் கோப்லிட்ஸின் சுயசரிதை உட்பட பல புத்தகங்கள் அவரை மேல்நிலைக்கு கொண்டுசென்றுள்ளன. ரஷ்ய மொழியில் பொலூபரினோவா-கொச்சினா (எம்.புரோவ் என்பவரால் ஆங்கிலத்தில் மொழிபெயர்க்கப்பட்ட காதல் மற்றும் கணிதம்: சோபியா கோவலெவ்ஸ்காயா, மிர் பப்ளிஷர்ஸ், 1985), மற்றும் ஆர். குக் எழுதிய கணிதத்தைப் பற்றிய புத்தகம். போன்றவை அவற்றில் சில.

இறந்த பின்னரும் மரியாதை

சோபியா கோவலெவ்ஸ்கியா இறந்த பினனர் அவர் பலராலும் கொண்டாடப்படுகிறார். சோபியா கோவலெவ்ஸ்கியா உயர்நிலைப் பள்ளி கணித தினம் என்பது கணிதத்துக்கான பெண்கள் சங்கத்தின் மானியம் வழங்கும் திட்டமாகும். இது அமெரிக்கா முழுவதும் உள்ள பட்டறைகளுக்கு நிதியளிக்கிறது. இது பெண்கள் கணிதத்தை ஆராய ஊக்குவிக்கிறது. இந்த திட்டத்தை ஆதரிக்க தற்போது மானியம் பணம் இல்லை என்றாலும், பல பல்கலைக்கழகங்கள் தங்கள் சொந்த நிதியுதவியுடன் இந்தத் திட்டத்தைத் தொடர்கின்றன

சோபியா கோவலெவ்ஸ்கியா சொற்பொழிவு ஆண்டுதோறும் AWM மற்றும் தொழில்துறை மற்றும் பயன்பாட்டு கணிதத்திற்கான சொசைட்டி ஆகியவற்றால் வழங்கப்படுகிறது. மேலும் இது பயன்பாட்டு அல்லது கணக்கீட்டு கணிதத் துறைகளில் பெண்களின் குறிப்பிடத்தக்க பங்களிப்புகளை முன்னிலைப்படுத்த நோக்கம் கொண்டது.

வளரும் நாடுகளில் அறிவியலில் பெண்களை ஆதரிக்கும் நோக்கத்துடன் 1985 ஆம் ஆண்டில் நிறுவப்பட்ட

கோவலெவ்ஸ்காயா நிதியம் அவரது நினைவாக பெயரிடப்பட்டது.

சந்திரப்பள்ளத்துக்கு கோவலெவ்ஸ்காயா பெயர்

- அவரது நினைவாக சந்திரனில் உள்ள பள்ளம் ஒன்றுக்கு கோவலெவ்ஸ்கயா என்று பெயரிடப்பட்டுள்ளது.
- ஜெர்மனியின் அலெக்சாண்டர் வான் ஹம்போல்ட் அறக்கட்டளை இளம் ஆய்வாளர்களுக்கு இரு ஆண்டு சோபியா கோவலெவ்ஸ்காயா விருதை வழங்குகிறது.
- செயிண்ட் பீட்டர்ஸ்பர்க், மாஸ்கோ மற்றும் ஸ்டாக்ஹோம் நகர்களில் சோபியா கோவலெவ்ஸ்காயாவின் நினைவாக தெருக்களைக் கொண்டுள்ளன.
- கோவலெவ்ஸ்கயாவின் கதை மூன்று திரைப்பட மற்றும் தொலைக்காட்சி சுயசரிதைகளாக படமாக்கப்பட்டது.
- பெர்னெட் பே மெனென்ஸ் பாக்சிடா ("சந்திரனின் இருண்ட பக்கத்தில் ஒரு ஹில்") (1983), படம் லெனார்ட் ஹூல்ஸ்ட்ரோம் இயக்கியது. குனிலா நைரூஸ் சோஃப்ஜா கோவலெவ்ஸ்கியாக நடித்தார்.

அஜர்பைஜான் இயக்குநர் அயன் ஷக்மலியேவா இயக்கிய "சோபியா கோவலெவ்ஸ்கயா" (1985 டிவி), யெலேனா சஃபோனோவா சோபியாவாக நடித்தார்.

புனைகதைகளில்

இதின் லிட்டில் ஸ்பாரோ: சோபியா கோவலெவ்ஸ்கியின் உருவப்படம் (1983), வந்தது. டான் எச். கென்னடி, ஓஹியோ யுனிவர்சிட்டி பிரஸ், ஏதென்ஸ், ஓஹியோ

- டாம் டோஹெர்டி அசோசியேட்ஸ், எல்.எல்.சியால் வெளியிடப்பட்ட கணிதவியலாளரும் கல்வியாளருமான ஜோன் ஸ்பிச்சியின் வாழ்க்கை வரலாற்று நாவலான பியண்ட் தி லிமிட்: சோபியாவின் கனவு என்ற படம் தி ட்ரீம் ஆஃப் சோஃபியா கோவலெவ்ஸ்காயா (2002), படம் அவரது முதல் திருமணமான ஆண்டுகளின் வரலாற்று ரீதியாக துல்லியமான சித்தரிப்பு மற்றும் கல்விக்கான தேடலாகும். இது கோவலெவ்ஸ்காயாவின் 88 கடிதங்களை அடிப்படையாகக் கொண்டது. இது ரஷ்ய மொழியிலிருந்து ஆங்கிலத்திற்கு மொழிபெயர்க்கப்பட்டது.

- அகெய்ன்ஸ்ட் தி டே, தாமஸ் பிஞ்சனின் 2006 நாவல் கோவலெவ்ஸ்காயாவின் வாழ்க்கையை அடிப்படையாகக் கொண்டதாக வெளியிடப்படுவதற்கு முன்னர் ஊகிக்கப்பட்டது, ஆனால் முடிக்கப்பட்ட நாவலில் அவர் ஒரு சிறிய கதாபாத்திரமாகத் தோன்றுகிறார்.
- ஹார்ப்பர்ஸ் இதழின் ஆகஸ்ட் 2009 இதழில் வெளியிடப்பட்ட ஆலிஸ் மன்ரோவின் சிறுகதை "மிகுந்த மகிழ்ச்சி" (2009), கோவலெவ்ஸ்கயாவை ஒரு முக்கிய கதாபாத்திரமாகக் கொண்டுள்ளது. பின்னர் அதே பெயரில் ஒரு தொகுப்பில் வெளியிடப்பட்டது.

12

ஆல்பர்ட் ஐன்ஸ்டீன் பாராட்டிய கணித மேதை அமலி எம்மி நொய்தர்

(1882 - 1935)

யார் இந்த அமலி எம்மி நொய்தர்..?

''பெண் கணிதவியலாளர்கள் சிலரைச் சொல்லுங்க'' என்று கேட்டால் "ஒருத்தர் பேரே கிட்டாது. இதில் சிலர் என்ற பந்தா வேறா" என மனதுக்குள் முணுமுணுப்பது கேட்கிறது. இதுவரை வாழ்ந்த கணிதவியலாளர்களில் மிகச் சிறந்த கணித மேதை என ஆல்பர்ட் ஐன்ஸ்டீனால் ஒருவர் போற்றப்பட்டார் என்றால், அது அமலி எம்மி நொய்தர் என்ற பெண்தான். எமிலிக்கு இன்னொரு சிறப்பு என்பது, அவர் வாழ்ந்தது அடால்ப் ஹிட்லர் வாழ்ந்த காலத்தில் என்பதே. அதைவிட முக்கியமான விஷயம், ஜெர்மானிய யூதப் பெண்ணாகப் பிறந்ததே. அமலி எம்மி நொய்தர் பிறந்தது 1882, மார்ச் 23ல்; அடால்ப் ஹிட்லர் பிறப்பு 1889, ஏப்ரல் 20. இருவரும் சம காலத்தவர்கள். அதனாலேயே அமலி எம்மி நொய்தர் பல இன்னல்களைச் சந்திக்க நேரிட்டது.

20ஆம் நூற்றாண்டின் சிறந்த கணித மேதை

19ஆம் நூற்றாண்டில் ஏராளமான, புகழ்பெற்ற விஞ்ஞானிகள் வாழ்ந்தனர். ஆனால் அவர்களில் வெகு சிலரே, மக்களின்

மனதில் ஆழமாகப் பதிவு பெற்று, மனதை ஆட்டுவித்தவர்கள். 20ஆம் நூற்றாண்டின் அற்புதமான கணிதமேதை அமலி எம்மி நொய்தர்தான். 20ஆம் நூற்றாண்டின் மிகச் சிறந்த இயற்பியல் விஞ்ஞானி ஆல்பர்ட் ஐன்ஸடீனின், எம்மி நொய்தர் பற்றிய கூற்று: "இதுவரை வாழ்ந்த பெண் கணிதவியலாளர்களில் குறிப்பிடத்தக்கவரும், அற்புதமான படைப்பாற்றல் மிக்கவரும், அமலி எம்மி நொய்தர்தான்"

இயற்பியலின் தூண்களான நொய்தர் தேற்றம்

எம்மி நொய்தரின் சமகால வல்லுநர்கள், அவரை பெண் என்ற காரணத்தால் அப்படியே சரித்துத் தள்ளி விட்டனர். அமலி எம்மி நொய்தர் இரண்டு புதிய தேற்றங்களைக் கண்டுபிடித்தார். அவைதாம் இயற்பியலுக்கு இரண்டு தூண்களாக அமைந்தன. இயற்கையின் சமச்சீரும், பிரபஞ்ச பொது விதிகளும் போன்றவற்றை சிலர், நொய்தரின் தேற்றம் என்றும், சிலர், ஐன்ஸ்டீனின் சார்பியல் தத்துவம் என்றும் கூறுகின்றனர். அதுதான் இப்போதைய ஹிக்ஸ் போஸான் உள்ளிட்ட இயற்பியலையும், சொல்கிறது என்றால், அமலி எம்மி நொய்தர் எப்படிப்பட்ட மாபெரும் விஞ்ஞானியாக இருந்திருப்பார் என்பதை எண்ணிப் பாருங்கள். இருப்பினும் இன்றும்கூட பொதுமக்களுக்கு அமலி எம்மி நொய்தர், அறியப்படாத விஞ்ஞானியாகவே இருக்கிறார் என்பது வருத்தமான தகவல்தான். அது மட்டுமல்ல, இன்றைய பெரும் அறிவியல் சமூகத்துக்கும் அப்படியே.

அறியப்படாத அமலி எம்மி நொய்தர்

டிரெக்ஸல் பல்கலைக்கழக *(Drexel University)* இயற்பியல் விஞ்ஞானி, டேவ் கோல்டுபெர்க், *(Dave Goldberg)*, அமலி எம்மி நொய்தருடைய கண்டுபிடிப்புகள், அவரின் தேற்றங்கள் பற்றி, "நொய்தர் பற்றிய கருத்துக் கணிப்பு "*(Noether poll)* என்ற தலைப்பில்

எழுதினார். ஆனால், ஏராளமான சக பணியாளர்கள், மாணவர்கள், இணையவழி தொடர்வோர் என யாருக்கும் அமலி எம்மி நொய்தர் பற்றி தெரியவே இல்லை என்பது அவருக்குப் பேரதிர்ச்சியைத் தந்தது. அதிசயமாக ஒரு சிலர் மட்டும் அமலி எம்மி யார் என்றும், ஏன் அவர் முக்கியமானவர் என்றும் கேட்டார்கள். ஓரிருவர் அவரின் பெயர் கூறினார்கள், அவர் என்ன செய்தார் என்பதெல்லாம் தெரியவில்லை. ஆனால், பெரும்பாலோர் அமலி எம்மி நொய்தர் என்ற பெயரைக்கூடக் கேள்விப்பட்டதில்லையாம்.

இயற்பியலில் புரட்சிசெய்த நொய்தர் பிறப்பு

அமலி எம்மி நொய்தர் சுமார் 140 ஆண்டுகளுக்கு முன்னர், ஜெர்மனியில் உள்ள எர்லாஞ்ஜென் என்ற ஊரில் 1882, ஆம் ஆண்டு மார்ச் 23ஆம் நாள் பிறந்தார். இவர் பிறப்பால் யூதர் இனத்தைச் சேர்ந்தவர். ஆனால் இவர் இயற்கணித சுருக்கத்திலும், (abstract algebra) மற்றும் தத்துவார்த்த இயற்பியலிலும் (theoretical physics) புரட்சியை விதைத்தவர்.

பாலினத்தால் அறிவும் மறுப்பு

அமலி எம்மி நொய்தர் என்ற புத்திசாலியான கருத்தியலாளர், மக்களின் தூயஅன்பாலும் வலுவான நகைச்சுவை உணர்வு ஆகியவற்றாலும், பல இன்னல்களைக் கடந்தார். அப்போது அவர் ஒரு பெண் என்பதாலேயே அனைத்து விஷயங்களிலும் வலுவாக மறுக்கப்பட்டார். அன்றைய ஜெர்மன் பல்கலைக்கழங்கள், பெண் மாணவர்களை அல்லது பெண் பேராசிரியர்களை ஏற்றுக்கொள்ள மறுத்தன. அதற்கும் மேலாக, அன்றைக்கு இருந்த, ஹிட்லரின் நாஜிப்படைகள், அவர்களின் அசுர சக்திகள், ஒரு பெண்ணை, அதுவும் ஒரு யூதப்பெண்ணை அறிவார்ந்தவர்களாக, விஞ்ஞானியாக, பேராசிரியராக, கல்வி போதிப்பவராக ஏற்றுக்கொள்வதில்லை என்ற கொள்கையில் இருந்தனர்.

அமலி எம்மி நொய்தரின் அதீத கணித செயல்பாடு

எம்மி நொய்தர் தம் காலத்தின் திறமைமிகு கணிதவியலாளராக இருந்தார். மண்டையை உடைக்கும், மக்களை அலற வைக்கும் கணிதத்தின் தேற்றம் பற்றி, பத்திரிகைகளில் வெளியிட்டார்.

எப்படி தெரியுமா? ஓர் ஆணின் பெயரில், வெளியிட்டார். ஆண் பெயருக்கு பின்னால் ஒளிந்துகொண்டுதான் வெளியிட்டார் என்பது அறிவியலாளர்கள் அனைவரும் வெட்கப்பட வேண்டிய விஷயமாகும். கணிதத்தின் அபரிதமான,யாரும் படிக்கவே பயப்படும் அல்ஜீப்ராவின் தகவலையும், ரிங்க் தியரி போன்றவற்றையும் அவரே உருவாக்கி வெளியிட்டார். அவர் தன்னைச் சுற்றியுள்ள இந்த பிரபஞ்சத்தின் சமன்பாடுகளைச் சொல்ல வரும்போது, சில அடிப்படை இயற்கை விதிகளையும்கூட கண்டுபிடித்தார். யாருமே எதிர்பாரா வண்ணம் ஆற்றலும், நேரமும் ஒன்றுக்கொன்று தொடர்புடையவை, என ஐன்ஸ்ட்டின் கண்டுபிடித்துக் கூறியதை, அதற்கு முன்னரே அமலி எம்மி நொய்தர் அறிவித்தார்.

கணிதக் குடும்பத்தில் பிறந்த அமலி எம்மி நொய்தர்

இயற்பியலாளரும் நாவலாசிரியருமான ரான்சம் ஸ்டீபன்ஸ் (Ransom Stephens), எப்போதும் நொய்தர் பற்றியே பரபரப்பாக பேசுவார். "யார் வேண்டுமானாலும் துணிந்து சொல்லலாம், அமலி எம்மியின் தேற்றம் தான், இன்றைய நவீன இயற்பியலின் முதுகெலும்பு என்றும், அதன் மேல்தான், இன்றைய இயற்பியல் கட்டப்பட்டுள்ளது'' என்றும் தெளிவாகக் கூறினார். ஆனால் அமலி எம்மி ஒன்றும் சாதாரணக் குடும்பத்திலிருந்து வரவில்லை. அவரும் ஒரு கணிதக் குடும்பத்தில் பிறந்தவர்தான். அவரின் தந்தை மாக்ஸ் நொய்தர், ஹெய்டல்பர்க்கின் எர்லாங்கன் பல்கலைக்கழகத்தின் சிறப்புமிகு கணிதப் பேராசிரியர். அன்னை இடா அமலியா கௌப்மான் செல்வந்தர் குடும்பம்.அவரின் சகோதரர் பிட்ஸ்சும் கூட ஒரு கணிதவியல் பேராசிரியர்தான். மற்றொரு சகோதரர் ஆல்பிரட் வேதியியல் விற்பன்னர். அவளுடைய மூன்று சகோதரர்களில் இருவர் விஞ்ஞானிகளாகவும் ஆனார்கள். எம்மி அவர்கள் அனைவரையும் மிஞ்சினார்.

எம்மி அவரின் வாழ்நாள் முழுவதும்.ஆங்கிலம், பிரெஞ்சு மற்றும் பியானோ கற்றுக்கொள்பவராகவே அறியப்பட்டார். அதுதான் ஒரு பெண்ணுக்கு உகந்தது என்பதுதான் அன்றைய சமூகப்பார்வையும் கூட. ஆனால் எம்மியின் கனவோ அவர் ஒரு கணிதமேதை ஆவது என்பதே. அமலி எம்மியின் விருப்பம்

நிறைவேற அன்றைய எர்லாங்கன் பல்கலைக்கழகம், அனுமதிக்க வில்லை, தடை செய்தது.

ஆண் பெயரில் தேர்வு எழுதிய நொய்தர்

அமலி எம்மி நொய்தர் மற்ற மாணவர்களுக்குக் கொடுத்த குறிப்புகளிலிருந்தே, எல்லாவற்றையும் படித்தார். ஆனால் தேர்வு வந்து எழுதும்போது, அமலி எம்மி, பிரமாதமாக எழுதினார். இளங்கலைப் பட்டத்தையும் பெற்றுவிட்டார். ஆனால் அதற்கான வேலைக்குச் செல்லத்தான் முடியாது. பள்ளிகளில் உள்ள பெண் குழந்தைகளுக்கு ஆங்கிலம் மற்றும் பிரெஞ்சு போதிக்கும் ஆசிரியராகப் பணியாற்றவே அமலி எம்மிக்கு 1900 ஆம் ஆண்டு சான்றிதழ் வழங்கப்பட்டது.

போராடி பல்கலைக்கழகத்தில் நுழைந்த நொய்தர்

ஆனால் எம்மி எர்லாங்கன் பல்கலைக்கழகத்தில் படிக்க கணிதத்தைத் தேர்வு செய்தார்; போராடி உள்ளே நுழைந்து படிக்க அனுமதி பெற்றார். அந்தக் காலத்தில் பெண்கள், கணித வகுப்பை, வகுப்பு ஆசிரியர் அனுமதியுடன் வகுப்புக்கு வெளியிலிருந்து மட்டுமே கவனிக்கலாம், ஆயிரக்கணக்கான ஆண்களின் நடுவே இரண்டு பெண்களில் ஒருவராக, எர்லாங்கனில் வகுப்புகளை எம்மி வகுப்புக்கு வெளியிலிருந்தே கவனித்தார். பின்னர் நுழைவுத் தேர்வில் பங்கேற்றார். எனவே அங்கு அமலி எம்மி, கொட்டிஞ்சன் பல்கலைக்கழகத்தில் 1903-1904 வரை கணிதம் படித்தார். அங்கு வகுப்புகளில், கணித விற்பன்னர்களான, டேவிட் ஹில்பர்ட், பெலிக்ஸ் கெய்லன், ஹெர்மன் மின்கோஸ்கி மற்றும் வானவியலாளர், கார்ல் ஸ்வா ரசில்ட் போன்றோர் போதித்தனர். பின்னர் எப்போது பெண்களை மாணவர்களாக இருக்க அனுமதித்தனாரோ அப்போது அங்கு நொய்தர் 1904ல் எர்லாங்கன் திரும்பி வந்தார். பின்னர் எம்மி 1907ல், மாற்றமுறா இயற்கணிதத்தில் முனைவர் பட்டம் பெற்றார்.

சார்பியல் & அடிப்படைத் துகள் கோட்பாடு கொண்ட நொய்தரின் தேற்றம்

பின்னர் அமலி எம்மி நொய்தரின் தந்தை பணியாற்றும் எர்லாங்கன் பல்கலைக்கழகத்தில் எவ்வித ஊதியமும் இன்றி,

எவ்விதமான பதவியும் இன்றி 1908-1915ஆம் ஆண்டு வரை 7 ஆண்டுகள் பணியாற்றினார்.

இந்த நேரத்தில் அவர் இயற்கணித எர்ன்ஸ்ட் ஓட்டோ பிஷ்ஷருடன் ஒத்துழைத்து மேலும் பொதுவான, தத்துவார்த்த இயற்கணிதத்தில் வேலை செய்யத் தொடங்கினார். அவர் கோட்டிங்கனில் சந்தித்த முக்கிய கணிதவியலாளர்களான ஹெர்மன் மின்கோவ்ஸ்கி, பெலிக்ஸ் க்ளீன் மற்றும் டேவிட் ஹில்பர்ட் ஆகியோருடன் பணியாற்றினார். 1915 இல் அவர் கோட்டிங்கனில் உள்ள கணித நிறுவனத்தில் சேர்ந்தார். ஐன்ஸ்டீனின் பொது சார்பியல் கோட்பாட்டில் க்ளைன் மற்றும் ஹில்பர்ட்டுடன் அமலி எம்மி இணைந்து பணியாற்றத் தொடங்கினார். 1918 ஆம் ஆண்டில், பொது சார்பியல் மற்றும் அடிப்படைத் துகள் இயற்பியல் இரண்டிற்கும் அடிப்படையான இரண்டு கோட்பாடுகளை எம்மி நிரூபித்தார். அதில் ஒன்று இன்றும் "நொய்தரின் தேற்றம்" என்று அழைக்கப்படுகிறது.

ஐன்ஸ்டீன் சார்பியல் தத்துவப் பின்னணி.. விளக்கிய நொய்தர்

அங்கு அப்போது 1915ல்,சமீபத்தில் வெளியான, ஆல்பர்ட் ஐன்ஸடீனின் சார்பியல் தத்துவத்தில் பொதிந்துள்ள கணிதத்தை, நொய்தரின் மாற்றமுறா இயற்கணிதம் பயன்படுத்தி ஆராய/ ஆசிரியர் கில்பர்ட் மற்றும் க்ளைன் இருவரும் நொய்தரை அழைத்தனர். ஆனால் அந்தப் பல்கலைக்கழகத்திலும், சிலர் பெண்கள் அங்கு கல்வி போதிக்க அதிதீவிரமாக எதிர்த்து மறுப்பும் தெரிவித்தனர். ஆனாலும் கூட ஹில்பர்ட்டும், க்ளைனும் நொய்தரை அங்கேயே தங்கி ஐன்ஸ்டீனின் சார்பியல் தத்துவத்தின் கணிதப் பின்னணியை அறிவதற்காக, கோட்டிங்கன் பல்கலைக்கழகத்தில் பணியாற்றும்படி வற்புறுத்தினர். ஆனால் அவரது பாலினம் காரணமாக அவரால் கோட்டிங்கன் பல்கலைக்கழகத்தில் ஆசிரியராக சேர அனுமதி பெற முடியவில்லை. ஹில்பெர்ட்டின் உதவியாளராக, அவரது பெயரில் சொற்பொழிவு செய்ய வகுப்பு எடுக்க நொய்தர் அனுமதிக்கப்பட்டார். ஹில்பர்ட் மற்றும் ஆல்பர்ட் ஐன்ஸ்டீன் இருவரும் நொய்தருக்காகப் பரிந்து பேசினார்கள். 1919-இல் அவருக்கு சம்பளம் இல்லாவிட்டாலும், விரிவுரை செய்ய அனுமதி பெற்றார்.

ஹில்பர்ட் பெயரில் டம்மியாக பாடம் நடத்திய நொய்தல்

அவர்களின் கட்டாயத்தால் நொய்தர் அங்கு தங்கி, ஹில்பர்ட்டின் பெயரிலேயே பாடம் நடத்தினார். பின்னர் 1919ல், ஐன்ஸ்டீனின் தத்துவத்திற்கான பின்னணியும் அதற்கான காரணங்களையும் கண்டறிந்தார்.

இயற்பியலின் முக்கிய கண்ணியான. எம்மியின் "நொய்தர் தோற்றம்"

ஐன்ஸ்டீனின் சார்பியல் தத்துவத்தின் கணிதப் பின்னணியை நொய்தர் கணிதம் மூலம் கண்டறிந்ததால், இந்தக் கண்டுபிடிப்பு அவரின் பெயராலேயே ''நொய்தர் தேற்றம்'' என்று அழைக்கப்படுகிறது. "நொய்தர் தேற்றம்" என்பது தத்துவார்த்த இயற்பியலின் முக்கிய சாவியாகும். பின்னர் அமலி எம்மி நொய்தர் அங்கு 1919ல், வெற்றியுடன், முறையான அனுமதி பெற்று, கோட்டிங்கன் பல்கலைக்கழகத்தில் பணியாற்றினார். இருப்பினும் 1922 இல் எம்மி நொய்தர் "பதவி இல்லாத இணைப் பேராசிரியர்" ஆனார். 1922 வரை, அங்கு நொய்தர் எவ்விதப் பதவியும் இன்றி, மிகச் சொற்பமான ஊதியத்திலேயே வேலை பார்த்தார். அவர் கோட்டிங்கனில் இருந்தபோது அவரது நிலை மாறவில்லை, பெண்களுக்கு எதிரான பாரபட்சம் அங்கு நிலவியது. மேலும், அவர் ஒரு யூதர், சமூக ஜனநாயகவாதி மற்றும் சமாதானவாதி என்பதால்தான், அதிகமான எதிர்ப்பு இருந்தது.

பெண் திறமையை சீரணம் செய்ய முடியாமல்..

நொய்தரின் கண்டுபிடிப்புகள், இயற்பியல் மற்றும். படிகவியலாளர்களுக்கு மிகவும் பயன்பட்டாலும், நொய்தர் ஒரு பெண் என்பதை அவர்களால் ஜீரணிக்கவே முடியவில்லை என்பதுதான் உண்மை. நொய்தர் அதனை எல்லாம் பொருட்படுத்தாமல், தொடர்ந்து பல கண்டுபிடிப்புகளைச் செய்துகொண்டே இருந்தார்.

வெளிநாட்டு அழைப்பு மற்றும் விருது

நொய்தர் 1928-29ல் மாஸ்கோ பல்கலைக்கழகத்தில் வருகை தரு பேராசிரியராகப் பணியாற்றினார். அங்கு உரையாற்றவும் அழைக்கப்பட்டார். பின்னர், அவரை 1930ல், பிராங்பர்ட்

பல்கலைக்கழகத்திற்கும் அழைத்தனர். சூரிச்சில் நடந்த சர்வதேச கணித மாநாட்டில் 1932ல் நொய்தர் முக்கியமான உரையாற்றச் சென்றார். 1932ஆம் ஆண்டு கணிதத்தின் மிக உயரிய விருதான அக்கர்மான்-டீயூப்னேர் விருதும் (Ackermann-Teubner Memorial Prize) கொடுத்து எம்மி நொய்தரைப் பாராட்டி மரியாதை செய்தனர்.

நாஜிக்கள் ஆட்சியும், நொய்தர் துரத்தப்படுதலும்

ஜெர்மனியில், 1933ல் நாஜிக்கள் ஆட்சிக்கு வந்தனர். யூத எதிர்ப்பாளர், அடால்ப் ஹிட்லர் சர்வாதிகாரி ஆனார். யூத எதிர்ப்பு தீவிரமாகியது. யூத இனம் மற்றும் பெண்கள் அங்கு பணியாற்ற அனுமதி மறுக்கப்பட்டது. அதனால் 1933ஆம் ஆண்டு ஏப்ரல் மாதத்திலிருந்து பல்கலைக்கழகத்தில், நொய்தரின் பேராசிரியர் பதவி பறிக்கப்பட்டது. அவர் பணிநீக்கம் செய்யப்பட்டார். ஜெர்மனியில் நொய்தர் வாழவும் அனுமதி மறுக்கப்பட்டது; அவரது வாழ்நிலை மிகவும் மோசமானது. அது மிகவும் அபாயகரமானதாக இருந்தது. எனவே மனம் நொந்த நொய்தர், வேறு வழியின்றி பிரைன் மாவோர் கல்லூரிக்குச் சென்றார். ஐன்ஸ்டீனின் உதவியுடன், பிலடெல்பியாவிற்கு வெளியே பிரைன் மாவர் பல்கலைக்கழகத்தில் வேலை கிடைத்தது. அமெரிக்காவில் அவர் இருந்த காலம் குறுகியதாக இருந்தது;. பின்னர் ஐன்ஸ்டீன், அவர் பணியாற்றும் ப்ரின்ஸ்ட்டன் பல்கலைக்கழகத்திற்கு நொய்தரை உரையாற்ற அழைத்தார். ஐன்ஸ்டீனின் சிபாரிசால் நொய்தருக்கு பிரின்ஸ்ட்டனில் உரையாற்றி பணிசெய்ய அனுமதி கிடைத்தது. பிரின்ஸ்ட்டன் பல்கலைக்கழக வளாகத்தில் நொய்தர் இரண்டு ஆண்டுகள் நிம்மதியாக வாழ்ந்தார். அங்கும்கூட இயற்கை அவரை வாழ அனுமதிக்கவில்லை.

நோயும் மரணமும்

1935ல், பிரின்ஸ்ட்டனில் இருக்கும்போது அமலி எம்மி நொய்தருக்கு கருப்பை புற்று நோய் ஏற்பட்டது. அவருக்கு புற்று நோய்க் கட்டியை அகற்ற, 1935, ஏப்ரல் மாதம் அறுவை சிகிச்சை செய்தனர். ஆனாலும் கூட அறுவைசிகிச்சைக்குப் பின்னர் ஏற்பட்ட நோய்த்தொற்று நொய்தரை மிகவும் ஆபத்தான நிலைக்குத் தள்ளியது. நொய்தர் அவரது 53-வது வயதில், 1935, ஏப்ரல் 14-ஆம் நாள் இந்த உலகைவிட்டு மறைந்தார்.

ஐன்ஸ்டீன் புகழாரம்

"ஆண்கள் நிறைந்த அறிவியல் குளத்தில் ஒற்றைப்பெண்ணாய், அறிவியலின் மகாராணியான கணிதத்தின் துணையுடன் நீந்தி பேராசியராகப் பணியேற்று வெற்றியும் பெற்ற, அறிவியல் வானின் சிரியஸ் என்ற ஒளிமிக்க வெற்றித் தாரகை அமலி எம்மி நொய்தர். நொய்தர் கணிதத்தின் மேலுள்ள காதலால் எப்போதும் சிரித்துக்கொண்டே, அனைத்தையும் உற்சாகமாகவே சமாளித்தார்.'' நிறைவாக ஐன்ஸ்டீனின் அதிர்வு கருத்து, "அமலி எம்மி நொய்தர் 20ஆம் நூற்றாண்டின், மிகச் சிறந்த கணித வானின் மேதை.." என்பதே ''அவரை மிஞ்சி யாரும் இல்லை'' என்கிறார்.

எம்மி நொய்தர் இல்லாமல் இருந்திருந்தால், கணிதத்திலும் அதன் புரிதலிலும் பெரிய இடைவெளி இருந்திருக்கும் என நவீன இயற்கணிதத்தின் கண்டுபிடிப்பாளராகக் கருதப்படும் புத்திசாலித்தனமான கணிதவியலாளர் எம்மி நொய்தரைப் பற்றி அறிவியல் கணிதத்திற்கான மேக்ஸ் பிளாங்க் இன்ஸ்டிட்யூட் நோமி காம்பே கூறுகிறார்.

"நவீன இயற்பியல் மற்றும் இயற்கணிதத்தை வடிவமைத்த நொய்தரின் தேற்றத்தின் பின்னால் ஒரு ஜெர்மன் பெண்

கணிதவியலாளர், இருக்கிறார். ஆனால் அவரது பாலினம் காரணமாக அவரது காலம் முழுமையும் அறிவியல் சமூகத்தால் அவர் முழுமையாகப் பாராட்டப்படவில்லை ஒதுக்கப்பட்டு இருக்கிறார்."

உலகெங்கிலும் உள்ள பெண் விஞ்ஞானிகளின் விகிதம் 30 சதம் மட்டுமே. குறிப்பாக STEM பாடங்களில் (கணிதம், பொறியியல், இயற்கை மற்றும் தொழில்நுட்ப அறிவியல்) அறிவியலில் பெண்களின் பிரதிநிதித்துவம் இன்று பரவலாக உள்ளது. இந்த முரண்பாட்டிற்கு என்ன காரணிகள் பங்களிக்கின்றன என்று நீங்கள் நினைக்கிறீர்கள்? துரதிர்ஷ்டவசமாக, தொடர்ச்சியான கலாச்சார சார்பு மற்றும் பாலின ஸ்டீரியோடைப்கள் பல நூற்றாண்டுகளாக உள்ளன. இப்போது கொஞ்சம் முன்னேற்றம் ஏற்பட்டுள்ளது. சோபிஜெர்மைன், அமலி எம்மி நொய்தர் கோவலெவ்ஸ்காயா மற்றும் மேரி கியூரி ஆகியோரின் காலத்தைவிட நிலைமை நிச்சயம் சிறப்பாக உள்ளது, அங்கு நிறுவன பாலியல் என்பது வழக்கமாக இருந்தது மற்றும் பெண்கள் பல்கலைக்கழகத்திற்குள் நுழையும் ஒவ்வொரு முறையும் பிரச்சினை ஆனது. ஆனலும் கூட இந்த விஞ்ஞானிகள் அடிமைப்பட்டுக் கிடக்காமல் அவர்கள் அறிவியல் படிக்கத் துணிந்தனர்; அதனால் வெற்றியும் பெற்றனர். இன்று அறிவியலில் பேசுபொருளாகவும் இருக்கின்றனர்..

எவ்வாறாயினும், எதிர்மறை ஸ்டீரியோடைப்கள் மற்றும் பக்கச்சார்பான கருத்துகள் நம் சமூகத்தில் இன்னும் ஆழமாகப் பதிக்கப்பட்டுள்ளன. இது மிகச் சிறிய வயதிலிருந்தே தொடங்குகிறது. ஒரு பெண்ணாக, ஒரு விஞ்ஞானியாகத் தேர்வு என்பது இன்னும்கூட எளிதான ஒன்றல்ல.

□

13
‘மனிதக் கணினி’ டோரதி ஜீன் வாகன்
(1910 - 2008)

யார் இந்த டோரதி ஜீன் காத்ரீன் வாகன்?

டோரதி ஜீன் காத்ரீன் வாகன் (1910, செப்டம்பர் 20,- 2008, நவம்பர் 10) ஓர் அமெரிக்கக் கணிதவியலாளர் மற்றும் மனிதக் கணினி ஆவார். இவர் மனிதக் கணினியாக செயல்பட்ட காத்ரீன் ஜான்சனுடன் உடன் பணிபுரிந்தவர். அன்று அமெரிக்காவில் நாக்கா என்று அழைக்கப்பட்ட வானூர்திக்கான தேசிய ஆலோசனைக் குழு, *(National Advisory Committee for Aeronautics -NACA)* மற்றும் வர்ஜீனியாவின் ஹாம்ப்டனில் உள்ள லாங்லி ஆராய்ச்சி மையத்தில் *(National Aeronautics and Space Administration (NASA)* நாசாவிலும் பணியாற்றினார். பின்னர் அவர் 1949 ஆம் ஆண்டில், வெஸ்ட் ஏரியா கம்ப்யூட்டர்ஸின் செயல் மேற்பார்வையாளரானார். அங்கு பதவி உயர்வு பெற்ற முதல் ஆப்பிரிக்க அமெரிக்கப் பெண்மணியும் மையத்தில்

பணிபுரியும் குழுவை மேற்பார்வையிட்டவரும் டோரதி ஜீன் வாகன்தான்.

அதன்பின் டோரதி ஜீன் அதிகாரப்பூர்வமாக மேற்பார்வையாளர் பதவிக்கு உயர்த்தப்பட்டார். டோரதி ஜீன் வாகன் தனது 28 ஆண்டுகால வாழ்க்கைப் பணியில், 1960 களின் முற்பகுதியில் தனக்கும் தனது ஊழியர்களுக்கும் ஃபோர்ட்ரான் (Fortran) என்ற நிரலாக்க மொழியைக் கற்பிப்பதன் மூலம் இயந்திரக் கணினிகளை அறிமுகப்படுத்துவதற்கு மிகவும் உதவியவர். பின்னர் அவர் லாங்லியில் உள்ள பகுப்பாய்வு மற்றும் கணக்கீட்டுப் பிரிவின் நிரலாக்கப் பிரிவிற்குத் தலைமைப் பொறுப்பேற்றுச் செயல்படுத்தினார்.

மார்கோட் லீ ஷெட்டர்லி (Margot Lee Shetterly') என்ற பெண் இயக்குநர், 2016ல் “மறைக்கப்பட்ட உருவங்கள்” என்ற உண்மை வரலாற்றுப் படத்தை வெளியிட்டார். அந்தப் படம் 1960 களில் அமெரிக்காவின் வானூர்தி மற்றும் விண் ஓடம் போன்ற வானில் செலுத்தப்பட்ட ஊர்திகள் தொடர்பானது. அதற்கு உதவிட்ட, அவை வெற்றி பெறுவதற்கு மிகவும் ஆதாரமாக இருந்த, வெளியே சொல்லப்படாத ஆப்பிரிக்கப் பெண்களின் கதை அது. அதன் கதாநாயகிகளுள் ஒரு டோரதி ஜீன் வாகன்தான். பின்னர் இது அதே பெயரில் ஒரு வாழ்க்கை வரலாற்றுத் திரைப்படமாக 2016-இல் வெளியிடப்பட்டது. 2019 இல், வாகனின் மரணத்திற்குப் பின் அமெரிக்க காங்கிரஸின் தங்கப் பதக்கம் வழங்கப்பட்டது.

துவக்க கால வாழ்க்கை

டோரதி ஜீன் வாகன், 1910ஆம் ஆண்டு, செப்டம்பர் 21ம் நாள் கன்சாஸ் சிட்டி, மிசோரியில் பிறந்தார். அவரின் தந்தை பெயர்: லியோனார்ட் காத்ரீன், அன்னையின் பெயர்: ஆன்னி. டோரதி ஜீனுக்கு ஏழு வயதாகும்போது, அவரது குடும்பம் மேற்கு வர்ஜீனியாவில் உள்ள மோர்கன்டவுனுக்கு

குடிபெயர்ந்தது. அங்கு அவர் பீச்சர்ஸ்ட் உயர்நிலைப் பள்ளியில் 1925 இல் தனது வகுப்பில் மிக சிறப்பாகப் படித்தார். பின். A.M.E இன் மேற்கு வர்ஜீனியா மாநாட்டிலிருந்து வாகன் முழு கல்வி உதவித்தொகையைப் பெற்றார். ஓஹியோவில் உள்ள வில்பர்ஃபோர்ஸ் பல்கலைக்கழகத்தில் கலந்துகொள்வதற்காக ஞாயிறு கன்வென்ஷனில் எப்போதும் கலந்து கொள்வார். வில்பர்ஃபோர்ஸில் உள்ள ஆல்பா கப்பா ஆல்பா (Alpha Kappa Alpha) பிரிவில் சேர்ந்தார்; பின்னர் 1929-இல் பி.ஏ. கணிதத்தில் பட்டம் பெற்றார்.

மணவாழ்க்கை

டோரதி ஜீன் வாகன், 1932-இல், ஹோவர்ட் வாகன் என்பவரை மணந்தார். டோரதி ஜீன் வாகன் மற்றும் ஹோவர்ட் வாகன் ஜோடி நியூபோர்ட் நியூஸ், வர்ஜீனியாவிற்கு குடிபெயர்ந்தது, அங்கு அவர்களுக்கு ஆறு குழந்தைகள் பிறந்தனர். அவர்கள்: ஆன், மைதா, லியோனார்ட், கென்னத், மைக்கேல் மற்றும் டொனால்ட். நியூபோர்ட் நியூஸ். வர்ஜீனியாவில் உள்ள தெற்கு மெயின் தெருவில் ஹோவர்டின் பணக்காரப் பெற்றோர், தாத்தா பாட்டிகளுடன் குடும்பமும் வசித்து வந்தது. வாகன் குடும்பத்தினர் தேவாலயத்தில் மிகவும் அர்ப்பணிப்புடன் ஈடுபட்டு வேலை பார்த்தனர். இதுவும் கூட, அவர் நாசாவில் வேலை செய்வதற்கு உதவிகரமாக இருந்தது. பின்னர் வர்ஜீனியாவின் ஹாம்ப்டனுக்குச் செல்வாரா என்பதில் பெரும் காரணியாக இருக்கும். ஒரு கல்லூரியில் பட்டதாரி மற்றும் கணிதத்தில் ஆசிரியையாக, அவர் உயர்ந்த அறிவுத்திறன் கொண்ட பெண்ணாகவும், ஆப்பிரிக்க அமெரிக்கச் சமூகத்தில் உயரடுக்கினராகவும் காணப்பட்டார்.

டோரதியின் ஆசிரியப் பணி

வாகன் 1929 இல் வில்பர்ஃபோர்ஸ் பல்கலைக்கழகத்தில் சிறப்பாகப் படித்துப் பட்டம் பெற்றார். அதன்பின்னர் அவர் ஹோவர்ட் பல்கலைக்கழகத்தில் மேற்படிப்பு படிக்க அவரது பேராசிரியர்களால் ஊக்குவிக்கப்பட்டாலும் அவர் மேலே படிக்கவில்லை. அவரது குடும்பத்துக்கு அவரது வருமானம் தேவையாக இருந்தது. எனவே வாகன் பொருளாதார மந்தநிலையில் உள்ள தனது குடும்பத்திற்கு உதவ,

வர்ஜீனியாவின் பார்ம்வில்லில் உள்ள ராபர்ட் ருஸ்ஸா மோடன் உயர்நிலைப் பள்ளியில் கணித ஆசிரியராக வாழ்க்கையைத் துவங்கினார். அங்கு 14 ஆண்டுகள் ஆசிரியராகப் பணியாற்றினார். அப்போது எல்லாம் வர்ஜீனியாவின் பொதுப் பள்ளிகள் மற்றும் அங்குள்ள பிற வசதிகள் எல்லாம் "ஜிம் க்ரோ" என்னும் அமெரிக்க ஆப்பிரிக்க இனச் சட்டங்களின் கீழ் இன ரீதியாகப் பிரிக்கப்பட்டு இருந்தன.

லாங்லி ஆராய்ச்சி மையத்தில் உயரப் பறந்த வாழ்க்கை

1943 ஆம் ஆண்டில், வாகனின் 28 வது வயதில், அவர் லாங்லி ஆராய்ச்சி மையத்தில் ஒரு கணிதவியலாளராகவும், புரோகிராமராகவும் தனது வாழ்க்கையைத் தொடங்கினார். அங்கு லாங்லி ஆய்வு மையத்தில் அவர் விமானப் பாதைகள், சாரணர் திட்டம், கணினி நிரலாக்கத்திற்கான கணக்கீடுகள் அமைப்பதில் நிபுணத்துவம் பெற்று இருந்தார். இரண்டாம் உலகப் போர் உச்சத்தில் இருந்தபோது, இத்துறையில் அவரது வாழ்க்கை அவரை உயரத்துக்குத் தூக்கிச் சென்றது. டோரதி ஜீன் வேகன் லாங்லி மெமோரியல் ஏரோநாட்டிக்கல் ஆய்வகத்துக்கு இது ஒரு தற்காலிக போர் வேலை என்று நினைத்துக்கொண்டுதான் வந்தார். அவர் அவ்வளவு உயரத்துக்குச் செல்லுவார் என்று அவரே நினைக்கவில்லை. அவரது குழந்தைகளில் ஒருவர் பின்னர் NACA இல் பணிபுரிந்தார்.

வெள்ளை மற்றும் கருப்பினங்களை இணைக்க

ரூஸ்வெல்ட் முயற்சி

ஜனாதிபதி ஃபிராங்க்ளின் டி. ரூஸ்வெல்ட், 1941 ஆம் ஆண்டில், பாதுகாப்புத் துறையைப் பிரித்தெடுக்க, நிர்வாக ஆணை 8802ஐயும், வெளியிட்டார். அதில் ஃபெடரல் ஏஜென்சிகள் மற்றும் பாதுகாப்பு ஒப்பந்ததாரர்களிடையே பணியமர்த்தல் மற்றும் பதவி உயர்வு ஆகியவற்றில் இனப்

பாகுபாடு கூடாது என்று அதனை முடிவுக்குக் கொண்டுவருவதற்கான நிர்வாக ஆணை 9346ஐயும் வெளியிட்டார். அப்போது 1942 ஆம் ஆண்டு இரண்டாம் உலகப் போரில் அமெரிக்கா நுழைந்தது. பின்னர், அனைத்து அமெரிக்க சமூகத்தினரிடமிருந்தும் போர் முயற்சிகள் பெறப்படுவதை உறுதிப்படுத்த இவை உதவின. இரண்டு நிறைவேற்று ஆணைகள் இயற்றப்பட்டதால், பல ஆண்கள் சேவையில் ஈடுபடுத்தப்பட்டனர். இதனால், தேசிய ஆலோசனைக் குழு போன்ற கூட்டாட்சி நிறுவனங்கள் மூலம் ஏரோநாட்டிக்ஸ் பணிப்பிரிவில் அவர்களின் பணியமர்த்தலை விரிவுபடுத்தியது. அது மட்டுமின்றி, விமானத்தின் போர் தயாரிப்புக்கு ஆதரவாக அனைத்துப் பெண்களையும், நிற வேறுபாடு இன்றி பணியமர்த்தல் மற்றும் ஆட்சேர்ப்பு செய்வதை அதிகரித்து உறுதிப்படுத்தியது. எக்ஸிகியூட்டிவ் ஆர்டர்கள் 8802 மற்றும் 9346 வெளியிடப்பட்டதைத் தொடர்ந்து, NACA இன் வசதியான லாங்லி ஆய்வு மையம், வானூர்தி ஆராய்ச்சித் தரவுகளைச் செயலாக்குவதற்கான தேவை அதிகரித்தது. அதற்கு ஈடுகொடுக்க அதனைச் சந்திக்க அதிகமான கறுப்பினப் பெண்களை வேலைக்கு அமர்த்தத் தொடங்கினர். இதனால் வானின் இயந்திர உற்பத்திப் போரில் வெல்லப் போகிறது என்று அமெரிக்கா நம்பியது. அதனால் இது ஏற்கனவே விமான உற்பத்தியை அதிகரித்தது. பொறியாளர்கள், கணிதவியலாளர்கள், கைவினைஞர்கள் மற்றும் திறமையான வர்த்தகர்களுக்கான பெரும் தேவையை உருவாக்கியது.

ஆப்பிரிக்க அமெரிக்கப் பெண்களின் சிறப்பான பணி

NACA நிறுவனம், 1935ம் ஆண்டில், பெண் கணிதவியலாளர்களின் ஒரு பிரிவைத் தனியாக நிறுவியது. அந்தப் பெண் கணிதவியலாளர்கள் சிக்கலான கணக்கீடுகளையும் சிறப்பாக மிகச் சரியாகச் செய்தனர். டோரதி வாகன் 1943-இல் வர்ஜீனியாவின் ஹாம்ப்டனில் உள்ள லாங்லி ஆராய்ச்சி மையத்தில் NACA-க்காக பணியைத் தொடங்கினார். வான் வெஸ்ட் ஏரியா கம்ப்யூட்டிங்கில் நியமிக்கப்பட்டார். இந்தத் துறை, ஆப்பிரிக்க அமெரிக்கர்களை மட்டுமே உள்ளடக்கியது. இது நடைமுறையில் உள்ள ஜிம் க்ரோ சட்டங்களின் காரணமாக, புதிதாக வேலைக்கு அமர்த்தப்பட்ட ஆப்பிரிக்க

அமெரிக்கப் பெண்கள் வெள்ளைப் பெண்களுடன் வேலை செய்தாலும் கூட, அவர்களுக்கு எல்லா விசயங்களிலும் தனித்தனி இடம்தான் ஒதுக்கப்பட்டது. அமெரிக்கப் பெண்களுடன் இணைந்து பணிபுரிய முடியாது. அவர்கள் தனியாக வேலை செய்ய வேண்டும். கறுப்பினப் பெண்களுக்குத் தனியாக உணவறை மற்றும் குளியலறை வசதிகளையும் பயன்படுத்த வேண்டும். இப்படி பிரிக்கப்பட்ட குழுவில் ஆப்பிரிக்க-அமெரிக்க பெண்களை வைத்துக்கொண்டு வேலை செய்தனர். அவர்கள் அந்தக் காலத்தில் உள்ள கருவிகளைப் பயன்படுத்தி, சிக்கலான கணிதக் கணக்கீடுகளை கையால் மனதளவில் கணக்குப் போட்டுப் பணி செய்தனர்.

டோரதி ஜான் வேகன் மேற்பார்வையாளராக

லாங்லியில் செய்த ஆராய்ச்சியின் ஒவ்வொரு பகுதிக்கும் வெஸ்ட் கம்ப்யூட்டர்ஸ் பங்களிப்பு உண்டு. ஜனாதிபதி ஜான் எஃப். கென்னடியின் கீழ் வலியுறுத்தப்பட்ட அமெரிக்காவின் விண்வெளித் திட்டத்திற்கான ஆராய்ச்சி மற்றும் வடிவமைப்பை ஆதரிப்பதற்காக போருக்குப் பிந்தைய ஆண்டுகளில் அவர்களின் பணி விரிவடைந்தது. 1949 இல், டோரதி வாகன் வெஸ்ட் ஏரியா கம்ப்யூட்டர்ஸின் செயல் தலைவராக நியமிக்கப்பட்டார். ஒரு வெள்ளைப் பெண் இறந்த பின்னர் இவருக்கு அந்த பொறுப்பு கொடுக்கப்பட்டது. அவர் NACA இன் முதல் கருப்பினப் பெண் மேற்பார்வையாளர் ஆவார். அங்கிருந்த சில பெண் மேற்பார்வையாளர்களில் அவரும் ஒருவர். முழுக்க முழுக்க ஆப்பிரிக்க-அமெரிக்க பெண் கணிதவியலாளர்களைக் கொண்ட குழுவிற்கு டோரதி ஜான் வேகன் தலைமை தாங்கினார். அவர் அதிகாரப்பூர்வமாக மேற்பார்வையாளராகப் பதவி உயர்வு பெறுவதற்கு முன்பு அவர் அதில் பொறுப்பு மேற்பார்வையாளராக பல ஆண்டுகள் பணியாற்றினார். வாகன் வெஸ்ட் கம்ப்யூட்டிங்கில் உள்ள பெண்களுக்கும் மற்ற துறைகளில் உள்ள பெண்களுக்கும் வாய்ப்புகளுக்காகப் பணியாற்றினார்.

கணினித் திட்டத்தில் நிபுணத்துவம்

எதிர்காலத்தில் இயந்திரக் கணினிகளின் எதிர்காலமாக வாழ்க்கை இருக்கப் போகிறது என்பதை முழுமையாக உணர்ந்த

டோரதி வேகன், பெண்களை மாற்றத்திற்குத் தயார்ப்படுத்துவதற்காக நிரலாக்க மொழிகள் மற்றும் பிற கருத்துகளை அவர்களுக்குக் கற்பித்தார். கணிதவியலாளர் கேத்தரின் ஜான்சன், லாங்லியின் வானூர்தி இயந்திரம் பிரிவுக்கு மாற்றப்படுவதற்கு முன், வாகனின் குழுவில்தான் முதலில் நியமிக்கப்பட்டார். NACA வின் முதல் டிஜிட்டல், (மனிதரல்லாத) கணினிகளை மையத்திற்கு அறிமுகப்படுத்திய பிறகு, வாகன் 1961 இல் மின்னணு கணினிப் பகுதிக்கு மாற்றப்பட்டார். பின்னர் வாகன் கம்ப்யூட்டர் புரோகிராமிங்கில் நிபுணத்துவம் பெற்றவராக ஆனார். கணினியில் ஃபோர்ட்ரானை தனக்குத்தானே கற்றுக்கொண்டு அதை தன் சக ஊழியர்களுக்கும் கற்றுக்கொடுத்து, அவர்களை மாற்றத்திற்கு மிகவும் தயார்படுத்தினார். சாரணர் ஏவுதல் வாகனத் திட்டத்தில் தனது பணியின் மூலம் விண்வெளித் திட்டத்தில் ஏராளமான பங்களிப்புகளைச் செய்தார்.

லாங்லி நிறுவனத்தில் 28 ஆண்டுக்காலப் பணி

நாசாவின் தொடர் நிறுவனம் 1958-இல் நிறுவப்பட்ட பிறகும் வாகன் அங்கு தொடர்ந்து பணிபுரிந்தார். NACA, என்பது NASA ஆனதும், வெஸ்ட் கம்ப்யூட்டிங் அலுவலகம் உட்பட பிரிக்கப்பட்ட வசதிகள் அனைத்தும் நீக்கப்பட்டன. 1994 ஆம் ஆண்டு டோரதி ஜான் வேகன் ஒரு நேர்காணலில், வான் விண்வெளி ரேஸின் போது லாங்லியில் பணிபுரிந்த காலம் என்பது மிகவும் உற்சாகமான கால கட்டம் என்றும், தான் அதன் உச்சத்தில் இருந்ததாகவும் விளிம்பில் எல்லையில் இருப்பதாக உணர்ந்ததை டோரதி வாகன் நினைவுகூர்ந்தார். லாங்லியில் அப்போது ஓர் ஆப்பிரிக்க அமெரிக்கப் பெண்ணாக இருந்ததைப் பற்றிக்கூறும்போது, “அப்போது என்னால் முடிந்ததை, கஷ்டப்பட்டு மாற்றினேன்; என்னால் முடியாததை நான் சகித்துக் கொண்டேன்” என்று குறிப்பிட்டார். வாகன் 1960-களில் எண்ணியல் நுட்பப் பிரிவில் பணியாற்றினார். NASA-லாங்லி ஆய்வு நிறுவனத்தில் டோரதி வாகன் 28 ஆண்டுகள் பணிபுரிந்தார்.

தொழிலும் குடும்பமும் சிறப்பாகவே

டோரதி வாகன் லாங்லியில் தனது தொழில் மற்றும் பணியில் இருந்தபோதே, அந்த வாழ்க்கையில், தனது ஆறு குழந்தைகளையும் சிறப்பாகவே வளர்த்து வந்தார். அவர் மகன்களில் ஒருவர் பின்னர் நாசா-லாங்லியிலும் பணிபுரிந்தார். வாகன் நியூபோர்ட் நியூஸ், வர்ஜீனியாவில் வசித்து வந்தார், மேலும் பொதுப் போக்குவரத்து மூலம் ஹாம்ப்டனில் பணிபுரியச் சென்றார்.

பணி நிறைவு

வாகன் நாசாவில் மற்றொரு நிர்வாகப் பதவியில் தொடர விரும்பினார். ஆனால் ஒருபோதும் அவர் அந்த வாய்ப்பைப் பெறவேவில்லை. டோரதி வாகன் தனது 61வது வயதில் 1971 இல் நாசாவில் இருந்து ஓய்வு பெற்றார். தனது இறுதி ஆண்டுகளில், வான் விண்வெளி வீரர் ஜான் க்ளெனின் சுற்றுப்பாதையில் ஏவுவதில் கணிதவியலாளர்களான கேத்தரின் ஜி.காத்ரீன் மற்றும் மேரி ஜாக்சன் ஆகியோருடன் இணைந்து பணியாற்றினார்.

மரணிப்பு

டோரதி வாகன் நவம்பர் 10, 2008 அன்று தனது 98 வயதில் மரணித்தார்; வாகன் ஆப்பிரிக்க-அமெரிக்க சமூகத்தைச் சேர்ந்த ஆல்பா கப்பா ஆல்பாவின் உறுப்பினராக இருந்தார். அவர்

ஆப்பிரிக்க மெதடிஸ்ட் எபிஸ்கோபல் தேவாலயத்தின் (*African Methodist Episcopal Church*) தீவிர உறுப்பினராகவும் இருந்தார், அங்கு அவர் இசை மற்றும் மிஷனரி நடவடிக்கைகளில் பங்கேற்றார். அவர் "கணித கணிதம்" என்ற பாடலையும் எழுதினார். அவர் இறக்கும்போது, அவரது ஆறு குழந்தைகளில் நான்கு பேர், பத்து பேரக்குழந்தைகள் மற்றும் பதினான்கு கொள்ளுப் பேரக்குழந்தைகளுடன் இருந்தார்.

பெருமைகள்

மார்கோட் லீ ஷெட்டர்லியின் 2016 ஆம் ஆண்டு புனைகதை அல்லாத புத்தகம் வெளியிடப்பட்டது. அதில் விண்வெளிப் பந்தயத்தை வெல்ல உதவிய மறைக்கப்பட்ட கருப்பு பெண்கள் அதன் பெயர்தான் (*Hidden Figure/* மறைக்கப்பட்ட உருவங்கள் என்ற பெயரில் திரைப்படமும் வந்தது. திரைப்படத்தில் இடம்பெற்ற பெண்களில் வாகனும் ஒருவர். அவர் அகாடமி விருது வென்ற ஆக்டேவியா ஸ்பென்சரால் சித்தரிக்கப்பட்டார்.

விருதுகள்

★ 2019 இல், வாகனுக்கு அமெரிக்க காங்கிரஸின் தங்கப் பதக்கம் வழங்கப்பட்டது.

★ மேலும் 2019 ஆம் ஆண்டில், சந்திரனின் வெகு தொலைவில் உள்ள பள்ளம் ஒன்றுக்கு, வாகன் பள்ளம் என அவரது நினைவாக பெயரிடப்பட்டது.

★ நவம்பர் 6, 2020 அன்று, அவரது பெயரிடப்பட்ட செயற்கைக்கோள் "*Dorothy*", *COSPAR 2020-079D* விண்ணில் செலுத்தப்பட்டது.

□

14

கணிதத்தில் பீல்ட்ஸ் மெடல் வாங்கிய முதல் பெண் மரியம் மிர்சகானி

(1977 - 2017)

மரியம் மிர்சகானி என்ற பெண்ணைப் பற்றிக் கேள்விப்பட்டு இருக்கிறீர்களா? இவர்தான் கணிதத்தில், நோபல் பரிசுக்கு இணையான பீல்ட்ஸ் மெடல் (*Fields Medal*) என்ற உயர்ந்த விருதைப் பெற்றவர். இவர் ஈரான் நாட்டைச் சேர்ந்தவர். ஈரானில் பெண்கள் படித்து பெரிய பொறுப்புக்கு வருவது என்பது மிக மிக அரிது. அறிவியலின் மகாராணி என அழைக்கப்படும் கணிதத்தில், ஓர் இரானியப் பெண் விற்பன்னராக இருக்கிறார்; கணிதத்தின் மிக உயர்ந்த விருதான பீல்ட்ஸ் மெடலையும் பெற்றார். கணிதத்துறைக்கு நோபல் பரிசு கொடுப்பது கிடையாது. இந்த பீல்ட்ஸ் மெடல் நோபலுக்கு இணையானது. மரியம் மிர்சகானி ஓர் ஈரானிய கணிதவியலாளர் மற்றும் அமெரிக்காவின், ஸ்டான்போர்ட் பல்கலைக்கழக கணிதப் பேராசிரியர். அவரது ஆராய்ச்சி

என்பது கணிதத்தில் சிக்கலான தலைப்புகளில் முக்கியமானவை. அவை: டீச்முல்லர் கோட்பாடு (Teichmuller theory), ஹைப்பர்போலிக் வடிவியல் (Hyperbolic Geometry), எர்கோடிக் கோட்பாடு (Ergodic Theory) மற்றும் சிம்ப்லெக்டிக் வடிவியல்(Symplectic Geometry) ஆகியவை.

பீல்ட்ஸ் மெடல் பெற்ற மரியம்

கணிதத் துறையில் புதுமையான கண்டுபிடிப்புகளை நோக்கி அவரது ஆய்வுகளை நடத்தியதால், அந்த ஆராய்ச்சியின் காரணமாக, 2005ல், மரியம் பாப்புலர் அறிவியலின் நான்காவது புத்திசாலிகள் 10 என்ற மாநாட்டுக்கு அழைக்கப்பட்டார். இதில் முதல் 10 இளையவர்களுள் ஒருவராக பெருமைப்படுத்தப்பட்டார். 2014, ஆகஸ்ட் 13 அன்று பீல்ட்ஸ் மெடல் கொடுக்கப்பட்டு கௌரவிக்கப்பட்டார். இந்த மெடலைப் பெற்ற முதல் பெண்ணும், முதல் ஈரானியரும் மரியம்தான்.

இவர் 2017, ஜூலை 14, மார்பகப் புற்று நோயால் தனது 40வது வயதில் மரணித்தார்.

இளமைக் கல்வியும், பதக்கங்களும்

மரியம் மிர்சகானி 1977ஆம் ஆண்டு மே 3 ம் நாள், ஈரானின் தெஹ்ரானில் பிறந்தார். குழந்தையாக இருந்த போதே, அவரின் திறமைகளைப் பார்த்த அவரது பெற்றோர், அவரின் விதிவிலக்கான திறமைகளை வளர்ப்பதற்காக தேசிய அமைப்பின் தெஹ்ரான் ஃபர்சனேகன் பள்ளியில் சேர்த்தனர்.

உயர்நிலைப் பள்ளியில் இளைய மற்றும் பெரிய மாணவர்களுக்கு நடத்தப்படும், ஈரானிய தேசிய ஒலிம்பியாட் போட்டியில் கணிதத்திற்கான தங்கப் பதக்கத்தை வென்றார். இதனால் அவர் தேசியக் கல்லூரியில் படிப்பதற்காக நடத்தப்படும் நுழைவுத் தேர்வுகளை எழுத வேண்டியதில்லை என்ற சிறப்புச் சலுகையும் கிடைத்தது. 1994 ஆம் ஆண்டில், ஹாங்காங்கில் நடந்த சர்வதேச கணித ஒலிம்பியாட் போட்டியில் தங்கப்பதக்கம் வென்ற முதல் ஈரானியப் பெண் என்ற பெருமையை மிர்சகானி பெற்றார்; 42 புள்ளிகளில் 41 புள்ளிகளைப் பெற்றார். அடுத்த ஆண்டு, டொராண்டோவில், நிறைய மதிப்பெண் பெற்ற மற்றும் சர்வதேச கணித ஒலிம்பியாட் போட்டியில் இரண்டு தங்கப் பதக்கங்களை வென்ற முதல் ஈரானியர் இவரே. அவரது வாழ்க்கையின் பிற்பகுதியில், தனது நண்பரும் சக ஒலிம்பியாட் வெள்ளிப்பதக்கம் வென்றவருமான ரோயா பெஹஸ்டி ஜவரே இருவரும் இணைந்து 1999-இல் 'தொடக்க எண் கோட்பாடு-சவாலான சிக்கல்கள்' என்ற புத்தகத்தை எழுதி வெளியிட்டனர்.

ஈரானிய தேசிய கணித ஒலிம்பியாட் போட்டியில் பங்கேற்ற முதல் பெண்கள் மிர்சகானி மற்றும் ஜவரே, இருவரும் 1995-இல் முறையே தங்கம் மற்றும் வெள்ளிப் பதக்கங்களை வென்றனர்.

மரணவாயிலிருந்து தப்பிய மிர்சகானி..

மார்ச் 17, 1998ஆம் ஆண்டு அன்று, திறமையான மாணவர்கள் மற்றும் முன்னாள் ஒலிம்பியாட் போட்டியாளர்களைக் கொண்ட ஒரு மாநாட்டில் கலந்து கொண்டனர். பிறகு மிர்சகானி, ஜவரே மற்றும் பிற பங்கேற்பாளர்கள் தெஹ்ரானுக்கு செல்லும் வழியில் அஹ்வாஸில் ஒரு பேருந்தில் ஏறினர். பஸ் ஒரு குன்றிலிருந்து கீழே விழுந்து, பெரிய விபத்தில் சிக்கியது; ஏழு பயணிகள் கொல்லப்பட்டனர். அனைவரும் ஷெரீப் பல்கலைக்கழக மாணவர்கள்.. இந்த சம்பவம் ஈரானில் ஒரு தேசிய சோகமாக கருதப்படுகிறது. இந்த விபத்தில் உயிர் தப்பிய சிலரில் மிர்சகானி மற்றும் ஜவரே இருவரும் உண்டு.

உயர்கல்வி

மிர்சகானி 1999 ஆம் ஆண்டில், ஷெரீப் தொழில்நுட்பப் பல்கலைக்கழகத்தில் கணிதத்தில் இளங்கலை அறிவியல்

பட்டம் பெற்றார். ஷூரின் தேற்றத்திற்கான ஓர் எளிய ஆதாரத்தை உருவாக்கும் பணிக்காக மிர்சகானி அமெரிக்க கணித சங்கத்திடம் மேற்படிப்புக்காக அங்கீகாரம் பெற்றார். பின் அவர் பட்டதாரி வேலைக்காக அமெரிக்காவிற்குச் சென்றார். அங்கு 2004 ஆம் ஆண்டில் ஹார்வர்ட் பல்கலைக்கழகத்தில் முனைவர் பட்டம் பெற்றார். அங்கு அவர் பீல்ட்ஸ் பதக்கம் வென்ற கர்டிஸ் டி. மக்முல்லனின் மேற்பார்வையில் பணிபுரிந்தார். ஹார்வர்டில் அவர்பற்றி "வேறுபாடு அற்றவர் மற்றும் உறுதியும் இடைவிடா கேள்வி ஞானம் கொண்டவர் மிர்சகானி" என்று கூறப்படுகிறது. அவர் தனது கல்லூரி வகுப்பு குறிப்புகளை பாரசீக மொழியில் எழுதினார்.

பணியும் திறமையும்

மிர்சகானி, கிளே (Clay)கணித நிறுவனத்தில், 2004ல் ஆராய்ச்சி உறுப்பினராகவும், பிரின்ஸ்டன் பல்கலைக்கழகத்தில் பேராசிரியராகவும் பணிபுரிந்தார். பின் 2009 ல், ஸ்டான்போர்ட் பல்கலைக்கழகத்தில் பேராசிரியரானார். அப்போது அவர் அங்கு ஹைபர்போலிக் ஜியோமெட்ரி, டோபாலஜி மற்றும் டைனமிக்ஸ் துறைகளில் தலைவராகவும் இருந்தார். (இறக்கும் வரை அங்கேயே பணிபுரிந்தார்.) ரைமான் மேற்பரப்புகளின் மாடுலி இடைவெளிகளின் (moduli spaces of Riemann surfaces)கோட்பாடு (அல்ஜீப்ரா, வடிவியல் மற்றும் ஐசோமெரிசம்) தொடர்பானது என்ற கணித கண்டுபிடிப்புக்கு மிர்சகானி பல

பங்களிப்புகளை செய்துள்ளார். மிர்சகானியின் ஆரம்பகால பணிகள், ஹைபர்போலிக் ரைமான் பரப்புகளில், எளிய புவி இயற்பியல்களை எண்ணும் சிக்கலைத் தீர்த்தது. சிக்கலான மாடுலி ஸ்பேஸில் தொகுதி கணக்கீடுகளுக்கு ஒரு உறவைக் கண்டறிந்தது. ஜியோடெசிக்ஸ் என்பது "நேர் கோடு" என்ற கருத்தை "வளைந்த இடங்களுக்கு" இயல்பாகப் பொதுமைப்படுத்துவதாகும்.

ஆர்வத்தில் துறை மாற்றம்

ஸ்டான்போர்ட் பல்கலைக் கழகத்தில் பணியாற்றும்போது, மிர்சகானியின் ஆர்வம் கொஞ்சம் மாறியது. வடிவவியல் மற்றும் சமச்சீர் ஆகியவற்றில் மிர்சகானி இன்னும் அதிக கவனம் செலுத்தினார். ஆனால் டீச் முல்லர் இயக்கவியலில் மேம்பட்ட வடிவவியல் உத்திகள் தொடர்பான கோட்பாடுகளில் கவனம் செலுத்தி, அதிலேயே தனது ஆராய்ச்சியைச் செய்தார். மாடுலி கோட்பாட்டுக்கு துவக்கப் பங்களிப்புகளைச் செய்தார்.

2014-ஆம் ஆண்டில், அலெக்ஸ் எஸ்கினுடனும், அமீர் முகமதின் உள்ளீடுகளுடனும், மிர்சகானி இணைந்து செயல்பட்டு, சிக்கலான, Geolews Moduli போன்றவை வியக்கத்தக்க வகையில் வழக்கமானவை என்பதை மிர்சகானி நிரூபித்தார். சிக்கலான புவி இயற்பியலின் மூடல்கள் என்பவை பல்லுறுப்புக்கோவைகளின் அடிப்படையில் வரையறுக்கப்பட்ட இயற்கணித பொருள்கள், எனவே அவை சில கடினமான பண்புகளைக் கொண்டுள்ளன. இதனை சர்வதேச கணித யூனியன் தனது செய்திக்குறிப்பில், "ஒரே மாதிரியான இடைவெளிகளில் உள்ள கடினத்தன்மை மாடுலி இடத்தின் ஒத்திசைவற்ற உலகில் எதிரொலிப்பதைக் கண்டறிவது வியக்க வைக்கிறது."என்று மிர்சகானியின் திறமை பற்றி பெருமிதம் கொண்டனர்.

சாதனையும் விருதும்

கணிதத்தில் செய்த சாதனைகளுக்காக மரியம் மிர்சகானிக்கு 2014, ஆகஸ்ட் 13ம் நாள் சியோலில் நிகழ்ந்த சர்வதேச கணிதவியலாளர் மாநாட்டில், கணிதத்தின் மிக உயர்ந்த விருதான பீல்ட்ஸ் மெடல் வழங்கப்பட்டது. கணிதப் பாடமான

"ரீமான் பரப்புகளில்" இவர் பணியாற்றியதால் இந்த விருது இவருக்குக் கிடைத்தது. இது பற்றி அங்கு ஜோர்டான் ஏலன்பெர்க் என்ற விஞ்ஞானி மிர்சகானியின் அரிய ஆராய்ச்சி பற்றி பார்வையாளர்களுக்கு விளக்கினார். அதே ஆண்டில் இரானின் குடியரசுத்தலைவர் ஹசன் ரூஹானி, மிர்சகானிக்கு பாராட்டு தெரிவித்தார்.

மரியம் மிர்சகானியின் வாழ்க்கை

மிர்சகானி, 2008 ல் செக்கோஸ்லோவாக்கியா நாட்டைச் சேர்ந்த தத்துவார்த்த கணினி விஞ்ஞானி மற்றும் பயன்பாட்டு கணிதவியலாளர் ஜான் வொண்ட்ரூக்கை மணந்தார். அவர் தற்போது ஸ்டான்போர்ட் பல்கலைக்கழகத்தில் இணைப் பேராசிரியராக உள்ளார். அவர்களுக்கு அனாஹிதா என்ற மகள் உள்ளார். கலிபோர்னியாவின் பாலோ ஆல்டோவில் மிர்சாகானி வசித்து வந்தார்.

அழகியல் நோக்கில்

மிர்சகானி தன்னை ஒரு "மென்மையான" கணிதவியலாளர் என்று வர்ணித்து, "கணிதத்தின் அழகைக் காண நீங்கள் கொஞ்சம் ஆற்றலையும் முயற்சியையும் செலவிட வேண்டும்" என்று கூறினார். சிக்கல்களைத் தீர்க்க, மிர்சகானி காகிதத் தாள்களில் டூடுல்களை வரைந்து, வரைபடங்களைச் சுற்றி கணித சூத்திரங்களை எழுதுவார். அவரது மகள் தனது தாயின் படைப்பை "ஓவியம்" என்று அழகியலாகக் கூறினார். மேலும்

மிர்சகானி ‘‘என்னிடம் எந்த குறிப்பிட்ட செய்முறையும் இல்லை புதிய சான்றுகளை உருவாக்குவதற்கு... இது ஒரு காட்டில் தொலைந்து போவதுபோல, சில புதிய தந்திரங்களைக் கொண்டு வர, நீங்கள் அனைத்து அறிவையும் பயன்படுத்த முயற்சிப்பது போன்றது, சில அதிர்ஷ்டங்களுடன், நீங்கள் கணிதத்தில் ஒரு வழி கண்டுபிடிக்கலாம், எனக் கூறினார்.

மரணிப்பு

மிர்சகானிக்கு மார்பகப் புற்றுநோய் இருப்பது 2013 இல் கண்டறியப்பட்டது. அவருக்கு வந்தது கொஞ்சம் தீவிரமான வித்தியாசமான புற்றுநோய். 2016 ஆம் ஆண்டில், புற்றுநோய் அவரது எலும்புகள் மற்றும் கல்லீரலில் பரவியது. ஆனால் அவரது மருத்துவச் செலவினைப் பராமரிக்க அவர்களின் வருமானம் போதவில்லை. அமெரிக்காவில் மருத்துவம் பார்க்க காப்பீட்டு வசதி வேண்டும். அது இல்லாததால், மிர்சகானி, இலவச மருத்துவ மனையைக் கண்டுபிடித்து சிகிச்சை எடுத்துகொண்டார். புற்றுநோயால் பேராசிரியர் பதவியும் பறிபோனது. பின்னர் மக்களிடம் பொருளாதார உதவி கேட்டுப் பெற்று சிகிச்சை எடுத்துக் கொண்டார். அமெரிக்காவில் அவருக்கு ஆறுதல் கூறவோ, உதவி செய்யவோ, ஓர் உயிர் கூட இல்லை என்பது மிகவும் வேதனையானது. மரியம் மிர்சகானி 2017ம் ஆண்டு ஜூலை 14ம் நாள் தனது 40 வயதில் கலிபோர்னியாவின் ஸ்டான்போர்டில் உள்ள ஸ்டான்போர்ட் மருத்துவமனையில் இறந்தார்.

மிர்சகானியின் பெருமை

ஈரானிய ஜனாதிபதி ஹசன் ரூஹானி மற்றும் பிற அதிகாரிகள் மிர்சகானி இறப்புக்கு இரங்கல் தெரிவித்து, மிர்சகானியின் அறிவியல் சாதனைகளைப் பாராட்டினர். ரூஹானி தனது செய்தியில், "ஈரானின் பெயரை உலக அறிவியல் மன்றங்களில் எதிரொலிக்கச் செய்த இந்த படைப்பு விஞ்ஞானி மரியம் மிர்சானி மற்றும் எளிமையான பெண்ணின் முன்னோடியில்லாத புத்திசாலித்தனம், ஈரானிய பெண்கள் மற்றும் இளைஞர்களின் மகத்தான விருப்பத்தை எட்டுவதற்கான பாதையைக் காண்பிப்பதில் ஒரு திருப்புமுனையாகும்" என்றார். மேலும் அவர் மிர்சகானியின் பெருமையின் சிகரங்கள் மற்றும் செயல்கள் பற்றி பல்வேறு சர்வதேச அரங்கங்களில் குறிப்பிட்டார்.

மிர்சகானி மரணத்துக்குப்பின் மாற்றம்

மிர்சகானியின் மரணத்திற்குப் பின்னர், பல ஈரானிய செய்தித்தாள்கள், ஈரானிய ஜனாதிபதி ஹசன் ரூஹானியுடன் சேர்ந்து, தடைகளை உடைத்து, மிர்சகானியின் தலைமுடியை அவிழ்த்த புகைப்படங்களை வெளியிட்டன. இது பத்திரிகைகளிலும் சமூக ஊடகங்களிலும் பரவலாக வெளிவந்தது. மிர்சகானியின் மரணம் ஈரானுக்குள், கலப்பு-தேசிய பெற்றோரின் குழந்தைகளுக்கான திருமண குடியுரிமை தொடர்பான விவாதங்களை புதுப்பித்துள்ளது; நல்ல விசயங்களை கொண்டுவந்தது. மிர்சகானியின் மரணப் பின்னணியில், 60 ஈரானிய எம்.பி.க்கள், மிர்சகானியின் வசதிகளை எளிதாக்கும் பொருட்டு, வெளிநாட்டினருடன் திருமணம் செய்த ஈரானியத் தாய்மார்களின் குழந்தைகளுக்கு ஈரானிய தேசியத்தை வழங்க அனுமதிக்கும் சட்டத்தில் ஒரு திருத்தம் செய்ய வேண்டும் என்று வலியுறுத்தியதாக ஃபார்ஸ் செய்தி நிறுவனம் தெரிவித்துள்ளது.

இறப்புக்குப்பின் மரியாதை

- ஈரானிய கணிதச் சங்கத்தில் பெண்கள் குழு மேற்கொண்ட விவாதத்தினால், சர்வதேச அறிவியல் கவுன்சில் மரியம் மிர்சகானியின் பிறந்த நாளான மே 3ஆம்நாளை "ஈரான் கணித தினமாக" அறிவிக்க ஒப்புக்கொண்டுள்ளது.இது மரியம் மிர்சகானி நினைவாக வழங்கும் மரியாதை.

- அவரது வாழ்க்கை மற்றும் சாதனைகளுக்கு மரியாதை செய்யும் விதமாக மிர்சகானியின் பெயரை பல்வேறு நிறுவனங்களும் எடுத்துப் பயன்படுத்தியுள்ளன.

- 2017ல், ஃபர்சனேகன் உயர்நிலைப்பள்ளி, அவர்களின் ஆம்பி தியேட்டர் மற்றும் நூலகத்திற்கு மிர்சகானி என பெயரிட்டுள்ளது.
- மிர்சகானி இளங்கலைப் பட்டம் படித்த, ஷெரீப் தொழில்நுட்பக்கழக கணிதக் கல்லூரி, நூலகத்திற்கு மிர்சகானியின் பெயர் சூட்டியுள்ளது..
- இஸ்ஃபஹானில் உள்ள கணித சபை, மேயருடன் இணைந்து, நகரத்தில் ஒரு மாநாட்டு மண்டபத்திற்கு மிர்சகானியின் பெயரை வைத்துள்ளது.
- 2018ல் உயர் தெளிவுத்திறன் கொண்ட பூமி கண்காணிப்பு இமேஜிங் மற்றும் பகுப்பாய்வு நிறுவனமான சேட்டலோஜிக்,

மரியம் மிர்சகானியின் நினைவாக அவரின் பெயரிடப்பட்ட மைக்ரோ செயற்கைக்கோளை வானில் ஏவியது.

- ஒவ்வோர் ஆண்டும் கணிதத் துறையில் சிறந்து விளங்கும் பெண்களுக்கு மரியம் மிர்சகானி என்ற பெயரில் 4 பரிசுகள் வழங்கப்பட உள்ளதாக (Break Through) பிரேக் த்ரூ அறக்கட்டளை 2019ல் அறிவித்தது .மேலும் முனைவர் படிப்புக்கான ஆரம்பகால கணிதவியலாளர்களுக்கு 50,000 டாலர்கள் அறிவித்தது
- பிப்ரவரி 2020 இல், STEM-இல் சர்வதேச பெண்கள் தினத்தன்று, உலகை வடிவமைத்த இறந்த அல்லது உயிருடன் இருக்கும் ஏழு பெண் விஞ்ஞானிகளில் ஒருவராக மிர்சகானி ஐ.நா. பெண்களால் கௌரவிக்கப்பட்டார்.
- 2020 ஆம் ஆண்டில், ஜார்ஜ் சிசிக்சரி, சீக்ரெட்ஸ் ஆஃப் தி சர்பேஸ்: (Secrots of the Surface) மரியம் மிர்சகானியின் கணிதப் பார்வை என்ற ஆவணப்படத்தில் நடித்தார்.

□

15

நூற்றாண்டுகளை வென்ற விஞ்ஞானி "கேத்ரீன் காத்ரீன்" (1918 - 2020)

நண்பர்களே. கேத்ரீன் காத்ரீன் என்ற பெண் கணிதவியலாளர் பற்றி உங்களிடம் யாரவது சொல்லி இருக்கிறார்களா? கணிதம் படிக்கும் எந்த மாணவருக்காவது இவரைத் தெரியுமா?

ஆனால் இதுவரை 100 வயதையும் தாண்டி வாழ்ந்த அறிவியல் விஞ்ஞானிகள் இருவர். அவர்களில் ஒருவர் கேத்ரீன் காத்ரீன். ஆம், அவர் இறக்கும்போது அவரின் வயது 101, சமீபத்தில்தான், அதுவும் கொரோனா பெருந்தொற்று காலகட்டத்தில்தான் கேத்ரீன் காத்ரீன் இந்த உலக வாழ்வை நீத்தார். அவர் 2020, பிப்ரவரி 24 அன்று அமெரிக்காவில் உயிர் துறந்தார். இவர் முன்னோடி கணிதவியலாளர். மேலும் மனிதக் கணினி என்று மதிக்கப்பட்டவர். கேத்ரீன் காத்ரீன் கணிதவியலாளர் மட்டுமில்லை. அவர் ஒரு வானவியலாளரும் கூட.

கணித விஞ்ஞானி கேத்ரீனின் அசத்தும் உண்மைகள்

கேத்ரீன் காத்ரீன் பற்றிய அசாதாரண உண்மைகள் நம்மை பிரமிப்பில் ஆழ்த்துகின்றன. கேத்ரீன் பூமியிலும் விண்வெளியிலும் மனிதகுலத்தின் எதிர்காலத்தை வடிவமைத்தார். அவரது நம்பமுடியாத வாழ்க்கையின் நினைவாக, கேத்ரீன் ஜான்சனைப் பற்றிய அசாதாரண உண்மைகளுடன் அவரது அற்புதமான சாதனைகளை நாம் இப்போது திரும்பிப் பார்க்கிறோம்.

கேத்ரீன் காத்ரீன் அமெரிக்காவின் மதிப்பிற்குரிய வானவியல் குறியீடாகக் கணிக்கப்படுகிறார். இவர் கேத்ரீன் கோப்ல் காத்ரீன் அல்லது கேத்ரீன் ஜி. காத்ரீன் என்றும் அழைக்கப்படுகிறார். இவர் நாசாவில் 33 ஆண்டு காலம் மிகுந்த ஈடுபாட்டுடன் பணியாற்றினார், அந்தச் சமயத்தில் அவர் STEM (அறிவியல், தொழில்நுட்பம், பொறியியல் மற்றும் கணிதம்) இல் பணிபுரியும் பெண்களுக்கு மட்டுமின்றி, மனிதகுலத்தினை விண்மீன்களுக்கு இட்டுச் செல்லும் பாதையாகவும் செயல்பட்டார்.

கண்டுகொள்ளப்படாத கருப்பின விஞ்ஞானி-மனித கணினி

15 ஆண்டுகளுக்கு முன்புவரை, 1950 களில் நாசாவில் 'மனிதக் கணினி' யாக பணிபுரிந்த கருப்பினப் பெண்களில் ஒருவர்தான் கேத்ரீன் காத்ரீன். காத்ரீனின் சாதனைகளை உலகம் நினைவில் கொள்ளவில்லை; கண்டுகொள்ளவும் இல்லை. ஆனால் இப்போது சமீபத்திய ஆண்டுகளில், வரலாற்றில் காத்ரீனின் பங்கு புத்தகங்களிலும் பெரிய திரையிலும் ஆவணப்படுத்தப்பட்டுள்ளது, அத்துடன் அவரின் பெருமை அமெரிக்க ஜனாதிபதியின் பாராட்டுகளாலும் அங்கீகரிக்கப்பட்டுள்ளது.

"மறைக்கப்பட்ட உருவங்கள்" மூலம் வெளிப்பட்ட கேத்ரீன் காத்ரீன்

மார்கோட் லீ ஷெட்டர்லி என்பவர் 2016 ஆம் ஆண்டு எழுதிய புனைகதை அல்லாத புத்தகமான "மறைக்கப்பட்ட உருவங்களில்" (Hidden Figures), கருப்பினப் பெண்ணான கேத்ரீன் ஜான்சனின் பணி பற்றி கொண்டாடப்படுகிறது. இந்தப் புத்தகம், நாசா விண்வெளி பந்தயத்தில் வெற்றிபெற, கருப்பினப் பெண் கணிதவியலாளர்கள் எவ்வாறு உதவினார்கள் மற்றும் அவர்கள் எதிர்கொண்ட இனவெறி மற்றும் பாலியல் பிரச்சினைகளையும் தெளிவாக எடுத்து வைக்கிறது.

விருது பெற்ற "மறைக்கப்பட்ட உருவங்கள்" படம்

ஷெட்டர்லியின் மறைக்கப்பட்ட உருவங்கள் புத்தகம் விமர்சன ரீதியாகயும் பாராட்டப்பட்டது. 2016ல் திரைப்படமாகவும் வந்தது. இதில் தாராஜி பி.ஹென்சன் காத்ரீனாகவும், ஆக்டேவியா ஸ்பென்சர் மற்றும் ஜானெல்லே மோனி முறையே அவரது சகாக்களாக டோரதி கே.வான் மற்றும் மேரி ஜாக்சனாகவும் நடித்தனர். இந்த படம் மூன்று அகாடமி விருதுகளுக்காகவும் பரிந்துரைக்கப்பட்டது.

பெண் மனிதக் கணினிகள்

1940, 1950 மற்றும் 1960-களில், கணினிகள் இன்று செய்யும் சிக்கலான கணிதப்பணிகளைச் செய்ய நாசா நிறுவனம், பெண்களை மட்டுமே நியமித்தது. அப்போது அப்பணிக்குப் பெண்கள் மட்டுமே விவரம் தெரிந்தவர்கள் மற்றும் துல்லியமானவர்கள் என்று கருதப்பட்டது; மேலும் அவர்கள் இந்த வேலைக்கு மிகவும் பொருத்தமானவர்கள் என்றும் நம்பியது. உண்மையில், இன்றைய ஆண் ஆதிக்கம் செலுத்தும் தொழில்நுட்ப உலகத்திற்கு மாறாக, கணிதம் மற்றும் கணிப்பொறி ஆகியவை அந்தச் சமயத்தில் பெண்களின் வேலையாகப் பார்க்கப்பட்டது.

கேத்ரீன் ஜான்சனை நம்பிய வானூர்தி இயக்குநர்கள்

நாசாவில் காத்ரீனின் பங்களிப்பு அபரிமிதமானது. விண்வெளியில் பறக்கும் விண்ணூர்தி இயக்குநர்கள், காத்ரீனை தங்கள் வாழ்வோடு இணைத்து மிகவும் நம்பினர்.முதன் முதலில் பூமியைச் சுற்றி வந்த முதல் அமெரிக்கரான ஜான் க்ளென், காத்ரீன் ஜான்சனைப் பற்றிக் கூறினார்: "கேத்ரின் காத்ரீன் கணினி சரியாக இருக்கிறது என்று சொன்னால்தான், நான் அப்படியே எடுத்துகொண்டு அவரை அழைப்பேன்". அவர் தனது விண்கலமான Friendship 7-ன் ரீஎன்ட்ரியில் கணினியின் கணக்கீடுகளை சரி செய்ய கேத்ரீன் ஜான்சனை அழைத்து, இருமுறை அவரே அதனை சரிபார்க்க வேண்டும் என்றும் அவர் விரும்பினார். ஏனென்றால் ஜான் க்ளென், கணினி என்ற ஓர் இயந்திரத்திற்குப் பதிலாக கேத்ரீன் ஜான்சனையே ரொம்பவும் நம்பியிருக்க விரும்பினார்.

வேலையிலும் கருப்பினம் - வெள்ளையினம் பிரிவு

''கேத்ரீன் ஜான்சன் விண்வெளித் திட்டத்திற்கு அதன் செயல்பாட்டுக்கு மிகவும் விலைமதிப்பற்றவராக இருந்தார். அந்த நேரத்தில் ஆப்பிரிக்க அமெரிக்கர்களுக்குக் கிடைக்கக்கூடிய வேலைகளையும் கூட சில விஷயங்கள் தடைசெய்தன. அப்போது வேலைகள் இருந்தன, ஆனால் அவை எல்லாம் கருப்பினர்களின் வேலைகளாகவே இருந்தன" என்று மார்கோட் லீ ஷெட்டர்லி 'மறைக்கப்பட்ட உருவங்கள்' புத்தகத்தில் வேதனையுடன் குறிப்பிடுகிறார். விண்வெளித் திட்டத்தின் மூலம், கேத்ரின் ஜான்சன் அனைத்துப் பெண்களுக்குமான முன்னோடியாக இருந்தார், முக்கியமாக, கருப்பினப் பெண்களுக்கு உதவியாக இருந்தார்.

பிறப்பு- வளர்ப்பு

கேத்ரீன் ஜான்சன் 1918-ஆம் ஆண்டு ஆகஸ்ட் 26ஆம் நாள், மேற்கு வர்ஜீனியாவின் வெள்ளை சல்பர் ஸ்பிரிங்ஸ் என்ற ஊரில் பிறந்தார். அவரது தாய் ஜோய்லேட்டி ராபெர்ட்டா (Joylette Roberta) ஓர் ஆசிரியர். தந்தை மைக்கின்லே கோல்மேன் (McKinley Coleman) ஒரு விவசாயி, மரம் வெட்டுபவர் மற்றும் கைவினைஞர் (தச்சுத் தொழிலாளி). காத்ரீன் கல்வியில் எண்கள் மீதான அவரது ஆர்வத்தை தந்தை பாராட்டினார்.

இளமைக் கல்வி

கேத்ரீன் ஜான்சன் சிறு வயதிலிருந்தே கல்வியின் மீதும் கணிதத்தின் மீதும் அதீத ஆர்வத்துடன் இருந்தார்; பள்ளியில் வலுவான கணிதத் திறன்களைக் காட்டினார். அவர் பிறந்த ஊரில் எட்டாம் வகுப்புக்கு மேல் படித்த ஆப்பிரிக்க-அமெரிக்க மாணவர்களுக்கு க்ரீன்பிரியர் கவுண்டியில் பொதுப் பள்ளிக்கூடம் இல்லை. எனவே காத்ரீன் தந்தை கோல்மன், தங்கள் குழந்தைகளை மேற்கு வர்ஜீனியாவில் உள்ள உயர்நிலைப் பள்ளியில் படிக்க ஏற்பாடு செய்தார். இந்தப் பள்ளி மேற்கு வர்ஜீனியா மாநில கல்லூரி வளாகத்தில் இருந்தது. கேத்ரீன் ஜான்சன் தனது பத்து வயதில் பள்ளியில் சேர்க்கப்பட்டார். மிகப் பிரமாதமாகப் படிப்பார்.

கல்லூரி வாழ்க்கை

காத்ரீன் தனது 14 வயதில் உயர்நிலைப் பள்ளியில் பட்டம் பெற்ற பிறகு, மேற்கு வர்ஜீனியா மாநிலத்தில் ஒரு வரலாற்றுச் சிறப்பு மிக்க கருப்பினக் கல்லூரியில் மேற்படிப்புக்குச் சேர்ந்தார். ஒரு சிறப்பு மாணவியாக, கல்லூரி வழங்கும் ஒவ்வொரு கணிதப் பாடத்தையும் எடுத்துக்கொண்டார். உயர்நிலைப் பள்ளி முழுவதும் கேத்ரின் காத்ரீன் கோல்மேனுக்கு வழிகாட்டிய வேதியியலாளரும் கணிதவியலாளருமான ஆங்கி டர்னர் கிங் (Angie Turner King,) மற்றும் டபிள்யூ டபிள்யூ ஷிஃப்பெலின் கிளேட்டர், முனைவர் பட்டம் பெற்ற மூன்றாவது ஆப்பிரிக்க அமெரிக்கர் உட்பட பல பேராசிரியர்கள் அவளுக்கு வழிகாட்டினர். கணிதத்தில். கிளேட்டர் (Claytor) ஜான்சனுக்காகப் புதிய கணிதம் மற்றும் வடிவியல் பாடங்களைச் சேர்த்தார். காத்ரீன் மேற்கு வர்ஜீனியா மாநிலத்தில் பிரஞ்சு மற்றும் ஆங்கிலம் படிக்க விரும்பினார். ஆனால் அவளுடைய பேராசிரியர் W.W. ஷிஃப்ளின் கிளேட்டர் என்ற - கருப்பினக் கணிதவியலாளர் அவரது சொந்த உரிமையில், ஜான்சனின் விருப்பத்திற்குப் பதிலாக STEM க்கான (Science, Technology, Engineering & Mathematics) திறமையை ஆராய அவளை ஊக்குவித்தார். காத்ரீன் பின்னர் கூறினார், "என் மனதில், நான் ஓர் ஆராய்ச்சிக் கணிதவியலாளராக இருக்க விரும்பினேன்." அவரது பேராசிரியரின் ஊக்கம்தான் அவரது முன்னேற்றத்திற்கான முக்கிய காரணி.

கல்வி, வேலை & திருமணப் போராட்டம்

கேத்ரீன் காத்ரீன் 1937 ஆம் ஆண்டில் அவரது 18வது வயதில் கணிதம் மற்றும் பிரெஞ்சு மொழியில் பட்டம் பெற்றார். கணிதப் பொறுப்பான "ஆல்பா கப்பா ஆல்பா"வின் (Alpha Kappa Alpha) உறுப்பினராக இருந்தார். பின்னர் வர்ஜீனியாவின் மரியானில் உள்ள ஒரு கருப்பினப் பொதுப் பள்ளியில் ஆசிரியர் பணியில் சேர்ந்தார். 1939 ஆம் ஆண்டில், டாக்டர் ஜான் டபிள்யூ. டேவிஸ் என்பவர், கேத்ரீன் காத்ரீன் மற்றும் மற்ற இரண்டு கறுப்பின மாணவர்களைப் (இருவரையும்) புதிதாக ஒருங்கிணைந்த மேற்கு வர்ஜீனியா பல்கலைக்கழகத்தில் படிக்கத் தேர்வு செய்தார். அந்தப் பல்கலைக் கழகத்தில் படிக்க

இணைந்து கொண்ட முதல் கருப்பினப் பெண் மாணவி கேத்ரீன் காத்ரீன் மட்டுமே. கேத்ரின் காத்ரீன் ஒரு பட்டதாரி கணித மாணவராகச் சேர்ந்தார். ஆனால், 1939 ஆம் ஆண்டில், அங்கு கேத்ரீன் காத்ரீன், ஜேம்ஸ் கோபல் என்பவரை மணந்தார். பிறகு, அவர் தனது ஆசிரியர் வேலையை விட்டுவிட்டு ஒரு பட்டதாரி கணிதத் திட்டத்தில் சேர்ந்தார். காத்ரீன் கருவுற்றதால் ஒரு வருடம் ஆசிரியப் பணியிலிருந்து விலகி, குடும்ப வாழ்க்கையில் கவனம் செலுத்தத் துவங்கினார்.

மேற்கு வர்ஜீனியாவின் மோர்கன் டவுனில் உள்ள மேற்கு வர்ஜீனியா பல்கலைக்கழகத்தில் பட்டதாரி பள்ளியில் பயின்ற முதல் ஆப்பிரிக்க-அமெரிக்கப் பெண் கேத்ரீன் காத்ரீன்.

கருப்பின மாணவர்கள் படிக்க நீதிமன்றத் தீர்ப்பு

WVSCயின் தலைவர் டாக்டர் ஜான் டபிள்யூ டேவிஸ் மூலம், படிக்க தேர்வு செய்யப்பட்ட மூன்று ஆப்பிரிக்க-அமெரிக்க மாணவர்களில் கேத்ரீன் காத்ரீன் ஒருவரானார். 1938ஆம் ஆண்டு அமெரிக்க ஐக்கிய நாடுகளின் உச்சநீதிமன்றம், மிசோரி முன்னாள் நீதிமன்ற தீர்ப்புக்குப் பிறகு பட்டதாரிப் பள்ளியை ஒருங்கிணைக்கத் தேர்ந்தெடுக்கப்பட்ட ஒரே பெண் இவரே. கருப்புக் கல்லூரிகள் மற்றும் பல்கலைக்கழகங்களை நிறுவுவதன் மூலம், கருப்பின மாணவர்களை ஒதுக்கினர். மேலும் வெள்ளை இனத்தவர்களை மட்டும் பல்கலைக்கழகங்களில் சேர்ப்பதன் மூலம் வெள்ளை மாணவர்களுக்கு மட்டும் உயர்கல்வியை வழங்கினர். பின்னர் அந்த மாநிலங்கள் அதைக் கருப்பின மாணவர்களுக்கும் வழங்க வேண்டும் என்று நீதிமன்றம் தீர்ப்பளித்தது.

இரண்டாம் மணம்

கேத்ரீன் ஜான்சனின் முதல் கணவர் ஜேம்ஸ் கோபல் 1956 இல் இறந்தார். மூன்று ஆண்டுகளுக்குப் பிறகு அவர், 1959ல் ஜேம்ஸ் ஜான்சனை மணந்தார்.

நாசாவில் பணி

கேத்ரீன் காத்ரீன் ஓர் ஆராய்ச்சிக் கணிதவியலாளராகத் தனது வாழ்க்கையை முடிவு செய்தார், இருப்பினும் இது ஆப்பிரிக்க அமெரிக்கர்களும் பெண்களும் நுழைவதற்குக் கடினமான

துறையாக இருந்தது. கற்பித்தல் தான் அவர் முதலில் கண்டுபிடித்த வேலை. 1952 இல் நடந்த ஒரு கூட்டத்தில், விண்வெளி நிபுணர் தேசிய ஆலோசனைக் குழு (National Advisory Committee for Aeronautics (NACA)வுக்குக் கணிதவியலாளர்களை வேலைக்கு அமர்த்துவதாகக் அறிகிறார். கறுப்பினப் பெண்கள் பலரை மனிதக் கணினிகளாக அங்கு வேலைக்கு அமர்த்தத் தொடங்கியதை கேத்ரீன் தெரிந்து கொள்கிறார். அப்போது இரண்டாம் உலகப் போர் நடந்து கொண்டிருந்தது. அதனால் NACAவில் தொழிலாளர்கள் பற்றாக்குறை ஏற்பட்டது. எனவேதான் இந்நிலை. நாசாவில் கொடுக்கப்பட்ட சம்பளம் அவளுடைய கற்பித்தல் சம்பளத்தை விட அதிகமானதாக இருந்தது. எனவே காத்ரீன் NACAவுக்கு உடனடியாக விண்ணப்பித்தார். லாங்லி ஃபீல்ட் அருகில் உள்ள வர்ஜீனியாவின் ஹாம்ப்டனில் அமைந்துள்ள லாங்லி மெமோரியல் ஏரோநாட்டிக்கல் ஆய்வகத்தில், NACA ஆப்பிரிக்க-அமெரிக்கக் கணிதவியலாளர்களையும், வெள்ளையர்களையும் வழிகாட்டுதல் மற்றும் வழிசெலுத்தல் துறைக்கு பணிக்கு அமர்த்தியது. கேத்ரீன் காத்ரீன் ஜூன் 1953 இல் NACA ஏஜென்சியில் பணிக்கு சேர்ந்தார்.

அது வரை, கேத்ரீன் காத்ரீன் மாதத்திற்கு 100டாலர் சம்பளம் பெற்ற ஆசிரியராக, குழந்தைகளுடன் வாழ்ந்தார். ஆனால் வாழ்வாதாரத்துக்கு அந்த வருமானம் போதவில்லை. திருமணத்துக்குப் பின்னர், கிட்டத்தட்ட பதினைந்து ஆண்டுகள் ஆசிரியப் பணியில் இருந்தார். பிறகு, 1953லிருந்து கேத்ரீன் காத்ரீன் நாகாவில் வேலை செய்யத் தொடங்கினார். கேத்ரீன் ஜான்சனின் முதல் நாசா பணிகளில் ஒன்று, விபத்துக்குள்ளான விமானங்களில் இருந்து கருப்புப் பெட்டி தரவை சரி பார்ப்பதுதான்.

கருப்பினப் பெண் கணினிகளுக்குத் தனியாக கழிவறை

கேத்ரீன் காத்ரீன் முதலில் NACA வில் பணிக்குச் சேர்ந்தபோது, கணினிகள் பிரிக்கப்பட்டன, மேலும் பெண்களில் மூன்றில் ஒரு பகுதியினர் மட்டுமே கருப்பினப்பெண்கள். காத்ரீனும் அவரது கருப்பு சகாக்களும் வர்ஜீனியா ஆய்வகத்தில் தனி கழிவறைகளைப் பயன்படுத்தினர், அங்கு அவர்கள் கணக்கீடுகளைச் செய்தனர். மேலும் மதிய உணவின்போதும்

வெள்ளைக் கணினி எனப்படும் வெள்ளை இனப் பெண்களிடம் இருந்து ஒதுக்கியே உட்கார வைக்கப்பட்டனர். 1950 களின் பிற்பகுதி வரை மனிதக் கணினிகள் பிரிக்கப்படவில்லை.

பெண்களின் பணி

முதலில் கேத்ரீன் காத்ரீன் கணிதக் கணக்கீடுகளைச் செய்யும் பெண்களின் கூட்டத்தோடு வேலை செய்தார். கேத்ரீன் காத்ரீன் அந்தப் பெண்களை எல்லாரையும் மெய்நிகர் "பாவாடை அணிந்த கணினிகள்" என்று குறிப்பிட்டுள்ளார். விமானங்களின் கருப்புப் பெட்டிகளிலிருந்து தரவைப் படித்து சரிபார்த்து அவை தொடர்பான துல்லியமான கணிதப் பணிகளை மேற்கொள்வதே அவர்களின் முக்கிய வேலை. பின்னர் ஒரு நாள், கேத்ரின் (மற்றும் ஒரு சக ஊழியர்) அனைத்து ஆண் விமான ஆராய்ச்சிக் குழுவுக்கு உதவ தற்காலிகமாக நியமிக்கப்பட்டார். பகுப்பாய்வு வடிவியல் பற்றிய கேத்தரின் அறிவு, ஆண் முதலாளிகள் மற்றும் சக ஊழியர்களை விரைவான கூட்டாளிகளாக உருவாக்க உதவியது, "அவர்கள் என்னை மீண்டும் அந்தப் பெண்களின் கூட்டத்துக்கு அனுப்ப மறந்துவிட்டார்கள்". என்று கேத்ரீன் காத்ரீன் கூறினார். இன மற்றும் பாலினத் தடைகள் எப்போதும் இருந்தபோதிலும், கேத்ரீன் அவற்றைப் புறக்கணித்ததாகக் கூறுகிறார். கேத்தரின் உறுதியாக இருந்தார், முக்கியமான தலையாய கூட்டங்களில் (முன்பு பெண்கள் யாரும் செல்லாத இடத்தில்) தன்னையும் சேர்க்கும்படிக் கேட்டார். அவர் அந்த வேலையைச் செய்ததாகவும் கூறினார். மேலும் அவரிடம்தான் வானூர்தி இயக்கும் இயக்குநர்கள் நம்பிக்கை வைத்தனர் என்றும் கூறினார்.

நாசா பணி 1953-1958 வரை

1953 முதல் 1958 வரை, கேத்ரீன் காத்ரீன் ஒரு கணினியாகவே பணியாற்றினார். விமானங்களுக்கான தடை அகற்றுதல் போன்றவற்றை பகுப்பாய்வு செய்தார். முதலில் கணிதவியலாளர் டோரதி வான் மேற்பார்வையிட்ட மேற்குப் பகுதிக் கணினிகள் பிரிவில், காத்ரீன் நியமிக்கப்பட்டார். பின் காத்ரீன் லாங்லியின் விமான ஆராய்ச்சிப் பிரிவின் வழிகாட்டுதல் மற்றும் கட்டுப்பாட்டுப் பிரிவுக்கு மாற்றப்பட்டார். இது வெள்ளை ஆண் பொறியாளர்களால் பணியமர்த்தப்பட்டது.

20 ஆம் நூற்றாண்டின் முற்பகுதியில் ஜனாதிபதி உட்ரோ வில்சனின் கீழ் அறிமுகப்படுத்தப்பட்ட மாநில இனப் பிரிவினைச் சட்டங்கள் மற்றும் கூட்டாட்சிப் பணியிடப் பிரிவுகள் வழக்குக்கு வந்தன. இதனால் காத்ரீன் மற்றும் கம்ப்யூட்டிங் பகுதி ஆப்பிரிக்க-அமெரிக்கப் பெண்கள் வேலை செய்வதற்கும், சாப்பிடுவதற்கும், தனித்தனியான இடம்தான். கழிவறைகளும்கூடத் தனித்தனியே. அவர்களின் வெள்ளை சகாக்களின், அலுவலகம் "வண்ணக் கணினிகள்" என்று பெயரிடப்பட்டது. அன்றைய தொலைக் காட்சியின் ஒரு நேர்காணலில், காத்ரீன் "நாசாவில் பிரிவை நான் உணரவில்லை, ஏனென்றால் அங்குள்ள அனைவரும் ஆராய்ச்சி செய்து கொண்டிருந்தார்கள். அங்கே உங்களுக்கு என ஒரு பணி இருந்தது, அதில் வேலை செய்தீர்கள்; வேலையைச் செய்வது உங்களுக்கு முக்கியம். அதனால் நான் எந்தப் பிரிவினையையும் உணரவில்லை. அதனை நான் மனதளவில் ஒதுக்கிவிட்டேன். அங்கே இருப்பது கருப்பினப் பிரிவு என்பது எனக்குத் தெரியும், ஆனால் நான் அதை உணரவில்லை." என்றார் காத்ரீன்.

1958 ஆம் ஆண்டில் டிஜிட்டல் கணினிகளை ஏற்றுக்கொண்ட நாசாவால் கறுப்பினப் பெண்களை ஏற்றுக்கொள்ள இயலவில்லை..பாகுபாட்டு வடிவங்கள் இன்னும் பரவலாக உள்ளன என்றே காத்ரீன் அந்த சகாப்தத்தை நினைவுகூர்ந்தார்.

துணிச்சல் மிகுந்த கேத்ரீன் காத்ரீன்

நாசாவின் வரலாற்றில், கேத்ரீன் காத்ரீன் தனது சக ஊழியர்களின் தப்பெண்ணத்தைப் புறக்கணிக்க முயற்சித்ததன் மூலம் நாசாவில் இனவெறிச் சம்பவங்களை நிர்வகித்ததாக பின்வருமாறு விவரித்தார்: "நான் என் தோளில் என் உணர்வுகளைச் சுமக்கவில்லை. அதனால் நான் நன்றாகப் பழகினேன்." அதே நேரத்தில், காத்ரீன் உறுதியாக இருக்கப் பயப்படவில்லை. அதேபோல காத்ரீன் அவரது ஆண் சகாக்களுடன் ஒரு கூட்டத்தில் கலந்து கொள்ள முடியாது, கூடாது என நிர்வாகம் சொன்னபோது, அவர் அங்கு ஏற்பட்ட சவாலை எதிர்கொண்டு "நான் ஏன் போக முடியாது? அப்படி ஒரு சட்டம் இருக்கிறதா?" என்று கேட்டார். இப்படிப் பேசிய பிறகுதான், அந்த ஆண்கள் கூட்டத்தில் காத்ரீன் கலந்து கொள்ள அனுமதிக்கப்பட்டார். வெற்றியும் பெற்றார்.

வரலாறு பேசுகிறது

கேத்ரீன் காத்ரீன் மூலம் கிடைத்த தகவல்கள் "அந்த நாட்களில் நாங்கள் பெண்களாக உறுதியாக இருக்க வேண்டும்- உறுதியுடனும், ஆக்ரோஷமாகவும் - நாங்கள் எந்த அளவிற்கு இருக்க வேண்டும் என்பது நீங்கள் இருக்கும் இடத்தைப் பொறுத்தது. நான் இருக்க வேண்டியிருந்தது. நாசாவின் ஆரம்ப காலங்களில் பெண்கள் தங்கள் பெயர்களை அறிக்கைகளில்

வைக்க அனுமதிக்கப்படவில்லை -என் பிரிவில் எந்தப் பெண்ணின் பெயரும் வரவில்லை. ஓர் அறிக்கையில்கூட நான் "டெட் ஸ்கோபின்ஸ்கி"யுடன் வேலை செய்து கொண்டிருந்தேன், அவர் வெளியேறி ஹூஸ்டனுக்குச் செல்ல விரும்பினார். ஆனால் எங்கள் மேற்பார்வையாளர் ஹென்றி பியர்சன்-அவர் பெண்களின் நண்பர் அல்லர்-நாங்கள் வேலை செய்யும் அறிக்கையை முடிக்க நெருக்கித் தள்ளினார். இறுதியாக, டெட் அவரிடம், "கேத்ரின் அறிக்கையை முடிக்க வேண்டும், எப்படியும் அவள் பெரும்பாலான வேலைகளைச் செய்துவிட்டாள்." எனவே டெட் பியர்சன் வேறு வழியில்லாமல் விட்டுவிட்டார்; நான் அறிக்கையை முடித்தேன், என் பெயர் அறிக்கையுடன் சென்றது, எங்கள் பிரிவில் ஒரு பெண் தன் பெயரை அறிக்கையில் வைத்திருப்பது இதுவே முதல் முறை." என்கிறார் காத்ரீன்.

தொழில்நுட்ப வல்லுநர் காத்ரீன்

1958 முதல் 1986 இல் அவர் ஓய்வு பெறும் வரை, கேத்ரீன் காத்ரீன் ஒரு விண்வெளித் தொழில்நுட்ப வல்லுநராகப் பணிபுரிந்தார், தனது தொழில் வாழ்க்கையின் போது விண்கலக் கட்டுப்பாட்டுக் கிளைக்குச் சென்றார். விண்வெளியில் முதல் அமெரிக்கரான "ஆலன் ஷெப்பர்டின்" மே 5, 1961 விண்வெளிப் பயணத்திற்கான பாதையை காத்ரீன்தான் கணக்கிட்டார். அவரது 1961 மெர்குரி விண்கலப் பணிக்கான துவக்க சாளரத்தையும் காத்ரீன் கணக்கிட்டார். மின்னணு செயலிழப்பு ஏற்பட்டால் விண்வெளி வீரர்களுக்குக் காப்பு வழிசெலுத்தல் விளக்கப்படங்களையும்கூட காத்ரீன் திட்டமிட்டார்.

முதல் கணினியும் காத்ரீன் ஜான்சனும்

நாசா முதன்முறையாக எலக்ட்ரானிக் கம்ப்யூட்டர்களைப் பயன்படுத்தி பூமியைச் சுற்றியுள்ள ஜான் க்ளென்னின் சுற்றுப்பாதையைக் கணக்கிட, அதிகாரிகள் காத்ரீன் ஜான்சனை கணினியின் எண்களைச் சரிபார்க்க அழைத்தனர்; க்ளென் அவரிடம் குறிப்பாகக் கேட்டார்; காத்ரீன் கணக்கீடுகளைச் சரிபார்க்காவிட்டால் பறக்க மறுத்துவிட்டார் என காத்ரீன் ஜான்சனின் வரலாற்று இணைய தளம் கூறுகிறது, இவை "மிகவும் கடினமான கணக்கீடுகள், வான் வெளியில் உடல்களின்

ஈர்ப்பு விசைக்குக் காரணம்". நூலாசிரியர் மார்கோட் லீ ஷெட்டர்லி, "ஹீரோவாக மாறிய விண்வெளி வீரர், தனது பணி வெற்றிபெறுவதை உறுதி செய்வதற்கான முக்கிய பாகங்களில் ஒன்றாக, இந்தக் கருப்புப் பெண்ணைப் பார்த்தார்." என்கிறார். "கம்ப்யூட்டிங் பெண்களின் வேலை" என்றும், பொறியியல் ஆண்களுக்கு எனவும் விட்டுக் கொடுக்கப்பட்ட காலப்போக்கில் அது உண்மையில் பெண்களால் செய்யப்பட்ட வேலை. அந்த வேலையை மதிப்பதில்லை. எங்களால் முடிந்தவரை, அது பற்றிய ஒரு முன்னோக்கைப் பெற வரலாறு முயற்சி எடுத்துள்ளது" -என்கிறார் காத்ரீன்.

வானூர்தி செலுத்த கணிதம் பேசிய காத்ரீன்

கேத்ரீன் காத்ரீன் பின்னர் டிஜிட்டல் கணினிகளுடன் நேரடியாக வேலை செய்தார். அவருடைய திறமையும், துல்லியமான செயல்பாட்டுக்கான புகழும், புதிய தொழில்நுட்பத்தில் நம்பிக்கையை ஏற்படுத்த உதவின. 1961ஆம் ஆண்டில், ஆலன் ஷெப்பர்டின் ஃப்ரீடம் 7 மெர்குரி காப்ஸ்யூல் *(Freedom 7 Mercury Capsule)* நிறுவப்பட்ட துல்லியமான பாதையைப் பயன்படுத்தி விரைவாகக் கண்டுபிடிக்கப்படுவதை உறுதி செய்ய காத்ரீனின் பணி உதவியது. சந்திரனில் தரையிறங்கும் போது, ஜான்சன், காத்ரீன் ஒரு கூட்டத்தில் இருந்தார். அவரும் இன்னும் சிலரும் ஒரு சிறிய தொலைக்காட்சித் திரையைச் சுற்றி நிலவின் முதல் படிகளைப் பார்த்துக் கொண்டிருந்தனர்

NACA வுடன் வேலையைத் தொடங்கிய உடனேயே, காத்ரீன் விமான ஆராய்ச்சிப் பிரிவுக்கு நியமிக்கப்பட்டார். அப்போது எந்த ஒரு முன்னறிவிப்புமின்றி மிகச் சாதாரணமாகச் செயல்பட்டுக்கொண்டிருந்த ஒரு சிறிய புரொபெல்லர் விமானம் வானத்திலிருந்து எப்படி விழுந்தது என்பதை அறிய அவர் கீழே இறங்கிச் செல்ல வேண்டியிருந்தது.

கேத்ரீன் காத்ரீன் விமானத்தின் கருப்புப் பெட்டியால் பதிவு செய்யப்பட்ட காட்சிகளை பார்த்து அதனை அறிய நாட்களைக் கழித்தார், பொறியாளர்களுக்கான தரவைப் பகுப்பாய்வு செய்து திட்டமிட்டார். அவரது கவனமான வேலைதான், ஒரு பெரிய விமானத்தின் விமானப் பாதை கடந்து செல்லும் ஓர் அரை மணி நேரம் வரை அதைச் சுற்றியுள்ள காற்றைத் தொந்தரவு செய்ய முடியும் என்பதைப் பொறியியலாளர்கள் கண்டுபிடிக்க அனுமதித்தது. இது ஒரு சிறிய விமானத்திற்கான "டிரிப் கம்பி" ஆக செயல்படுகிறது.

1958 ஆம் ஆண்டில், நாசாவின் மெர்குரி திட்டம் அதிகாரப்பூர்வமாக அங்கீகரிக்கப்பட்டது, ஒரு மனிதனை சுற்றுப்பாதையில் வைக்கும் குறிக்கோளுடன். நாசாவின் விண்வெளிப் பணிக்குழுவில் காத்ரீன், ஜாண்சன் விண்வெளி வீரர் ஆலன் ஷெப்பர்டின் பாதையைக் கணக்கிட்டார். காத்ரீன் கணக்கீடுகளைப் பற்றிக் கூறினார், "நீங்கள் எப்போது விரும்புகிறீர்கள், எங்கு தரையிறங்க வேண்டும் என்று சொல்லுங்கள், நான் அதைப் பின்னோக்கிச் செய்து, எப்போது புறப்பட வேண்டும் என்று சொல்கிறேன்" என்றார்.

இந்தச் செயல்கள் அனைத்தும் எளிய வடிவியல்தான் என காத்ரீன் ஜாண்சன் கூறினார், ஏனெனில் விமானங்கள், பூமியின் சுழற்சியை மட்டுமே கணக்கில் எடுத்துக்கொள்ள வேண்டும், அதனால்தான் இறங்கும் தளத்திலிருந்து பின்னோக்கி வேலை செய்வது முன்னோக்கி வேலை செய்வதை விட எளிதாக இருந்தது.

கேத்ரீன் காத்ரீன் தனது கண்டுபிடிப்புகளை பொறியாளர் டெட் ஸ்கோபின்ஸ்கியுடன் இணைந்து எழுதிய ஓர் அறிக்கையில், "தேர்ந்தெடுக்கப்பட்ட பூமி நிலையில் ஒரு செயற்கைக்கோளை வைப்பதற்காக பர்ன்அவுட்டில் அஜிமுத் கோணத்தைத் தீர்மானித்தல்" என்ற தலைப்பில் விளக்கினார்.

வெற்றி பெற்ற பெண் கேத்ரீன்

ஒரு பெண் (கேத்ரீன் காத்ரீன்) விண்வெளித் துறைக்கு முதல் முறையாக ஓர் அறிக்கையை எழுதியதை அந்த தாள் குறித்தது. காத்ரீன் ஜான்சன் பின்னர் மேற்பார்வையாளர் ஹென்றி பியர்சன் அறிக்கையில் ஒரு பெண் எழுத்தாளரைப் பார்த்து ஏமாற்றமடைந்ததாகக் கூறினார். இருப்பினும், ஸ்கோபின்ஸ்கி அறிக்கை எழுத ஹூஸ்டனுக்குப் புறப்பட்டபோது, காத்ரீன் ஜான்சனை இணை ஆசிரியராக ஏற்றுக்கொள்வதைத் தவிர அவர்களுக்கு வேறு வழியில்லை.

காத்ரீன் ஜான்சன் அப்பல்லோ விண்வெளி வீரர்கள் சந்திரனில் இருந்து இல்லம் திரும்ப அனுமதிக்கும் கணக்கீடுகளில் வேலை செய்தார்.இவையெல்லாம் அவரின் அற்புதப் பணிகள் ஆகும்.

பெருமை பெற்றும் கூட தாழ்த்தும் வெள்ளை மக்கள்

1997 ஆம் ஆண்டில், நியூயார்க் மாநிலப் பல்கலைக்கழகத்தில் கேத்ரீன் ஜான்சனுக்கு கௌரவ டாக்டர் பட்டம் வழங்கப்பட்டது, ஆனால் விழாவின் முக்கிய பேச்சாளராகவும் கூட, காத்ரீனை அவர் விழாவுக்கு வரும் வரை அவரது பெயர் அறிவிக்கப்படவில்லை. இது ஆச்சரியப்படுவதற்கில்லை. ஆனால் காத்ரீன் இந்த நிகழ்வில் எழுந்து நின்று ஓர் அற்புதமான, விரிவான உரையை அனைவருக்கும் வழங்கினார், குறைந்தது ஒரு பங்கேற்பாளரையாவது பள்ளிக்குத் திரும்ப இந்த உரை ஊக்குவித்தது என நாசா கூறுகிறது

விருது மேல் விருது பெற்ற காத்ரீன்

கேத்ரீன் ஜான்சனுக்கு 2015ஆம் ஆண்டு அமெரிக்க ஜனாதிபதியின் சுதந்திரப் பதக்கம் வழங்கப்பட்டது. 'மறைக்கப்பட்ட உருவங்கள்' வெளியாகும் வரை காத்ரீன் ஜான்சன் என்ற பெயர் ஒரு வீட்டுப் பெயராக கூட மாறவில்லை. மறைக்கப்பட்ட உருவங்கள் புத்தகம் மற்றும் திரைப்படத்திற்கு முன்பு அவரது பணி எதுவுமே அங்கீகரிக்கப்படவில்லை. நசுக்கப்பட்டது என்றே கூறலாம். மறைக்கப்பட்ட உருவங்களுக்கும் பின்னரே நாசாவில் 35 ஆண்டுகளாகப் பணிபுரிந்த காத்ரீனுக்கு "நாசா லூனார் ஆர்பிட்டர் விருது" (NASA Lunar Orbiter Award) மற்றும் "மூன்று நாசா சிறப்புச் சாதனை விருதுகள்" வழங்கப்பட்டன. 2015 ஆம் ஆண்டில், காத்ரீன் தனது மிகவும் மதிப்புமிக்க விருதைப் பெற்றார். "அமெரிக்கப் பெண்கள் வரலாற்றில் கறுப்பினப் பெண்கள் ஒவ்வொரு பெரிய இயக்கத்தின் ஒரு பகுதியாக

இருந்திருக்கிறார்கள் -அவர்கள் எப்போதும் குரல் கொடுக்காவிட்டாலும் கூட" என்று அமெரிக்க ஜனாதிபதி பராக் ஒபாமா செப்டம்பர் 2015 இல் கூறினார். அதன் பின்னர், இரண்டு மாதங்களுக்குப் பிறகு, காத்ரீன் ஜான்சனுக்கு, அமெரிக்காவின் உயரிய விருதான "ஜனாதிபதி பதக்கத்தை" பராக் ஒபாமா வழங்கினார்.

"நாசாவில் தனது பணியில் 33 ஆண்டுகளில், கேத்ரின் ஒரு முன்னோடியாக இருந்தார், அவர் இனம் மற்றும் பாலினத்தின் தடைகளை உடைத்து, கணிதத்திலும் அறிவியலிலும் ஒவ்வொருவரும் சிறந்து விளங்கலாம், மற்றும் விண்மீன் வரை எல்லைகளை அடைய முடியும் என்று இந்தத் தலைமுறை இளைஞர்களுக்குக் காட்டினார்" என்பதை ஜனாதிபதி ஒபாமா பதக்க விழாவில் கூறினார்

நாசா ஆராய்ச்சி மையத்திற்கு காத்ரீன் ஜான்சனின் பெயர்

2016 ஆம் ஆண்டு, வர்ஜீனியாவின் ஹாம்ப்டனில் உள்ள நாசாவின் லாங்லி ஆராய்ச்சி மையத்தில் ஒரு புதிய 40,000 சதுர அடி கட்டிடம் அதிகாரப்பூர்வமாக "தி கேத்ரின் ஜி. காத்ரீன் கணக்கீட்டு ஆராய்ச்சி ஆய்வகம்" என பெயரிடப்பட்டது. அலன் ஷெப்பர்டின் ராக்கெட் ஏவுதலின் 55 வது ஆண்டு விழாவில் காத்ரீன் ஜான்சனுக்கு முறையான அர்ப்பணிப்பு நடந்தது, காத்ரீன் இதற்கெல்லாம் ஏராளமாக உதவி இருக்கிறார். விழாவில் காத்ரீன் ஜான்சனின் மனிதக் கணினி சகாக்களும், கருப்பினப் பெண்கள் (Black Girls Code) மற்றும் 21 ஆம் நூற்றாண்டு சமூக கற்றல் மையங்கள் திட்டத்தின் மாணவர்களும் கலந்து கொண்டனர். விழாவின் போது காத்ரீன் ஜான்சன் "சில்வர் ஸ்னூபி" (Silver Snoopy award) விருதைப் பெற்றார் -இது விண்வெளி வீரரின் விருது என்றும் அழைக்கப்படுகிறது-இந்த விருதினை விண்வெளிப் பயணங்களின் பாதுகாப்பிற்குச் சிறந்த வழிகளில் பங்களித்தவர்களுக்கு நாசா வழங்குகிறது.

நாசா கட்டிடம் தனது பெயரைக் காண்பிக்கும் என்ற செய்தியை அறிந்த காத்ரீன் ஜான்சன் ஆச்சரியமடைந்தார்- அர்ப்பணிப்பாளர்கள் அவருடைய நேர்மையான கருத்தில், கிரேசி என்று சொன்னார்கள்- மற்றவர்கள் இதை ஒரு வெளிப்படையான தேர்வாக உணர்ந்தார்கள்.

விழாவில், லாங்லி இயக்குனர் டேவிட் பவுல்ஸ், “நாசாவுடன் தொடர்புடைய, மிகவும் போற்றப்பட்ட, ஊக்கமளிக்கும் நபர்களில் ஒருவரின் பாரம்பரியத்தை மதிக்க நாங்கள் இங்கு

வந்துள்ளோம். திருமதி காத்ரீன் ஜான்சனின் கதாபாத்திரத்திற்கும், சாதனைகளுக்கும் ஒரு சிறந்த புகழாரம் என்பது அவருடைய பெயரை இந்தக் கட்டிடத்துக்கு அர்ப்பணிப்பதைவிட விட வேறு என்னால் கற்பனை செய்து பார்க்க முடியாது." என்றார்.

தொடர் விருதுகள்

ஆராய்ச்சி மையத்தின் கதவுகள் செப்டம்பர் 22, 2017 அன்று அதிகாரப்பூர்வமாகத் திறக்கப்பட்டன. கூடுதலாக, பிப்ரவரி 22, 2019 அன்று, மேற்கு வர்ஜீனியாவின் ஃபேர்மாண்டில் அமைந்துள்ள நாசாவின் சுயாதீன சரிபார்ப்பு மற்றும் சரிபார்ப்புத் திட்டம் கேத்ரின் காத்ரீன் சுயாதீன சரிபார்ப்பு மற்றும் சரிபார்ப்பு வசதி (Katherine Johnson Independent Verification and Validation Facility.) என மறுபெயரிடப்பட்டது.

2016 ஆம் ஆண்டில், அறிவியல் எழுத்தாளர் "மாயா வெய்ன்ஸ்டாக் லோகோ" ஐடியாக்களுக்கு நாசாவின் பெண்கள் அமைப்புக்கான அற்புதமான யோசனையை சமர்ப்பித்தார். வெய்ன்ஸ்டாக்கின் யோசனையின் புகழ் காரணமாக, லோகோ நுகர்வோருக்கான தயாரிப்பை உருவாக்க முன்வந்தது. ஆரம்ப முன்மாதிரிப் பதிப்பில் சாலி ரைடு, மார்கரெட் ஹாமில்டன், மே ஜெமிசன், நான்சி கிரேஸ் ரோமன் மற்றும் கேத்ரின் காத்ரீன் போன்ற அற்புதமான பெண்கள் அடங்குவர். இருப்பினும், காத்ரீன் அவருடைய தோற்றத்தை, உருவமாக மாற்ற அனுமதிக்கவில்லை, மேலும் லோகோ அவர் இல்லாமல் வரிசையில் தொடர வேண்டியிருந்தது.

இருப்பினும், 2018 ல் சர்வதேச மகளிர் தினத்தில், மேட்டல் 17 புதிய "பார்பி பொம்மைகளை" வெளியிட்டார். அவற்றில் 14 பொம்மைகள் புதிய "ஷெரோ" வரிசையாக இருந்தன-இளம் பெண்களுக்கான நவீன முன்மாதிரிகள் - மற்ற 3 புதிய பெண்கள் "ஊக்கமளிக்கும் பெண்கள்" வரிசையில் ஒரு பகுதியாக இருந்தன -வரலாற்றுப் பெண்களை அடிப்படையாகக் கொண்ட பொம்மைகள். ஃப்ரிடா காலோ மற்றும் அமெலியா ஏர்ஹார்ட் ஆகியோருடன், "கேத்ரின் ஜான்சன்" இறுதியாக குழந்தைகளின் பொம்மையாக அறிமுகமானார்.

காத்ரீன் தொடர்பான ஆவணப் படங்கள்

கேத்ரீன் காத்ரீன் பற்றிய ஓர் ஆவணப்படம் 2019-இல் திரையிடப்பட்டது

மறைக்கப்பட்ட உருவங்களைப் பார்த்து நேசித்திருந்தாலும், கற்பனையான கேத்ரின் காத்ரீன் திரைப்படத்தை எதிர்பார்த்திருந்தால், நாம் அதிர்ஷ்டசாலி. நவம்பர் 1 ஆம் தேதி, பிபிஎஸ் அவுட்லியர்: தி ஸ்டோரி ஆஃப் கேத்ரின் ஜான்சனின் ஆவணப்படத்தை வெளியிட்டது. 2016ன் திரைப்படம் நாசாவின் விண்வெளித் திட்டத்தில், பங்களிக்கும் மனிதக் கணினிக் குழுவில் இந்த ஆவணப்படம், கேத்ரீன் ஜான்சனின் வாழ்க்கையைப் விவரிக்கிறது.

"மோஷன் மாஸ்டர்ஸ்" தயாரித்த மற்றும் முதலில் மேற்கு வர்ஜீனியா பொது ஒளிபரப்பிற்காக மட்டுமே வெளியிடப்பட்ட இந்த ஆவணப்படம் காத்ரீன் ஜான்சனை ஆரம்ப நாட்களிலிருந்தும் கணிதத்தில் முதல் ஆர்வத்திலிருந்தும் காட்டுகிறது. இந்தப் படம் காத்ரீன் ஜான்சனுக்குத் தகுதியான அங்கீகாரத்தை அளிப்பது மட்டுமல்லாமல், பெண்ணுடனான ஒரு நேர்காணலின் மூலம் அவருக்குக் குரல் கொடுக்கிறது.

கேத்ரீன் காத்ரீன் மறைவும், பாராட்டும்

கேத்ரீன் காத்ரீன் அவர் இறந்த பிறகும் கூட, எதிர்காலத் தலைமுறையினருக்கு தொடர்ந்து ஊக்கமளிக்கிறார். கேத்ரீன் காத்ரீன் பிப்ரவரி 24, 2020 அன்று 101 வயதில் காலமானார். அவர் இறக்கும் போது, அவர் தனது இரண்டாவது கணவர், லெப்டினன்ட் கர்னல் ஜேம்ஸ் ஏ. ஜான்சனுடன், வர்ஜீனியாவின் நியூபோர்ட் நியூஸில் உள்ள ஓய்வு இல்லத்தில் வசித்து வந்தார்.

மறைந்த முதல் கணவர் ஜேம்ஸ் கோப்லே, ஆறு பேரக்குழந்தைகள் மற்றும் பதினோரு பேரக்குழந்தைகளுக்கு மூன்று மகள்கள் இருந்தனர். அவர்கள் ஒவ்வொருவரையும் அறிவியல் மற்றும் தொழில்நுட்பத்தில் ஈடுபட ஊக்குவித்ததாகக் கூறப்படுகிறது.

பிப்ரவரி 24, 2020 அன்று ஜான்சனின் மரணம் பற்றிய செய்தியைத் தொடர்ந்து, நாசாவின் ஜிம் பிரிடென்ஸ்டைன், மறைந்த கணிதவியலாளரின் நினைவை மதிக்க ஏஜென்சியின் உறுதிப்பாட்டைப் பகிர்ந்து கொண்டார்: "நாங்கள் காத்ரீன் பாரம்பரியத்தைத் தொடர்ந்து உருவாக்குவோம், தொடர்ந்து பங்களிக்க, இருக்கும் அனைவருக்கும் வாய்ப்புகளை அதிகரிக்க அயராது உழைப்போம். மனித ஆற்றலின் வரம்பை உயர்த்தும் வேலை செய்வோம்" என்றார்.

மறைக்கப்பட்ட உருவங்களின் ஆசிரியர் மார்கோட் லீ ஷெட்டர்லி அசோசியேட்டட் பிரஸ்ஸிடம் கூறியது போல், ஜான் க்ளெனின் ஃப்ரெண்ட்ஷிப் ஏழு விமானத்தின் 58 வது ஆண்டு நிறைவின்பின் சில நாட்களுக்குப் பிறகு கேத்ரீன் காத்ரீன் இறந்தார்: "நாங்கள் கேத்ரீன் ஜான்சனை நினைத்துப் புலம்புகிறோம், அதே நேரத்தில் அவரின் மிகவும் பிரபலமான அந்த வேலையை நினைவுகூர்கிறோம்" என்றார்.

ஆசிரியர் மார்கோட் லீ ஷெட்டர்லி கேத்ரீன் ஜான்சனுக்கு இரங்கல் தெரிவிக்கும் போது, ''மறைந்த கணிதவியலாளர் ஏன் இவ்வளவு காலம் அங்கீகரிப்பு இன்றி உழைத்தார்-மேலும் எத்தனை கருப்பினப் பெண்கள் இன்னும் தங்கள் சாதனைகளுக்காக அங்கீகரிக்கப்படவில்லை என்பதைக் கருத்தில் கொள்ள அமெரிக்காவுக்கு ஒரு வாய்ப்பு உள்ளது.

கேத்ரீன் காத்ரீன் மற்றும் அவளுடைய சக மனிதக் கணினிகளின் பங்களிப்புகள் இல்லாமல், அவர்களின் விதிவிலக்கான மனமும், சமமான சிகிச்சைக்குப் போராட விருப்பமும் இல்லாமல், 1950 களில், 60 களில் கருப்பினப் பெண்களாக இருந்தவர்கள் தினசரி அவமானங்களை விழுங்கியும் செய்த பணி இன்றி, நம் நாடு இவ்வளவுதூரம் நாசா அமைப்பில் அர்ப்பணிப்பு செய்திருக்க முடியாது. முன்னேறி இருக்க முடியாது அவர்கள் நம் நாட்டின் நன்மைக்காக வேலை செய்தார்கள். இனி, நம் தேசம் மிகவும் வித்தியாசமாக இருக்கும்'' என்றார்.

"கேத்ரீன் காத்ரீன் எங்கள் வரலாற்றில் விலைமதிப்பற்ற பங்களிப்புகளைச் செய்தார், மேலும் எங்கள் அங்கீகாரத்திற்கும் மரியாதைக்கும் தகுதியானவர். காத்ரீன் ஓய்வு பெற்ற பிறகும், அவர் அதிக STEM கல்வியறிவுக்காக வாதிட்டார், மேலும் அனைவரிடமும் கணிதம் மற்றும் இயற்பியல் மீதான அன்பை ஊக்குவித்தார்.

கேத்ரீன் காத்ரீன் அவருடைய சொந்த வார்த்தைகளில், "நாங்கள் எப்போதும் எங்களுடன் STEM வைத்திருப்போம். சில விஷயங்கள் பொதுமக்களின் பார்வையில் இருந்து விலகிச் சென்றுவிடும், ஆனால் அறிவியல், பொறியியல் மற்றும் தொழில்நுட்பம் எப்போதும் எங்களுடன் இருக்கும். மேலும் எப்போதும், எப்போதும் கணிதம் இருக்கும். எல்லாம் இயற்பியல் மற்றும் கணிதம் தான்," என்கிறார்.

□

www.ingramcontent.com/pod-product-compliance
Lightning Source LLC
LaVergne TN
LVHW100821051026
849519LV00006B/2138